சிறையில் ஒளிரும் நட்சத்திரங்கள்
பாகம்-2

மதுரை நம்பி

டிஸ்கவரி பப்ளிகேஷன்ஸ்
எண்: 9, பிளாட் எண்: 1080A, ரோஹிணி பிளாட்ஸ்
முனுசாமி சாலை, கே.கே.நகர் மேற்கு,
சென்னை - 600 078. பேச: 99404 46650

வெளியீட்டு எண்: 0339

024951_6/200

சிறையில் ஒளிரும் நட்சத்திரங்கள்-2 (கட்டுரை)
ஆசிரியர்: மதுரை நம்பி©

Siraiyil olirum natchathirangal-2 (Essay),
Author: **Madurai Nambi**©
Print in India
1st Edition: Jan - 2024
Pages - 208
Rs - 250

Publisher • Sales Rights

Discovery Publications
No. 9, Plot,1080A, Rohini Flats,
Munusamy Salai,
K.K.Nagar West, Chennai - 78.
Tamilnadu, India.
Mobile: +91 99404 46650

Discovery Book Palace (P) Ltd
No. 1055-B, Munusamy Salai,
K.K.Nagar West,
Chennai-600 078.
Ph: (044) 4855 7525
Mobile: +91 87545 07070

discoverybookpalace@gmail.com / www.discoverybookpalace.com

இந்த நூலில் பிரசுரமாகியுள்ள எந்த ஒரு பகுதியையும் எழுத்துபூர்வமான முன்அனுமதி பெறாமல் எடுத்தாள்வதோ, மறுபிரசுரம் செய்வதோ, மொழியாக்கம் செய்வதோ, ஊடகங்களில் மறுபதிப்புச் செய்வதோ, காப்புரிமைச் சட்டப்படி தடை செய்யப்பட்டுள்ளது. இந்த நூலிலிருந்து சில பகுதிகளை மேற்கோள்காட்டி நூல்அறிமுகம் செய்யலாம்.

உங்கள் மொபைல் போனிலிருந்து ஸ்கேன் செய்து 'டிஸ்கவரி புக் பேலஸ்' மொபைல் ஆப்பை டவுன்லோடு செய்து, புத்தகங்களை வாங்குங்கள்.

சமர்ப்பணம்

மார்க்சிய சிந்தனைகளை
தன்னுடைய நகைச்சுவை நிரம்பிய பேச்சாற்றலால்
மக்கள் இதயங்களில் பதியம் இட்டு வரும்
தோழர் மதுரை பாலனுக்கும்...

மார்க்சிய லட்சியங்களை
தன்னுடைய உயிர் மூச்சாக நேசிக்கும்
அன்புத் தோழர்
மதுரை காஸ்ட்ரோ ஆர்.அழகருக்கும்...

அணிந்துரை

எழுத்தாளர் மதுரை நம்பி எழுதிய 'சிறைக்குள் ஒளிரும் நட்சத்திரங்கள்' நூல் தமிழ் வாசகப்பரப்பில் பெருத்த அதிர்வலைகளை ஏற்படுத்தியது. அந்த அலை தணிவதற்குள் அந்நூலின் இரண்டாம் பாகத்தை வெளியிடுகிறார் மதுரை நம்பி.

அள்ள அள்ளக் குறையாத பொக்கிஷமாக அவருக்குள் ததும்பிக்கிடக்கும் அனுபவத்திலிருந்து வெளிவரும் இக்கதைகள் நம் மனங்களை அசைக்கின்றன. சிறைக்காவலர் என்கிற பணி வழங்கிய வாய்ப்பினால் அவர் விதவிதமான மனிதக் கதாபாத்திரங்களைச் சந்திக்கவும் அவர்களோடு சிறைக்குள் சேர்ந்து வாழவும் முடிந்திருக்கிறது. 20க்கும் மேற்பட்ட கைதிகள் பல சிறைத்துறை அதிகாரிகள் பற்றிய வாழ்க்கைச் சித்திரங்களாக முதல் பாகத்தின் தொடர்ச்சியாக இந்நூல் விரிகிறது.

கிளி என்று அழைக்கப்படும் கைதியும், கூடவே கருப்பு என்கிற கைதியும் முதலில் நம் மனம் கவர்கிறார்கள். சோப்பில் கிளி செய்யும் அக்கைதி, பறிக்கப்பட்ட அவரது உளியான தகடு, தனக்கு மீண்டும் வழங்கப்பட வேண்டும் என்கிற கோரிக்கையுடன் உயிரைப் பணயம் வைத்துப் போராடுகிறார். ஒரு கலை மனதின் ஆவேசப் போராட்டமாக நாம் அதைப் பார்க்க முடிகிறது. கிளியைக் காப்பாற்ற கருப்பு நடத்தும் போராட்டமும் நம்மைத் திக்திக்கென உறைய வைக்கிறது. அப்பேர்பட்ட கருப்புவின் நற்செயல்களுக்கு சிறைத்துறை அதிகாரிகள் எந்த மதிப்பும் அளிக்காமல் 'பயன் படுத்தித் தூர எறி'யும் நிகழ்வை வருத்தத்துடன் பதிவு செய்கிறார் நம்பி.

கவிதை எழுதும் கண்ணன் பற்றி உயர்வான சித்திரத்தை நம் மனதில் எழுப்பும் நம்பி, கடைசியில் அவன் போக்ஸோ சட்டத்தில் கைதாகும் காட்சியை வைத்து யதார்த்தம் வேறாக இருப்பதைச் சுட்டி

நெஞ்சில் ஈரமில்லாதவனும்கூடக் கவிதை எழுதிவிடுகிறானே என்று முடிக்கிறார். கொலைகாரர்கூடப் பெரும் படைப்பாளியாக இருந்த கதை உலகில் பலகாலமாக உண்டுதான்.

தாழ்த்தப்பட்ட சமூகத்தில் பிறந்ததற்காகத் தன் கம்பீரமான மீசையைத் துறந்து தணிந்து போக நேரும் கண்காணிப்பாளர் தமிழரசன் பற்றிய அத்தியாயம் வாசிக்கும் நமக்கே குற்ற உணர்வை ஏற்படுத்திவிடுகிறது. என்ன மாதிரியான ஒரு சாதியக் கலாசாரத்தில் நாம் சிக்குண்டு கிடக்கிறோம்?

பழனியைச் சேர்ந்த சண்முகத்தின் கதை இதுவரை யாராலும் சொல்லப்படாத ஒரு காதல் காவியம்தான். ஊருக்கு நல்லது நடக்கட்டும் என்பதற்காக, கொலையும் செய்து சிறை ஏகும் சண்முகமும் அவரது காதலும் காவியமாக நம் நெஞ்சங்களில் நிலைக்கிறது.

பர்மா பாண்டி, பர்மா செல்வம் ஆகிய சகோதரர்களின் கதை... குற்றவாளிகளே ஆனாலும் நமக்குள் ஒரு இடத்தைப் பிடித்துவிடுகிறது. கிரிமினல் மனதின் பயணங்களைத் துல்லியமாகப் படம் பிடிப்பதில் நம்பியின் எழுத்து பெருவெற்றி அடைகிறது. நியாயத்தின் பக்கம் உறுதியாக நின்றபடி கிரிமினல்களைப் பற்றி அவர் எழுதும் சித்திரங்கள் மிகுந்த அழகுடன் ஒளிர்கின்றன.

குழந்தை மனம் கொண்ட குறட்டை மன்னன் முகம்மது கான் பற்றிய சித்தரிப்பு மனிதாபிமானக் கண்ணோட்டத்துடன் சிறப்பாக வடிவமைக்கப்பட்டிருக்கிறது. அதேபோல நாசர் என்கிற அற்புதமான மனிதனை துலுக்கன் என்று அடையாளப்படுத்திக் காயப்படுத்தி அவனை மனநோய்க்கு ஆளாக்கிச் செல்லும் இந்துத்துவத் தடியர்கள் பற்றிய அத்தியாயம் நமக்குக் கோபத்தை உண்டாக்கும் விதமாக எழுதப்பட்டிருப்பது சிறப்பு.

எந்த ஒரு க்ரைம் திரில்லர் சினிமாவிலும் காட்ட முடியாத கதை, குமரி கிளைச்சிறையில் ரவுடி லிங்கத்தை முன் வைத்து நடப்பதும், நீதிபதி முன்னிலையிலேயே ஒருவரை வெட்டிக்கொல்வதும் பயங்கரமான காட்சிகள். குற்றவாளி மணிக்குப் பதிலாக சிவக்குமார் கைதியாக உள்ளே இருப்பது சுவாரஸ்யமும் திகைப்பும் கூடிய பகுதி.

கைதிகளே ஆனாலும் மனித மாண்புகளின்றிச் சிறை அதிகாரிகள் ஏசும்போது ஆவேசம் கொண்டு எதிர்க்குரல் எழுப்பும் சம்பவங்கள் பல உண்டு இந்நூலில். சவுக்கு சண்முகமும், சிவகாசி பூபதியும் நல்ல எடுத்துக்காட்டுகள்.

நக்சல்பாரிக் கைதிகள் பற்றிய ஒரு அத்தியாயம், அவர்களின் தியாகத்தை மதிக்கும் குரலில் அரசியல் விமர்சனமாகவும் எழுதப்பட்டுள்ளது.

சிறை நூலகங்களின் அவல நிலை ஒழிய எடுக்கப்பட்ட நடவடிக்கைகள், எழுத்தாளர் இமையத்தின் கட்டுரை, வழக்கறிஞர் ஒருவர் தொடுத்த வழக்கு என ஒரு முக்கியமான ஆவணப்பதிவாக அந்த அத்தியாயம் எழுதப்பட்டுள்ளது. இப்போது சிறை நூலகங்கள் முறையாகப் பராமரிக்கப்படுவதாக அவர் எழுதியிருப்பதும், 'கைதிகள் புத்தகங்களைப் புரட்டினால், அது அவர்களின் வாழ்க்கையைப் புரட்டும்' என்று நம்பி நம்பிக்கையுடன் எழுதியிருப்பதும் அர்த்தமுள்ள பக்கங்கள்.

சிறைக்காவலருக்கு 'எட்டுமணி நேர வேலை' என்பது இல்லாததும் அதற்காக அவர்கள் கூட்டாக எடுத்த முயற்சிகளும் அதிகாரிகளின் முட்டுக்கட்டைகளும் அராஜகத் தாக்குதலும் என இரண்டு அத்தியாயங்களில் அந்தப்போராட்டம் விரிக்கப்பட்டுள்ளது இந்நூலுக்கு அடர்த்தியும் அர்த்தமும் கூட்டுகிறது. சி.பி.ராஜேந்திரன் ஒரு கதாநாயகனாக நம் நெஞ்சில் அமர்ந்து விடுகிறார். நம்பியும் அதற்காகத் தண்டனை அடைவதும் குறிப்பிடப்பட்டுள்ளது.

முதல் நூலைப்போலவே இந்நூலும், வாசக மனதில் நெகிழ்ச்சியையும், மனிதாபிமான உணர்வையும், நியாயத்துக்காக நிற்க வேண்டும் என்கிற உந்துதலையும் நிச்சயமாகத் தூண்டுகிறது. பல சிறுகதைகள் மற்றும் நாவல்களுக்கான கச்சாப்பொருள் நிரம்பிய சுரங்கமாக இந்நூல் அமைந்துள்ளது.

உண்மைச் சம்பவங்கள்தாம் என்றபோதும் அதைப் புனைவுக்கு அருகே கொண்டு வந்து நிறுத்தும் மாயத்தை நம்பி இந்த நூலிலும் சாதித்துவிட்டார் என்று சொல்ல வேண்டும்.

வாழ்த்துகள் தோழர் நம்பி!

இன்னும் இன்னும் எழுதிக்கொண்டே இருக்க வாழ்த்துகள்.

தோழமையுடன்,
ச.தமிழ்ச்செல்வன்
31.12.2023

அணிந்துரை

சிறை என்பது மனிதர்களை வலுக்கட்டாயமாக நான்கு சுவர்களுக்குள் முடக்கி அவர்களுடைய அனைத்து நடமாட்டங்களையும் கட்டுப்படுத்துவதாகும். உயிர் வாழ்கிற உரிமை உள்பட, அந்த மனிதர்களின் அனைத்து உரிமைகளையும் சிறை அதிகாரிகளுடைய விருப்பத்துக்கு உட்பட்டவையாகச் சிறை மாற்றிவிடுகிறது. நீண்ட காலமாக சிறைக்குள் அடைபட்டுக் கிடக்கும் மனிதர்களின் உடல், மனநிலைகள் பெரும் புற அழுத்தங்களுக்கு தொடர்ந்து உள்ளாக்கப்பட்டு விடுகின்றன. இயல்பான வாழ்க்கையில் ஏற்படுகிற புற அழுத்தங்களுக்கும், சிறைக்குள் ஏற்படுகிற புற அழுத்தங்களுக்கும் இடையில் மிகப் பெரும் வேறுபாடு உண்டு. உடல்நலமும் மனநலமும் பாதிக்கப்படாமல் ஒருவர் சிறைவாசத்தில் இருந்து வெளியே வர முடியாதென்பது அநேகமாக நடைமுறைச் சாத்தியமற்றது. சிறைக்குள் இப்படிப் பலரையும் முடக்கி அவர்களைக் கண்காணித்துக் கொண்டு, கட்டுக்காவல் பணிகளில் ஈடுபட்டிருப்போரும் மனிதர்கள்தாம். இவர்களுக்கும் கைதிகளைப்போலவே உடல், மனரீதியான பாதிப்புகள் ஏற்படுவது என்பது தவிர்க்கவே முடியாதது.

எந்த ஒரு சமுதாயத்திலும் சிறைகள் இல்லாமல் இருப்பதில்லை. அரசுகளின் அதிகாரப் பீடங்கள் உறுதியாக இருப்பதற்குச் சிறைகள் அவசியம். காவல்துறை, நீதிமன்றம், ராணுவம், சிறை போன்ற அடக்குமுறை நிறுவனங்களின் பக்கபலம் இல்லாமல் எந்த அரசும் அதிகாரப் பதவிகளில் நீடித்திருப்பது என்பது இயலாத காரியம். பெரும்பான்மை மக்களின் நலன்களுக்கான முற்போக்கான அரசுகளுக்கும் இதுவே நியதி. இத்தகைய சிறைக்காவல் பணியில் 30 ஆண்டுகளுக்கு மேல் பணியாற்றி, பணி ஓய்வு பெற்ற அலுவலர், மதுரை நம்பி. இவர் தன் பணிக் கால அனுபவங்களையும், பல்வேறு மத்திய, கிளைச் சிறைகளில் தான் சந்திக்க நேர்ந்த பல மனிதர்களையும்

பற்றி 'சிறைக்குள் ஒளிரும் நட்சத்திரங்கள்' என்று ஒரு நூலை எழுதி வெளியிட்டு இருந்தார். மிகவும் வரவேற்கப்பட்ட அந்த சுய அனுபவப் பதிவுக் கட்டுரைகளின் இரண்டாவது பகுதி தற்போது வெளிவந்திருக்கிறது.

20 கட்டுரைகள் இதில் அடங்கியுள்ளன. சிறைவாசிகள், அவர்கள் செய்த அல்லது செய்யாத குற்றங்கள், அக்குற்றங்களை அவர்கள் செய்வதற்கான காரணங்கள், சந்தர்ப்பச் சூழ்நிலைகள், சிறைவாசக் காலத்தில் அவர்களின் நடத்தைகள், மனநிலைகள், அவர்களைச் சர்வசாதாரணமாகக் கண்காணிக்கும் காவலர்கள், உயர் அதிகாரிகள், உறவினர்களின் எதிர்வினைகள் என எல்லா அம்சங்களையும் ஊன்றிக் கவனித்து, தன் தேர்ந்தெழுத்தோவியங்களில் அவை அனைத்தையும் பதிவுசெய்து இருக்கிறார் மதுரை நம்பி. சிறை என்ற ஒடுக்குமுறை நிறுவமைப்பினை, ஆதி முதல் அந்தம் வரையிலான நடைமுறைகளை, விதிகளை, அதன் நுணுக்கமான இயக்கங்களை எளிய ஆற்றொழுக்கான நடையில் அற்புத ஓவியங்களாகத் தீட்டிக் காட்டியிருக்கிறார்.

'செம்படைத் தோழன்' என்ற முதல் கட்டுரையே நம்மை ஆச்சரியமூட்டும் படைப்பு. பி.கே.பாலசுப்பிரமணியம் என்கிற ஈழப்போராளி, ஈழ விடுதலைப் போரில் ஈடுபட்டு, தான் பெற்ற பட்டறிவை மதுரை மத்தியச் சிறைக்குள் சக கைதிகளிடம் பகிர்ந்து கொண்ட நிகழ்வை இக்கட்டுரை விவரிக்கிறது. விடுதலைப் புலிகளின் எல்.டி.டி.இ., மட்டுமின்றி மேலும் ஐந்து அமைப்புகள் ஆயுதம் தாங்கிப்போராடின. அவற்றின் பங்களிப்பையும், வரலாற்றில் பதிவிட வேண்டிய அவசியத்தையும் உணர்த்தும் கட்டுரை இது.

'வந்தார்கள், இருந்தார்கள், எங்கோ போனார்கள்' என்ற கட்டுரை,கொடைக்கானலில் தூர்தர்ஷன் ஒளிபரப்பு நிலையத்தின் ஒளிபரப்புக் கோபுரத்துக்கு வெடிகுண்டு வைக்கப்பட்ட நிகழ்வையும், அதில் தொடர்புடைய இரண்டு இலங்கைப்போராளிகளின் அனுபவங்களையும் பேசுகிறது.

'ஒரு பூவின் வாசம்', 'மரணம் என்பது செலவாகும்', மணி ஓசை கேட்டு எழுந்து...', 'தாஜ்மஹாலாய் ஒரு மண்குடிசை', 'ஈர நெஞ்சங்கள்', 'குருதியில் நனைந்த அதிகார மையங்கள்' போன்றவை அருமையான சிறுகதைகளாகவும் வாசிக்கப்படக்கூடியவை. உண்மைகள் கற்பனையையும் மிஞ்சிவிடக் கூடியவை என்பது சரிதான். அத்தகைய சம்பவங்கள் இவை.

'வீண் போகும் தியாகங்கள்' கட்டுரை, நக்சலைட்டுகள் மேற்கொள்ளும் தவறான நிலைபாடுகளால் எப்படி அவர்களின் தியாகங்கள் விழலுக்கு இறைத்த நீராகி விடுகின்றன என்பதை மிக அழுத்தமாகச் சொல்கிறது. சிறைக்காவலர் பணியில் இருந்த ஒரு தோழரின் தீவிர வாசிப்பும், கள அனுபவங்களும் எப்படி அவரின் மார்க்சிய அறிவைக் கூர் தீட்டியிருக்கின்றன என்பதற்கு இக்கட்டுரையே சான்று.

'இதுவும் அதுதான், அதுவும் இதுதான்' கட்டுரை பிற கட்டுரைகளிலிருந்து வேறுபட்ட ஒன்று. சிறைக்குள் அடைக்கப்பட்டிருக்கும் பயங்கர குற்றவாளிகள் தாதாக்களாக விளங்குகிறார்கள். சிறைக்குள்ளேயும் எப்படி அவர்களின் ஆதிக்கக்கொடி பட்டொளி வீசிப் பறக்கிறது, சிறை நிர்வாகமும், காவல்துறையின் அதிகார மையங்களும் அந்தத் தாதாக்களுக்கு எப்படி உறுதுணையாக செயல்படுகின்றன என்ற மர்ம முடிச்சை அவிழ்த்துக் காட்டும் கட்டுரை இது.'என்கவுன்டர் ஸ்பெஷலிஸ்டு'களாக ஊடகங்களால் கொண்டாடப்படும் உயர் அதிகாரிகள் எப்படியான ஈவிரக்கமற்ற கொலையாளிகள் என்பதையும் இக்கட்டுரை அம்பலப்படுத்துகிறது.

இலங்கையிலிருந்து கடற்பகுதிகளில் படகுகளில் வந்து பிடிபட்டு சிறைகளில் வாழும் மீனவ உழைப்பாளிகளுக்குச் சட்டரீதியான உதவிகள் செய்யவும், அந்தக் கைதிகளை ஜாமீனில் விடுவிப்பதற்கும் இங்கு வருகிறார் ஒரு சிங்கள தொழிற்சங்கத் தலைவர். மிக இளம் வயதுக்காரர்தான். தமிழ்ப் பெண் ஒருத்தியைக் காதலித்து மணம் செய்திருந்த இனிய மனிதர். சிறைக்கு அவர் வரும்போது எல்லாம் பணம் பிடுங்கித் தின்னும் ஒரு பாவி, அவர் வந்த காரியம் முடிந்து இலங்கைக்குப் போகிற நாளுக்கு முன் தினம் சிறை வளாகத்துக் குள்ளேயே இயந்திரத் துப்பாக்கியால் சுட்டுக் கொலை செய்கிறான். இதயத்தை உலுக்கும் கொடூரக் கதை. சிறை நிர்வாகம் இதை மிக எளிதாக நியாயப்படுத்துகிறது. 'சே' என்று சலித்துப் போகிறது மனம்.

'எட்டு மணி நேர வேலை' என்பது உலகளாவிய ஓர் உரிமை. ஆனால், சிறைக்குள் அந்த உரிமையை நடைமுறைப்படுத்துவதற்கு எவ்வளவு காலம் பிடித்தது. அதற்காக மதுரை, பாளையங்கோட்டை, வேலூர், கோவை உள்ளிட்ட பல சிறைகளிலும் பணியாற்றிய பல காவலர்கள் எடுத்த முயற்சிகளை, சட்டரீதியான போராட்டம் நடத்தியதற்காக அனுபவித்த துன்ப துயரங்களை, 18ஆவது கட்டுரை

விவரிக்கிறது. அரசும், ஒட்டுமொத்த சிறைத்துறை உயரதிகார வர்க்கமும் எத்தனை சதிகளைச் செய்தன. அவை அனைத்தையும் முறியடித்து தங்கள் உரிமையை நிலை நாட்டிய சிறைக்காவலர்களுக்கு உறுதுணையாய் நின்ற அன்றைய ஐ.ஜி. திரு. பஞ்சாபகேசன் ஐ.பி.எஸ் பற்றியும் மறக்காமல் பதிவு செய்திருக்கிறார் மதுரை நம்பி. அவருக்கும் சி.பி.ராஜேந்திரன், பிச்சாண்டி, சந்திரபாபு, பத்மநாபன், மந்திரமூர்த்தி, சேகர், பொன்னுச்சாமி, கருணாமூர்த்தி, கலையரசன் போன்ற காவலர் பெருமக்களுக்கும் ஒரு பெரிய 'ரெட்' சல்யூட்!

கடைசிக் கட்டுரை 'உளவுக்கும் தொழிலுக்கும்...' ஒரு பொன்னான படைப்பு! சிறைக்குள் ஒரு உளவுப்படை பணி செய்கிறதாம். கைதிகளின் தவறுகளை மட்டுமின்றி, அதிகாரிகளின் தவறுகளையும் அம்பலப்படுத்தும் அரிய பணி செய்கிற இவர்கள், வெளியே அறியப்படாத, பாடப்படாத நாயகர்கள்.

படித்துக்கொண்டு வரும்போது மெய் சிலிர்த்தது. நீங்களும் படியுங்கள். நமது வணக்கத்துக்குரிய வீரர்கள் அவர்கள். 'சிறைக்குள் ஒளிரும் நட்சத்திரங்க'ளில் இவர்களும் பிரகாசிக்கின்றனர்.

மதுரை நம்பி, தன் பணிக் காலத்தில் ஆற்றிய பணிகளுக்குச் சற்றும் குறையாத ஒரு முக்கியத்துவம் மிக்க பணியை, இந்த இரு தொகுதிகளை எழுதியதன் மூலம் செய்திருக்கின்றார். அவருக்கு மனம் நிறைந்த பாராட்டுகள்!

அன்புடன்,
கமலாலயன்

30.12.2023

என்னுரை

இத்தனை ஆண்டுகளாக வெறும் வாசிப்பாளராகவே இருந்த நான் முதன்முதலாக எழுதிய 'சிறையில் ஒளிரும் நட்சத்திரங்கள்!' முதல் பாகத்துக்கு வாசகர்கள் அளித்து வரும் மிகப்பெரும் ஆதரவுக்கு என் நெஞ்சார்ந்த நன்றியைத் தெரிவித்துக்கொள்கிறேன்.

மார்க்சிய லட்சியங்களை ஓரளவு உள்வாங்கியதும் அதன் விளைவாகக் கிடைத்த சமூகப் பார்வைக்கும், சகமனிதன் மீதான நேயத்துக்கும் கிடைத்த அங்கீகாரமாகத்தான் இந்நூலின் முதல் பாகத்தின் வெற்றியை நான் பார்க்கிறேன். முதல் பாகம் வெளிவந்து இரண்டு ஆண்டுகளை நெருங்கிவிட்டது. இன்றைக்கும் அதற்குப் பெரும் வரவேற்பு இருக்கிறது என்பதற்குச் சான்றாக, இந்தப் புத்தாண்டை முன்னிட்டு, மதுரை மாநகரில் 'பாரதி புத்தகாலயம்' சார்பில் நடத்தப்பட்ட சிறப்பு விற்பனையில் மூன்று மணி நேரத்துக்குள் அப்புத்தகங்கள் ஐந்து விற்பனையாகி உள்ளன என்பதையும், இப்புத்தாண்டுக்கு முதல் நாளிலும், புத்தாண்டின் முதல் நாளிலும் சென்னையில் இருந்து இரண்டு திரைப்பட உதவி இயக்குநர்கள் என்னைச் சந்தித்து, அப்புத்தகங்கள் குறித்து உரையாட வந்ததையும் குறிப்பிடலாம். முதல் பாகத்தின் வீச்சு இருக்கும்போதே, அது தரும் உற்சாகத்தோடு இரண்டாவது பாகமும் வெளிவருவதில் பெருமையடைகிறேன்.

முதல் பாகம் வெளிவர பெரும் உந்துதலாக இருந்தவர், திரைப்பட கதாசிரியர் எனது அன்புத் தோழர் ஆர்.பிரபாகர். அவரேதான் இரண்டாவது பாகத்தையும் விரைந்து எழுதி முடிக்க என்னைத் தொடர்ந்து வலியுறுத்திக்கொண்டே இருந்தார். இதுவே தாமதம் என்பதே அவரின் கருத்து. முதல் நூல் இவ்வளவு வரவேற்பு பெறும் என்றும், அதற்கு ஒரு இலக்கிய அந்தஸ்து கிடைக்கும் என்றும் நான் சற்றும் எதிர்பார்க்கவில்லை. புத்தகம் வெளிவருவதற்கு முன்பே,

முதல் பிரதியைப் படித்துவிட்டு, எனக்கு அறிமுகம் இல்லாத திரு.காந்தி கண்ணதாசன் அவர்கள் என்னை அலைபேசியில் அழைத்துப் பாராட்டிப் பேசினார்.

அடுத்த ஒருசில நாட்களில் நூல் வெளியீட்டு விழாவிலேயே திரைப்பட இயக்குநர் திரு.சசி அவர்கள் திரையாக்கத்திற்காக முன் பணமாக ஒரு தொகையை வழங்கினார். அன்று முதல் இன்றுவரை பாராட்டு அலை வீசிக்கொண்டேதான் இருக்கிறது. தொடர்ந்து பத்திரிகைகளில் வந்த மதிப்புரைகளும், முகநூல் பதிவுகளில் குறிப்பாக திரைப்படப் பாடல் ஆசிரியர் கவிஞர் யுகபாரதி எழுதிய மதிப்புரையும், அதற்குத் திரைக் கலைஞர் திரு.கவிதா பாரதியின் பின்னூட்டமும்கூட நான் முற்றிலும் எதிர்பாராத இன்ப அதிர்ச்சியாகவே இருந்தன. 2022, டிசம்பர் 31 'இந்து தமிழ் திசை' நாளிதழில் இந்த ஆண்டில் கவனம் ஈர்த்த நூல்களின் பட்டியலிலும் 'சிறையில் ஒளிரும் நட்சத்திரங்கள்' முதல் பாகம் இடம் பிடித்ததும் என்னை மேலும் உற்சாகப்படுத்தியது.

எனது இந்த நூலின் முதல் பாகத்தைப் படித்துவிட்டு, மார்க்சிஸ்ட் கம்யூனிஸ்ட் கட்சியின் மாநில செயற்குழு உறுப்பினர் தோழர் க.கனகராஜ் அவர்கள் நேரில் என்னை மனதாரப் பாராட்டிச் சொன்ன சொற்கள் எனக்கு உரமூட்டின. எமது தத்துவ ஆசானும், வரலாற்று ஆசானுமான அன்புத் தோழர் சு.பொ.அகத்தியலிங்கமும், மார்க்சிஸ்ட் கம்யூனிஸ்ட் கட்சியின் மாநிலக்குழு உறுப்பினர் அன்புத் தோழர் அ.பாக்கியமும் எழுதிய மதிப்புரைகளும், மதுரை நாடாளுமன்ற உறுப்பினரும், சாகித்ய அகாடமி விருது பெற்ற எழுத்தாளருமான தோழர் சு.வெங்கடேசன் அவர்களின் பாராட்டு உரையும், தமிழறிஞர் அய்யா சாலமன் பாப்பையா அவர்கள் அலைபேசியில் அழைத்து பாராட்டியதும், எனக்கு மகா உந்து சக்தியை அளித்தன என்றால் அது மிகையல்ல. அந்த மகிழ்ச்சியில் திளைத்துக் கொண்டிருக்கும்போதே மலேசியா 11வது உலகத் தமிழ் ஆராய்ச்சி மாநாட்டின் 'ஒரு லட்சம் ரூபாய் பரிசும்' அறிவிக்கப்பட்டது. கொண்டாட்ட மனநிலையில் திண்டாடித்தான் போனேன்.

'சிறையில் ஒளிரும் நட்சத்திரங்கள்' முதல் பாகம் இவ்வளவு பெரிய வரவேற்பைப் பெற்றதற்கும், உலகம் முழுமைக்கும் கொண்டு சென்றதற்கும் பெரும் காரணமாக இருந்தது 'டிஸ்கவரி பதிப்பகம்'. அதன் நிறுவனர் திரு.மு.வேடியப்பன் அவர்களுக்கு என் நெஞ்சார்ந்த நன்றியை உரித்தாக்குகிறேன். இரண்டாவது பாகமான இந்நூலும் சிறப்பாக வெளியிடப்படுவதில் பெரு மகிழ்ச்சி அடைகிறேன்.

உடல்நலம் பாதிக்கப்பட்டிருந்த சூழ்நிலையில், எழுத்துப் பிழைகளையும் வாக்கியப் பிழைகளையும் சரிபார்க்காமல் அனுப்பப்பட்ட இந்நூலின் பிரதிகளைச் சகித்துப் படித்து முத்தான முன்னுரைகள் வழங்கிய எமது இலக்கிய ஆசான் அன்புத் தோழர் ச.தமிழ்ச்செல்வன் அவர்களுக்கும், மொழிபெயர்ப்பாளரும் எழுத்தாளருமான தோழர் கமலாலயன் அவர்களுக்கும், பிழை திருத்தத்துக்கு பெரும் உழைப்பை நல்கிய எழுத்தாளர் திரு.பொன்ஸீ அவர்களுக்கும் எனது நன்றியைத் தெரிவித்துக்கொள்கிறேன்.

இந்நூல் வருவதற்கு எனக்குப் பேருதவி செய்த பன்முகக் கலைஞர், ‘தமிழ்நாடு முற்போக்கு எழுத்தாளர் கலைஞர்கள் சங்கம்’ மாவட்ட செயலாளர் ஸ்ரீரசா அவர்களுக்கும், தட்டச்சு செய்ததைச் சேகரித்து ஒழுங்கமைத்த எனது இளைய மகன் சூர்யா சென்னுக்கும், எழுதி முடித்த ஒவ்வொரு அத்தியாயத்தையும் வாசித்துப் பார்த்து உற்சாகம் அளித்த எனது மூத்த மகன் சத்ய ஜித் ரேவுக்கும், என்னையும், எனது எழுத்துப் பணியையும் சகித்துக்கொள்ள முடியாமல் சகித்துக்கொண்ட எனது அன்பு இணையர் பாரதிக்கும் எனது நன்றியைத் தெரிவித்துக் கொள்கிறேன்.

தோழமையுடன்,

மதுரை நம்பி.

01.01.2024

உள்ளே

1. செம்படைத் தோழன்	17
2. வந்தார்கள், இருந்தார்கள், எங்கோ போனார்கள்!	25
3. ஒரு பூவின் வாசம்	32
4. மரணம் என்பதுசெலவாகும்	39
5. குப்பைக் கவிஞன்	48
6. காத்து மாறி அடிக்குது	55
7. மணியோசை கேட்டு எழுந்து	62
8. தாஜ்மஹாலாய் ஒரு மண்குடிசை	69
9. ஈர நெஞ்சங்கள்	76
10. இரட்டைச் சுழிகள்	82
11 குருதியில் நனைந்த அதிகார மையங்கள்	96
12 அவர்... அவனல்ல	111
13. அமைதிப் புறாக்களும் அக்கினிக் குஞ்சுகளும்	118
14. காமாலைக் கண்களுக்கு...	133
15. எந்திரங்களுக்கு இனம் ஏது? இதயம் ஏது?	140
16. வீண்போகும் தியாகங்கள்	149
17. இதுவும் அதுதான், அதுவும் இதுதான்!	165
18. எப்படி வந்தது எட்டு மணி நேரம்?	172
19. சங்கம் இல்லாததால் பங்கம்	184
20. உளவுக்கும் தொழிலுக்கும்...	195

செம்படைத் தோழன்

இலங்கையில் 1983 ஜூலையில் நடந்த இனக்கலவரத்துக்குப் பிறகு அங்கிருந்து ஏராளமான ஈழப்போராளிக் குழுக்கள் தமிழ்நாட்டுக்கு வந்தவண்ணம் இருந்தன. இந்திய ராணுவம் அவர்களுக்கு ரகசியமாக போர்ப் பயிற்சி வழங்கியது.

தமிழ்நாட்டில் இலங்கைத் தமிழர்கள் எல்லா இடங்களிலும் பரவி வாழ்ந்தார்கள். அகதி முகாம்களிலும் குடும்பம் குடும்பமாக நிறைந்துகொண்டிருந்தனர். மதுரை போன்ற நகரங்களில் பல்வேறு இலங்கைத் தமிழ் போராளிக் குழுக்கள் கூடாரம் அமைத்து புகைப்படக் கண்காட்சிகள் நடத்திக்கொண்டிருந்தனர். அந்தக் கண்காட்சிகளில் போராளிக் குழுக்களின் தலைவர்களின் படங்களும், படைகளின் அணி வரிசைப் படங்களும், பயிற்சி பெறும் படங்களும், வீரத் தியாகிகளின் படங்களும், எதிர்த் தாக்குதல் படங்களும் வைக்கப்பட்டிருந்தன. அந்தந்த அமைப்புகளின் கொள்கை, கோட்பாடுகளை விளக்கும் புத்தகங்கள் வைக்கப்பட்டிருந்தன.

பார்வையாளர்களில் பெரும்பாலோர் அந்தப் போராளிக் குழுக்களை பிரித்துப் பார்க்கத் தெரிந்திருக்கவில்லை. எல்லா குழுக்களையும் உளபூர்வமாகவும் உணர்வுபூர்வமாகவும் ஆதரவளித்து வந்தனர். அந்த வகையில் பிரதான அமைப்புகளாக இருந்தவை...

T.E.L.O   - தமிழீழ விடுதலை அமைப்பு

L.T.T.E   - தமிழீழ விடுதலைப்புலிகள்

P.L.O.T.E - தமிழீழ மக்கள் விடுதலை முன்னணி

E.P.R.L.F - ஈழ மக்கள் புரட்சிகர விடுதலை முன்னணி

E.R.O.S.E - ஈழப் புரட்சிகர மாணவர் அமைப்பு

மேற்கண்ட அமைப்புகளின் தலைவர்களின் பெயர்களும், புகைப்படங்களும் பிரபலமாகி வந்தன.

1984ஆம் ஆண்டு, ஒரு சலூன் கடையில்தான் அந்த வித்தியாசமான, வண்ணப்படங்களுடன் இருந்த நாட்காட்டி ஒன்றைப் பார்த்தேன். அதில் உள்ள படங்கள் எனது கவனத்தை ஈர்த்தன.

சிவப்பு நட்சத்திரம் பொறிக்கப்பட்ட, ஒரு பக்கமாகச் சரிந்த வட்டத் தொப்பி அணிந்திருந்த இளைஞரின் முகத்தில் அடர்ந்த கருந்தாடி. சரிந்த தொப்பிக்கு வெளியே பிடரி வரை வளர்ந்த தலைமுடி, கரும்பச்சை ராணுவ சீருடை, கைகளில் எந்திரத் துப்பாக்கி இருந்தது. (அன்று, தமிழகத்தில் பிடல் காஸ்ட்ரோ பிரபலமாகி இருந்த அளவுக்கு சேகுவாரா பிரபலமாகவில்லை. மிகத் தீவிரமான இடதுசாரி வாசிப்பாளர்கள் மட்டுமே அறிந்திருந்த ஆளுமையின் பெயராகவே சேகுவேரா பெயர் இருந்தது. அதனால் சேகுவாராபோல் இருந்தார் எனக் குறிப்பிடவில்லை). அந்த நாட்காட்டியில் அரிவாள் சுத்தியல் பொறிக்கப்பட்ட செங்கொடியும் இருந்தது. அதில் இ.ஆர்.சி.பி (ஈழம் ரெவல்யூசனரி கம்யூனிஸ்ட் பார்ட்டி) என்றும், 'ஈழம் ரெட் ஆர்மி' என்ற வாசகங்களும் இருந்தன.

நான் கம்யூனிஸ்ட் கட்சியில் சேர்ந்து ஓராண்டே ஆகி இருந்தது. அதனால், ஆயுதம் தாங்கிய அந்த இளைஞனின் படமும், அதில் உள்ள வாசகங்களும், மற்ற போராளி அமைப்புகள் வெளியிட்டருந்த படங்களைவிட அந்த நாட்காட்டியில் இருந்த படங்கள் என்னுடைய உணர்வுக்கு மிக நெருக்கமாக இருந்ததை உணர்ந்தேன்.

அதன் பிறகு ஓராண்டு கழித்து, நான் சிறைத்துறையில் காவலராக மதுரை மத்திய சிறையில் பணியில் சேர்ந்தேன். திமுக நடத்தியு மிகப்பெரிய சிறை நிரப்பும் போராட்டத்தில் கைதான திமுகவினர், அரசியல் கைதிகளாக சிறையில் நிறைந்து இருந்தனர். அரசியல் போராட்டக் கைதிகள் என்பதால் சிறை முழுவதும் ஆங்காங்கே மர நிழல்களிலும், கட்டட நிழல்களிலும் இடம்பிடித்து தொண்டர்கள் அமர்ந்திருந்தனர்.

மிகுந்த பாதுகாக்கப்பட்ட பகுதிகளில் மட்டும் அரசியல் கைதிகள் நுழைவதைத் தடுத்து, சிறைக் காவலர்கள் பாதுகாப்புப் பணியில் இருந்தனர். தண்டனைக் கைதிகள் இருக்கும் பகுதியில் உயர் பாதுகாப்புப் பகுதியாக, மனநோய் சிறைவாசிகளும், மரண தண்டனை சிறைவாசிகளும், சிறைக் குற்றம் புரிந்தவர்களுக்காக நீண்ட தனியறை (செல்கள்) பிளாக்குகள் இரண்டு இருந்தன. அவை 'ஏ' செல் என்றும் 'பி'செல் என்றும் பெயரிடப்பட்டிருந்தன. ஒவ்வொன்றும் 24 அறைகள் கொண்ட நீண்ட தொகுதி. இது பற்றி

எனது முந்தைய நூலான 'சிறையில் ஒளிரும் நட்சத்திரங்களில்' விரிவாக எழுதியிருப்பேன்.செல்களுக்கு முன்பு நடைபாதை, அதைத் தாண்டி நீண்ட கம்பிவலைத் தடுப்புகள் இருக்கும். கம்பி வலைக்கு வெளியில் இருந்தே கைதிகளைப் பார்க்கலாம்.

அந்த செல்கள் பக்கம் தண்டனைக் கைதிகள்கூட அனுமதியில்லாமல் பிரவேசிக்க மாட்டார்கள். ஆனால், கட்டுக்கடங்காத கூட்டம் திரண்டதால் எந்தக் கட்டுப்பாடும் இல்லாமல் அங்கேயும் திமுக தொண்டர்கள் கூடினர். மிருகக்காட்சி சாலையில் கூண்டுக்குள் இருக்கும் மிருகங்களை வேடிக்கைப் பார்க்க வருவதுபோல் கும்பல் கும்பலாக, அந்தப் பகுதிக்குள் அரசியல் கைதிகள் வந்துகொண்டே இருந்தனர். அவர்களிடம், பூட்டப்பட்டிருக்கும் கைதிகள் பீடி கேட்பதும், அவர்கள் பீடிகளை வீசி எறிவதுமாக இருந்தனர். பூட்டப்பட்டிருந்த கைதிகள் பல கோலங்களில், பல ரகங்களில் இருந்தனர். நிர்வாணக் கோலத்தில் அழுக்காக இருந்த இளம் கைதி ஜோசப், கூட்டத்தினரைப் பார்த்தபடி ''ஒளிமயமான எதிர்காலம் என் உள்ளத்தில் தெரிகிறது...'' என்ற பாடலைப் பாடி அனைவரையும் உருகச் செய்தான். அந்தப் பாடலுக்கு இடையே வரும் ஒரு வாத்தியக் கருவியின் இசையை வாயாலே இசைத்து அசத்தினான். ''அவன், வெளியே ஒரு இசைக் குழுவில் பாடிக்கொண்டிருந்தவன்'' என்று, அங்கிருந்த தலைமைக் காவலர், வேடிக்கை பார்த்தவர்களிடம் சொல்லிக்கொண்டிருந்தார்.

வேடிக்கைப் பார்த்தக் கூட்டத்திலிருந்த ஒரு தொண்டர், ''தலைவரைப் பற்றி ஒரு பாட்டுப் பாடு'' என்று சொன்னதும், பக்கத்து செல்லில் இருந்த இன்னொரு கைதி, ''அண்ணே, நானும் நல்லா பாடுவேன்... தலைவரைப் பற்றி நான் பாடுகிறேன். எனக்கு பீடி கொடுங்க...'' என்றதும், அவனுடைய செல்லை நோக்கி சில பீடிகள் வீசப்பட்டன. திமுக தொண்டர்கள் ஆவலுடன் பாடலை எதிர்நோக்கி இருக்க, கணீர் என நாகூர் அனிபாவின் குரலில்,

''காய்ந்து சிவந்தது சூரியகாந்தி
ஆய்ந்து சிவந்தது அறிஞர்தம் நெஞ்சம்...''

என்று தொடங்கும் அந்தப் பாடலைக் கேட்டு மெய்மறந்து இருந்த போதுதான்,

''...தினம் ஈந்து சிவந்தது எம்ஜிஆர் இருகரமே..!''

என்ற தொகையராவின் இறுதி வரிகள் அவர்களை உசுப்பியது. இருந்தாலும் சில பெருந்தன்மையுள்ள தொண்டர்கள் பாடலை ரசித்துக் கேட்டுவிட்டு,

"கலைஞர் பாட்டு படிக்கச் சொன்னா எம்ஜிஆர் பாட்டு படிக்கிற…" என்று சலித்துக்கொண்டதும்,

"கல்லக்குடி கொண்ட கருணாநிதி வாழ்கவே…"

என, மீண்டும் அதே நாகூர் ஹனிபா குரலில் கம்பீரமாக ஒழித்தது பாடல். தொண்டர்கள் முகங்களில் பரவசம். பாடிக்கொண்டிருக்கும்போது அவன் செல்லுக்கு முன்பு பீடிகள் மழையெனப் பொழிந்தன. இதுவெல்லாம் 'பி' செல் பகுதியில் நடந்துகொண்டிருக்கும்போது,

'ஏ' செல் பகுதியில் சிலர் கூடிக்கொண்டிருந்தனர். அந்த செல்லில் இலங்கைப் போராளிகள் இருவர் இருப்பதாகச் சொன்னார்கள்.

அந்த இருவரும் இரவே அந்த பிளாக்கில் பூட்டப்பட்டதாகச் சொன்னார்கள். நான் 'ஏ' செல்லில் இருந்ததால் அந்த இரண்டு போராளிக் கைதிகளையும் பார்க்காமல் இருந்துவிட்டேன். அந்த பிளாக்கின் தலைமைக் காவலர் என்னை அங்கு சென்று கூட்டத்தைக் கட்டுப்படுத்தச் சொல்லி பணித்தார். அப்போதுதான் அவர்கள் இருவரையும் பார்த்து ஆச்சரியப்பட்டேன்.

அதில் ஒருவர், சலூன் கடை நாட்காட்டி படத்திலிருந்த போராளி பி.கே பாலசுப்பிரமணியம். நீல கலர் ஜீன்ஸ் பேண்ட், அணிந்திருந்தார். மேல் சட்டை இல்லாமல் உடன் இருந்த கைதியுடன் பேசிக்கொண்டிருந்தார். ஒளி வீசும் கண்கள், சுருண்ட அடர்த்தியான கேசம், அகன்ற உறுதியான சிவந்த உடற்கட்டு… இதுதான் பி.கே. பாலசுப்ரமணியம். நான் அவரது பெயரைக் கேட்டு உறுதிப்படுத்திக் கொண்டேன். அவரே உடன் இருக்கும் நபரைக் காட்டி "அவர்தான் தோழர் கடாபி" என்றார். கடாபி கருத்த உருவம். அவரும் அடர்ந்த கருந்தாடி, நிறைய தலைமுடியுடன் இருந்தார்.

வெளியில் வேடிக்கைப் பார்த்துக்கொண்டிருப்பவர்கள் இலங்கைத் தமிழர்களுக்காகத்தான் போராடி, கைதாகி வந்தவர்கள். அதனால், கம்பி வலைக்குள் வெளியில் இருந்து உள்ளே இருந்த இருவரையும் பாசத்தோடு பார்த்தார்கள். "உங்களுக்காகத்தான் நாங்கள் போராடி வந்திருக்கோம். தெரியுமா உங்களுக்கு..?" வெளியில் இருந்து கேட்டார்கள்.

"தெரியும். மகிழ்ச்சி, நன்றி!" என்று சுருக்கமாக, தெளிவாக பதில் செல்லுக்குள் இருந்து வந்தது.

"நீங்கள் எதுக்கு உள்ள வந்தீங்க?"

“சகோதர சண்டைதான்! மதுரை கூடல் நகர் முகாமில் எங்களுக்கும் வேறு குழுவுக்கும் சண்டை. எங்களை மட்டும் கைது பண்ணியிருக்காங்க'' என்றார் பாலசுப்பிரமணியம். உட்கார்ந்தவாரே பதில் சொல்லிக்கொண்டிருந்தார்.

வெளியில் இருந்து கேட்டவர்களின் கேள்விகள் பெரும்பாலும் உள்ளே இருந்தவர்களை சலிப்படையச் செய்திருக்க வேண்டும். ஓரிரு வார்த்தைகளில் மட்டும் பதில் வந்துகொண்டு இருந்தது.

“நீங்கள் விடுதலைப் புலிகளா?''

“இல்லை. விடுதலைப் போராளிகள்!''

“உங்கள் அமைப்பு பெரியதா? புலிகள் அமைப்பு பெரியதா?''

“அவர்கள் அமைப்பு பெரியது. எங்கள் அமைப்பு வலியது!'' கொஞ்சம் கொஞ்சமாக வெளியே கூட்டம் கூடிக்கொண்டிருந்தது. அவர்கள் கம்பி வலைத் தடுப்பை நெருங்காமல் தள்ளி நிற்கச் சொல்லிக்கொண்டே இருந்தேன் நான்.

அதுவரை உட்கார்ந்து பதில் சொல்லிக் கொண்டிருந்த பாலசுப்பிரமணியன் எழுந்து, நீல கலர் ஜீன்ஸ் சட்டையை மாட்டிக் கொண்டு கம்பி வலையைப் பிடித்துக் கொண்டு கூட்டத்தைப் பார்த்து பேசத் துவங்கினார்.

“நீங்கள் எல்லாம் எங்களுக்காக போராடி சிறைக்கு வந்திருப்பதாக அறிகிறேன். அதற்கு முதலில் எனது நன்றியைத் தெரிவித்துக் கொள்கிறேன். நீங்கள் இலங்கை நிலவரத்தை சரியாகப் புரிந்துகொள்ள வேண்டும் என உங்களை அன்போடு கேட்டுக்கொள்கிறேன்.

இலங்கைத் தமிழர் பிரச்சனையை அறிவுபூர்வமாக ஆராய வேண்டுமே தவிர உணர்வுபூர்வமாக அணுகினால் உண்மை விளங்காமல் போகும்!'' என்று அவர் பேச்சைச் துவங்கியபோது, கம்பி வேலியை நெருங்கியவர்களைப் பார்த்து, பின்னால் நிற்பவர்கள் அவர்களை உட்காரச் சொல்லிவிட்டு மண் தரையில் உட்கார்ந்து விட்டனர். அந்த இடம் பொதுக்கூட்டத் திடலாக மாறியது. 20,30 பேர் உட்கார்ந்தும் அதே எண்ணிக்கையில் சுற்றி நின்றும் பேச்சைக் கேட்க ஆவலுடன் தயாராகினர்.

பாலசுப்பிரமணியம் உற்சாகமாகத் தொடர்ந்தார்...

“இன்றைக்கு தமிழ் இளைஞர்கள் பல குழுக்களாக ஆயுதங்கள் ஏந்திப் போராடுகிறார்கள் என்றால், அதற்கு முன்னோடியாகச்

செயல்பட்டவன் ஒரு சிங்கள இளைஞன் என்பதை மறந்து விடக்கூடாது. அவன் பெயர் ரோவன விஜய வீரா. 1971ஆம் ஆண்டு அவனைப் பின்பற்றி ஏராளமான சிங்கள இளைஞர்களும், தமிழ் இளைஞர்களும் முதலாளித்துவ இலங்கை அரசைத் தூக்கி எறிய ஆயுதம் ஏந்திப் போராடினார்கள். அப்போது இலங்கையின் வடக்குப் பகுதி தமிழர்களிடமிருந்து போதிய ஆதரவு கிடைக்காமல் போனது.

அந்தப் போராட்டத்தை ஒடுக்குவதற்கு இந்திய ராணுவம் வந்தது. 17,000 சிங்கள, தமிழ் இளைஞர்களை ரத்தக் களரியில் மூழ்கடித்துக் கொன்றனர். அந்தப் போராட்டத்தை, வடக்கில் இருந்த தமிழர்களும் ஆதரவு அளித்து அது வெற்றி பெற்றிருக்குமேயானால், இன்றைக்கு தமிழ் மக்களுக்கு நல்லதொரு தீர்வு கிடைத்திருக்கும்!''

"இன்றைக்கும் இனவெறி தலைவிரித்து ஆடிக்கொண்டிருக்கும் நேரத்தில்கூட சிங்களப் பேரினவாதத்திற்கு எதிராக பாராளுமன்றத்தில் தோழர் சரத் முட்டேடு வெகமா என்ற இலங்கை கம்யூனிஸ்ட் எம்.பி., சிங்கமென முழங்கி இருக்கிறார். அவர் ஒரு சிங்களர் என்பதை நினைவில் வைத்துக்கொள்ளுங்கள்."

"யாழ்ப்பாண பல்கலைக்கழகத்தில் ஸ்ரீபாலா என்ற ஒரு சிங்கள மாணவன் அடித்துக் கொல்லப்பட்டபோது, அதற்கு எதிராக வடக்கே இருக்கும் எந்தத் தமிழரும் எதிர்ப்புக் குரல் கொடுக்கவில்லை. கொழும்பில் ஒரு தொழிற்சங்கத் தமிழ்ப் போராளி கொல்லப்பட்ட போது, சிங்கள மக்கள் மத்தியில் ஒரு கொந்தளிப்பும் ஏற்படவில்லை. இதுவெல்லாம் நடந்திருந்தால் இனக்கலவரம் நடந்திருக்க வாய்ப்பு இல்லாமல் போயிருக்கும். ஆனால், இரண்டு பக்கமும் இனவெறி விசிறிவிடப்பட்டுக்கொண்டே இருக்கிறது!

நான் இங்குள்ள செய்தித்தாள்களைப் படிக்கும்போது எனக்கு ஆச்சரியமாக இருக்கிறது. 'இலங்கை ராணுவம் சுட்டு தமிழர்கள் பலி' என்று போடுவதற்கு பதிலாக, 'சிங்கள ராணுவம் சுட்டு தமிழர்கள் பலி' என்று செய்திகள் தலைப்பிடப்படுகின்றன. 'இலங்கை போலீஸ்' என்பதற்கு பதிலாக 'சிங்கள போலீஸ்' என்று போடுகிறார்கள்!

தமிழ்ப்போராளிகள் சுட்டு இறந்த ராணுவ வீரர்களின் பிணங்களை ஊர்வலமாக எடுத்துச் சென்று, 'தமிழர்கள் சுட்டு இலங்கை ராணுவத்தினர்கள் வீரமரணம்' என்று இனவெறியைக் கிளப்பினார்கள், இலங்கை ஆட்சியாளர்கள். இதையெல்லாம் நன்கு புரிந்துகொண்டால்தான் இலங்கைத் தமிழர்கள் நிலையை புரிந்துகொள்ள முடியும்.

"ஆயுதம் ஏந்திப் போராடிக்கொண்டிருக்கும் குழுக்களில் தனி ஈழம் கேட்டுப் போராடும் குழுக்களும் உண்டு. ஒன்றுபட்ட இலங்கைக்குள் தனி சுயாட்சி உரிமை கேட்டுப் போராடும் குழுக்களும் உண்டு என்பதை மறந்து விடாதீர்கள். எனது அமைப்பான ஈழப் புரட்சிகர கம்யூனிஸ்ட் கட்சி, ஒன்றுபட்ட இலங்கைக்குள் ஈழ சுயாட்சி உரிமை கேட்டு போராடும் அமைப்பு என்பதை சொல்வதில் எனக்கு எந்தத் தயக்கமும் இல்லை!''

பேசிய எந்தக் கருத்துக்கும் எதிர்ப்பே வரவில்லை. அவரது பேச்சாற்றலில் தங்களை மறந்து சொக்கிப்போய் கேட்டுக் கொண்டிருந்தனர். இவ்வளவும் பேசி முடித்த பிறகு காவலர்களும் அதிகாரிகளும் திரண்டு வந்து கூட்டத்தைக் கலைந்துபோகச் செய்தனர்.

பேசி முடித்ததும் சட்டையைக் கழட்டி வைத்துவிட்டு உட்கார்ந்த அவரிடம், நான், ''நீங்கள் சேகுவாரா அமைப்பைச் சேர்ந்தவரா?'' என்று மெதுவாக கேட்டேன்.

அப்போதெல்லாம் சேகுவாரா பெயர் பிரபலமாகவில்லை. பிடல் காஸ்ட்ரோ பெயர்கூட ஓரளவு பத்திரிகை படிப்பவர்களுக்கு மட்டுமே தெரிந்திருந்தது. அதுவும் அவர் அணிசேரா நாடுகளின் தலைவராகவும் இருந்த நேரம் அது. கம்யூனிஸ்ட் கட்சி தோழர்களும்கூட அவ்வளவாக சேகுவாரா பெயரை அன்றைக்குத் தெரிந்து வைத்திருக்கவில்லை என்பதே உண்மை.

சேகுவாரா பெயரைக் கேட்டதும் அவரிடம் ஒரு அழகான புன்முறுவலைக் காண முடிந்தது. அதுவரை ஒரு இறுக்கமான முகபாவத்துடன்தான் இருந்தார். உற்சாகமாக என்னைப் பார்த்து "சேகுவாரா பற்றி உங்களுக்குத் தெரியுமா? ரொம்ப மகிழ்ச்சி! நான் அந்த அமைப்பைச் சேர்ந்தவன்தான். இலங்கையில் சிங்கள மக்கள் வாழும் பகுதியில் ஜே.வி.பி. சார்பில் தேர்தலில் போட்டியிட்டு எம்.பி., ஆனவன்'' என்று ஒரு அரிய தகவலையும் சொன்னார்.

காலண்டரில்கூட 'பாட்டாளி வர்க்கத் தலைவர் தோழர் பி.கே.பாலசுப்பிரமணியம் எம்.பி.,' என்றுதான் போடப்பட்டிருந்தது நினைவுக்கு வந்தது. ஒரு சில நாட்களில் இருவரும் ஜாமினில் வெளியே சென்றுவிட்டனர். அதன் பிறகு, அவரை நான் எங்கும் பார்க்கவும் இல்லை. அவரைப் பற்றி எந்தப் பத்திரிகைச் செய்தியும் படிக்கவும் இல்லை. அவருடைய அமைப்பான இ.ஆர்.சி.பி, ஈழம் ரெட் ஆர்மி போன்ற அமைப்புகள் ஈழத்தில் செயல்பட்டதாகவும் அறிய முடியவில்லை.

ஈழப் போராளிகள் சிலரிடமும் விசாரித்தபோது அவர் இலங்கை பாராளுமன்ற உறுப்பினராக இருந்ததெல்லாம் உண்மைதான். ஆனால் ஈழத்தில் அந்தப் பெயரில் எந்த அமைப்பும் செயல்படவில்லை என்றார்கள். ஆனால், நான் கேட்ட மிகச்சிறந்த சொற்பொழிவுகளில் ஒன்றாக பி.கே.பாலசுப்பிரணியம் சொற்பொழிவும் அமைந்துவிட்டது.

வந்தார்கள், இருந்தார்கள், எங்கோ போனார்கள்!

தூர்தர்ஷன் கொடைக்கானல் ஒளிபரப்பு நிலையம் 1987ஆம் ஆண்டு துவங்கப்பட்டது. அது துவங்கப்பட்ட ஓராண்டுக்குள் ஒளிபரப்புக் கோபுரத்துக்கு வெடிகுண்டு வைக்கப்பட்டது. குண்டு வைத்தவர்களில் ஒருவரும் அந்தச் சம்பவத்தில் உயிரிழந்தார்.

இந்தக் குண்டு வைப்புச் சம்பவத்திற்கு ஆதரவாக இருந்ததாக திருச்சி வானொலி நிலையத்தில் தமிழ் செய்தி வாசிப்பாளராக பணியாற்றிய வடிவேல் ராவணன் என்பவரும் கைது செய்யப்பட்டு நிலக்கோட்டை கிளைச் சிறைக்குக் கொண்டுவரப்பட்டார். அவர் ''செய்திகள் வாசிப்பது வடிவேல் ராவணன் தென்னவன் கோ'' என்ற அறிவிப்புக் குரல் அன்று வானொலி நேயர்கள் மத்தியில் மிகப் பிரபலம். தமிழ் உச்சரிப்பும் குரலும் அவ்வளவு தெளிவாக இருக்கும். அவர் தற்போது பாமக கட்சியின் பொதுச் செயலாளராக உள்ளார்.

அவருடைய வீட்டில் சதி ஆலோசனை செய்யப்பட்டதாக, தனித்தமிழ் இயக்கத்தின் தலைவர் பாவலரேறு பெருஞ்சித்திரனாரின் மகன் பொழிலன் உள்ளிட்டோர் மீது வழக்கு தொடுக்கப்பட்டு கைதாகி மதுரை மத்திய சிறையில் இருந்தார்கள். வடிவேல் ராவணனை அரசு தரப்புச் சாட்சியாகக் கொண்டு வர வேண்டும் என்பதற்காகவே அவரை மட்டும் நிலக்கோட்டை கிளைச் சிறையில் வைத்திருந்தனர்.

இரண்டு மூன்று ஆண்டுகள் கழித்து, மதுரைச் சிறை வாயிலுக்கு முன்பு இரண்டு போலீஸ் ஜீப்கள் வந்து நின்றன. ஒரு ஜீப்பில் இருந்து இறங்கி வந்த நான்கு பேரும் சாதாரண உடையில் இருந்தார்கள். நான்குபேருமே வாட்டசாட்டமாகக் காணப்பட்டார்கள். மற்ற ஜீப்பில் இருந்தவர்கள் எந்திரத் துப்பாக்கிகளுடன் இருந்த அதிரடிப்படை காவலர்கள். அவர்கள் ஜீப் அருகே நின்றுகொண்டனர். சாதாரண உடையில் இருந்தவர்கள் நான்கு பேரும் அனுமதி அலுவலரை நோக்கி

வந்தார்கள். வாரன்டை காண்பித்தார்கள். வாரன்டை முழுமையாக வாசித்த பின் அனுமதி அலுவலருக்குக் குழப்பம், இதில் யார் கைதி என்று. நால்வரும் வசீகரத் தோற்றத்தில் இருந்தார்கள். ஒருவர் கழுத்தில் மிகப்பெரிய தங்கச் சங்கிலி மின்னிக்கொண்டிருந்தது. அவர் நடிகர் அரவிந்த்சாமி போல் காணப்பட்டார்.

அவர் கைதியாக இருக்க வாய்ப்பில்லை என்ற முடிவில், அனுமதி அலுவலர், ''யார் சார் அக்யூஸ்ட்?'' என்றதும்,

''சார், நான்தான் சார் கைதி'' என்று அரவிந்தசாமிபோல் இருந்தவர் தயக்கமில்லாமல் சொன்னார்.

“தங்கச்சங்கிலி போட்டு இப்படி வந்தா யாரை நாங்கள் கைதின்னு நினைக்கிறது? போலீசாரும் சிவிலில் இருந்தால் எப்படித் தெரியும்?'' என்று சிரித்துக்கொண்டே கேட்டார். ரகசிய போலீஸார்கள் என்பதால் சீருடை இல்லாமல் வந்திருந்தனர்.

''சார், தங்கச்செயினுக்கு கோர்ட் சர்டிபிகேட், ஃபார்ம் எல்லாம் இருக்கு சார்'' என்று இரண்டு தாள்களைக் காட்டினார் ஒரு போலீஸ்காரர். அதிகாரி அதை வாங்கி வாசித்துக்கொண்டிருந்தார். அதற்குள் அந்தக் கைதி, சங்கிலியைக் கழற்றி மேஜை மேல் வைத்தார்; மாறாத புன்னகையுடன் இயல்பாக இருந்தார்.

வாரன்டை மீண்டும் பார்த்து அனுமதி எடுக்க ஆயத்தமானார் அதிகாரி.

''பேரு என்னப்பா?''

''பாலா என்ற பாலச்சந்திரன்...''

''வயசு?''

''29 சார்...''

சட்டையைக் கழட்டச் சொல்லி அங்க அடையாளங்களைச் சரி பார்த்தார்.

''என்ன வழக்கு உன்மேல... நீ என்ன பண்ணுன?''

''கொடைக்கானல் டி.வி. டவரில் குண்டு வைத்த வழக்கு சார்!''

''அந்த வழக்குல வடிவேல் ராவணன், பொழிலன் இவங்கதான அக்யூஸ்ட்டுங்க. அவங்க எல்லாம் வந்து எப்பவோ ஜாமீன்ல போயிட்டாங்களே!'' என்றார் அதிகாரி.

''அவங்களுக்கு குண்டு செய்யச் சொல்லிக் கொடுத்ததா என் மேல வழக்கு சார்!''

''உன்ன அவங்க காட்டிக் கொடுத்துட்டாங்களா?''

''இல்ல சார். நான் அவங்களுக்கு குண்டு செய்வது எப்படினு. ஆலோசனை மட்டும் கொடுத்துட்டு, இலங்கைக்குப் போறதுக்கு திருவனந்தபுரம் ஏர்போர்ட்டுக்கு வருவதற்கு முன்னாடி, குண்டு வெடிப்புச் செய்தியை பேப்பர்ல பார்த்திட்டு, 'உங்க முதல் முயற்சி வெற்றி பெற்றதற்கு வாழ்த்துகிறேன்'னு தந்தி அனுப்பியிருந்தேன்'' என்றார் சிரித்துக்கொண்டே.

''இலங்கைக்குப் போயிட்டீங்களா?''

''ஆமா சார். அப்படியே இலங்கைக்குப் போயிட்டேன். என் மேல வழக்கு இருக்கிறது தெரியாம திரும்பவும் இந்தியாவுக்கு வந்ததும் மாட்டிக்கிட்டேன் சார். தமிழ்நாடு போலீஸ் ரொம்ப திறமையானவங்க சார்'' என்று கியூ பிராஞ்ச் போலீசாரைப் பார்த்துச் சிரித்துக்கொண்டே சொன்னார் பாலச்சந்திரன்.

மதுரை மத்தியச் சிறையில் நீண்ட நாட்கள் இருந்தார் பாலச்சந்திரன். தண்டனைப் பகுதியில் ஆறாம் பிளாக் தனி அறையில்தான் இருந்தார். தண்டனைச் சிறைவாசிகள் அவருடன் அன்பாகப் பழகினர். எப்போதும் புத்தகங்கள் படித்துக்கொண்டிருப்பார். இலக்கியம், அரசியல், தத்துவம் குறித்து ஆர்வமுடன் உரையாடக் கூடியவராக இருந்தார்.

இலங்கையில் சண்முகதாசன் தலைவராக இருந்த கம்யூனிஸ்ட் கட்சியில் உறுப்பினராக இருந்தவர். அதனால் மார்க்சிய கொள்கையில் ஈடுபாடு உடையவராக இருந்தபோதிலும் எல்டிடிஇ ஆதரவாளராகவும் இருந்தார்.

ஒருமுறை அவரிடம் பேசியபோது,

''இலங்கைத் தமிழ்ப் போராளி அமைப்புகளின் பெயர்களை வைத்தே தனி ஈழத்துக்காக அவர்கள் போராடுகிறார்களா, ஒன்றுபட்ட இலங்கைக்குள் சுயாட்சி உரிமைக் கோரி போராடுகிறார்களா என்பதைப் புரிந்துகொள்ள முடியும்.

'ஈழ மக்கள்' என்ற சொற்களுடன் அமைப்பின் பெயர் இருந்தால், அது தனி ஈழக் கொள்கையை ஏற்காத இயக்கம் என்றும், 'தமிழ் ஈழம்' என்ற சொற்களுடன் இயக்கத்தின் பெயர் இருந்தால், தனி ஈழமே அவர்கள் கொள்கை என்றும் புரிந்துகொள்ள முடியும்'' என்றார்.

உதாரணமாக, ‘ஈழ மக்கள் புரட்சிகர விடுதலை முன்னணி’

‘ஈழ புரட்சிகர மாணவர் அமைப்பு’ இரண்டும் தனி ஈழம் கொள்கையை ஏற்காத அமைப்புகள்.

‘தமிழீழ விடுதலை அமைப்பு’

‘தமிழீழ விடுதலைப்புலிகள்’

‘தமிழ் ஈழ மக்கள் விடுதலை அமைப்பு’ ஆகியவை தனி ஈழமே பிரதானக் கொள்கையாகக் கொண்ட அமைப்பாக இயங்கியவை.

பாலச்சந்திரன் சில ஆண்டுகளுக்குப் பிறகு விடுதலையாகிச் சென்று விட்டார். அவர் எங்கே போனார் என்ன ஆனார் என்பது தெரியாமல் இருந்தது.

இலங்கைப் போராளி அமைப்புகளுடன் தொடர்புடைய ஒரு மதுரை பிரமுகர்தான் 15 ஆண்டுகள் கழித்து ஒரு தகவலைச் சொன்னார். அவர் எல்டிடிஇ அமைப்பில் முக்கிய ஆலோசர்களில் ஒருவராக தமிழ்ச்செல்வனுக்கு அடுத்த நிலையில் இருப்பதாக.

மதுரை மத்தியச் சிறையில் 'ஏ' செல் பிளாக்கில் ஒரே அறையில் இரண்டு தண்டனைச் சிறைவாசிகள் நீண்ட நாட்களாக இருந்தனர். அவர்களின் பெயர்கள் அஜந்த், பிரிண்டோ. இருவரும் யாரிடமும் அதிகம் பேசாமல் அமைதியாக இருக்கும் சுபாவம் கொண்டவர்கள். மாலை நேரங்களில் இதரக் கைதிகளுடன் கைப்பந்து விளையாடும்போது மற்றக் கைதிகளுடன் பேசுவதைப் பார்க்க முடியும். இரண்டு பேருமே சிறந்த கைப்பந்து விளையாட்டு வீரர்கள்.

பல ஆண்டுகளுக்கு முன்னால், மதுரையில் ஒரு முக்கிய பிரமுகரின் மகனுடன் சேர்ந்து ஒரு வங்கிக்கொள்ளையில் ஈடுபட்டதற்காகத் தண்டனை பெற்றவர்கள்தான் அந்த இருவரும். முக்கிய பிரமுகர் உச்சநீதிமன்ற பிணையில் சென்றுவிட்டார். அந்தக் கொள்ளை வழக்கில் ஈடுபட்ட இன்னொருவர் பின்னாளில் மாவோயிஸ்ட் சிறைவாசியாக இதே மத்திய சிறையில் இருந்தார்.

அஜந்த், பிரிண்டோ இருவரும் எல்டிடிஇ அமைப்பில் ஆரம்ப காலப் போராளிகளாக இருந்தவர்கள். இயக்கத்தில் இருந்து எப்படியோ தமிழகம் வந்து எல்டிடிஇ இயக்கத்தை விட்டு விலகியே இருந்தார்கள்.

எல்டிடிஇ அமைப்பில் அந்த இருவருக்கும் மரணதண்டனை விதித்து, அவர்கள் இருவரையும் கொல்வதற்காக பின் நாட்களில் எல்டிடிஇ அமைப்பிலிருந்து பிரிந்து தனி அமைப்பை உருவாக்கிய

கருணா நியமிக்கப்பட்டதாகவும், மரணதண்டனையை நிறைவேற்ற பல நாட்கள் அவர் மதுரையில் ரகசியமாகத் தங்கி இருந்தார் என்ற தகவலையும் மதுரை பிரமுகர்தான் சொன்னார்.

அஜந்த், பிரிண்டோ சிறையில் இருந்தபோது அவர்கள் இருந்த செல்லின் கதவில் ஒரு அட்டை தொங்கிக்கொண்டு இருக்கும். அந்த அட்டையில் 'தீவிரமாக கண்காணிக்கப்பட வேண்டிய சிறைவாசிகள்' என்று எழுதப்பட்டிருக்கும். சுற்று வரும் காவலர்களும் அதிகாரிகளும் அவர்களைப் பார்வையிட்டு, அந்த அட்டையில் கையொப்பம் இட்டு வர வேண்டும்.

சில ஆண்டுகளில் அந்த இருவருக்கும் ஜாமீன் கிடைத்து வெளியே சென்றுவிட்டனர். அவர்கள் எங்கு போனார்கள், என்ன ஆனார்கள் என்று தெரியவில்லை.

இப்படி, இலங்கையிலிருந்து பல்வேறு அமைப்புகளைச் சேர்ந்தவர்கள் தமிழகம் வருவார்கள்... ஏதேதோ காரணங்களுக்காக கைதாகி சிறைக்குள் இருந்தார்கள்... வழக்கை முடித்தோ முடிக்காமலோ எங்கெங்கோ போனார்கள்!

1986ஆம் ஆண்டு ஈழத்தில் போராளிக் குழுக்களுக்கு இடையே கடுமையான சகோதர யுத்தம் நடந்தது,டெலோ இயக்கத்தின் தலைவர் ஸ்ரீசபா ரத்தினம் உள்ளிட்ட நூற்றுக்கணக்கான அந்த இயக்கத்தின் போராளிகள் எல்டிடிஇ இயக்கத்தினரால் படுகொலை செய்யப்பட்டனர்.அந்த இயக்கம் ஏறக்குறைய அப்போதே அழித்தொழிக்கப்பட்டது என்றே கூறலாம்.

டெலோ இயக்கத்தின் மன்னார் பகுதியில் தளபதியாக இருந்த விக்டர் என்பவரும் இன்னும் சில இளைஞர்களும் எப்படியோ தப்பி தமிழகம் வந்து சேர்ந்தனர். அவர்கள் கைது செய்யப்பட்டு மதுரை மத்தியச் சிறையில் இருந்தனர். அவர்களில் விக்டர் என்பவர் மெலிந்த, உயரமான, உறுதியான உடல் கட்டுடன் இருந்தார். பிடரி வரை தலைமுடி வளர்த்திருந்தார். மிக அமைதியாகவே இருப்பார். அவர் இருந்த பிளாக்கில் ஆள் நடமாட்டம் இல்லாத பிளாக்குகளில் உடற்பயிற்சியில் ஈடுபடுவார்.

மதுரை நகர் ரவுடிகள் அவர் செய்யும் உடற்பயிற்சிகளைப் பார்த்து அசந்து போனார்கள். அவர் செய்தது வெறும் உடற்பயிற்சி மட்டுமல்ல, தற்காப்புக்கலை பயிற்சியும்தான். ஒருகாலில் நின்று கொண்டு இன்னொரு காலை அனாயசமாக செங்குத்தாக தலைக்குமேல்

நிறுத்துவார் . அவரது வேகமான கை வீச்சுக்கும், கால் சுழற்சிக்கும் காற்று பிளந்து ஓசைப் பிறக்கும். அவரது பயிற்சிகளைப் பார்த்து வியந்த மதுரை ரவுடிகள் அவருக்கு ரசிகர்களாகிப் போனார்கள்.

அதனால் அந்த ரவுடிகள் காவலர்களுக்குத் தெரியாமல் அவர் பயிற்சி செய்வதற்கு காவல் காத்து உதவி செய்தனர். இரவுநேரங்களில் தங்களுக்குத் தற்காப்புக் கலையின் முக்கிய உத்திகளைச் சொல்லித் தரும்படி கேட்டு அவர்களும் பயிற்சி பெற்றனர். சிறை நிர்வாகத்திற்குத் தெரிந்து இப்படி இருக்க முடியாது. ஒருநாள், தகவல் தெரியவந்ததும் விக்டரை தண்டனை பிளாக்கிலிருந்து தனி அறையில் பூட்டினர்.

'தனி அறையில் தன்னை வைக்கக் கூடாது' என உண்ணாவிரதம் துவங்கினார் விக்டர். பொதுவாக உண்ணாவிரதப் போராட்டங்களைப் பெரும்பாலும் அலட்சியம் செய்யும் சிறை நிர்வாகத்தால் இந்தப் போராட்டத்தை அலட்சியப்படுத்த முடியவில்லை. பச்சைத்தண்ணீர்கூட குடிக்காமல், எச்சிலைக்கூட விழுங்காமல் இருந்த உண்ணாவிரதத்தால் நான்காவது நாளிலேயே சிறுநீரில் ரத்தம் கலந்து வந்தது. நாடித்துடிப்பு குறைந்தது. மருத்துவப் பரிசோதனை செய்து உடனே வெளி மருத்துவமனைக்கு அனுப்பி வைக்க உத்தரவிட்டார் சிறை மருத்துவர்.

வெளி மருத்துவமனையில் சிகிச்சையில் இருக்கும்போது அவருடைய காதலி (அவரும் இலங்கைப் பெண்தான்), அடிக்கடி வந்து பார்த்துச் சென்றார். அந்தக் காதலியும், அவருடைய உறவினர்களும், நண்பர்களும் அவரை ஜாமினில் எடுக்கப் பெரும் முயற்சிகள் மேற்கொண்டனர். அவரும் விடுதலையாகிப் போனார். எங்கே போனார், என்ன ஆனார் எனத் தெரியவில்லை.

ஒரு போராளியின் பின்னந்தலையில் சிறிய அளவு ஓடு நீக்கப்பட்டு அறுவைசிகிச்சை செய்திருந்ததால், மண்டைஓடு இல்லாத அந்தச் சிறிய பகுதியில் தோல் எடுத்து தைக்கப்பட்டு இருந்தது. அது வெளியே தெரியாத அளவுக்கு தலைமுடியால் மறைக்கப்பட்டு இருந்தது.

இன்னொரு போராளி... அவரும் டெலோ இயக்கப் போராளி. அவரது வயிற்றில் சாக்குப்பையில் கோணல்மானலாகத் தைக்கப்பட்ட அடையாளம்போல தழும்புகள் காணப்பட்டன. அவர் பெயர் ரூபன். இயக்கத்தின் முக்கிய பொறுப்பில் இருந்ததாகக் கூறினார்.

அவரை ஏற்கெனவே சொன்ன, மதுரை முக்கிய பிரமுகர் ஜாமினில் எடுக்க முன்வந்தார். ஆனால், ரூபன்தான் 'அப்படி வெளியே

சென்றால் விடுதலைப்படையில் இருந்த நான் கூலிப்படையில் இருக்க வேண்டிவரும்' என்று சொல்லி அந்த உதவியை ஏற்காமல் நிராகரித்தார்.

இப்படி, இலங்கையின் தமிழ்ப் போராளிகள் பலர், தமிழ்நாட்டுக்கு வந்தார்கள்... பல வழக்குகளில் கைதாகி சிறைகளுக்குள் இருந்தார்கள்... பின் எங்கோ போனார்கள்! அவர்களில் பலர் அறிவாளிகளாகவும் ஆற்றல்மிக்கப் போராளிகளாகவும், தியாகத்துக்கு இலக்கணமாகவும் இருந்தனர். அவர்கள் வந்து வாழ்ந்த பகுதிகளிலெல்லாம் தடங்களைப் பதித்துவிட்டு எங்கெங்கோ சென்றுவிட்டனர்.

ஒரு பூவின் வாசம்

நடராஜன் புறப்படுவதற்கு ஆயத்தமாகிக்கொண்டு இருந்தான். அவன் ஒப்படைத்துச் செல்ல வேண்டியவற்றை எடுத்து வைத்து சரிபார்த்துக்கொண்டிருந்தான். அவனது உடைமைகள் பெரிதாக ஒன்றும் இல்லை. இருப்பினும் அவனிடமிருந்து ஏதாவது கிடைக்குமா என்ற எதிர்பார்ப்புடனும் அன்புடன் வழியனுப்பும் நோக்கத்துடனும் சிலபேர் அவன் பிளாக்கிற்கு வந்திருந்தனர்.

தட்டு, குவளைகளை எடுத்துத் தனியாக வைத்துக்கொண்டான். படுக்கைவிரிப்பு, போர்வை, தலையணைகளை மடித்து வைக்கும் போது, அவற்றுக்குப் பதிலாக கந்தலாகி நைந்துபோயிருந்த வேறொரு படுக்கை விரிப்பைக் கொடுத்து, ''அண்ணே, உங்கக் கணக்கில ஒப்படைங்கண்ணே. உங்கப் படுக்கைய எனக்குக் கொடுத்துட்டுப் போங்க'' என்றான், குறைந்த வருட தண்டனை பெற்ற ஒரு கைதி.

நடராஜன் உபயோகித்த கொஞ்சம் பலசான, ஆனால் சுத்தமாக இருந்த படுக்கை விரிப்பினை அவன் எடுத்துக்கொள்ள சம்மதித்தான். சில நாட்களுக்கு முன்பு அவனுக்கு வழங்கப்பட்ட,அளவில் பெரிதாகவும், தாறுமாறாகவும் தைக்கப்பட்டு இருந்த தண்டனைச் சீருடை, சட்டை, டவுசரை முழுவதும் பிரித்து, தையல்கூடத்தில் திறமையான டெய்லரிடம் பீடிக்கட்டுகளைக் கூலியாகக் கொடுத்துக் கச்சிதமாகத் தைத்து வைத்திருந்தான். அதை அவன் அணியவே இல்லை.அதை அவனுக்குப் பிரியமான ஒரு கைதியிடம் கொடுத்து, அதற்குப் பதிலாக ஒரு பழைய சீருடையை ஒப்படைக்கும் கணக்கிற்காக வாங்கி வைத்துக்கொண்டான்.

சோப்பு, எண்ணெய், பற்பசை, பிளாஸ்டிக் வாலி, கப் என ஒவ்வொன்றையும் காத்திருந்த ஒவ்வொருவருக்கும் தேவையறிந்து கொடுத்தான். இதுபோன்று சில பொருட்களை நடராஜனும்

இந்த மூன்று ஆண்டுகளில் சிலபேரிடம் பெற்றவன்தான். இன்று ஒருநாள் வள்ளலாக வழங்கிக்கொண்டிருந்தான். வள்ளல் என்ற பெருமிதத்திற்கோ, யாசகம் பெறும் தாழ்வு மனப்பான்மைக்கோ இந்த வேளையில் இடமில்லை. பரஸ்பர அன்பு உணர்வுகளைப் பரிமாறும் தருணங்கள் இவை.

சிலர் முகவரி எழுதப்பட்ட காகிதங்களையும், கடிதங்களையும் குறிப்புகளையும் வெளிநாடு செல்பவனிடம் கொடுத்து அனுப்புவது போல் கொடுத்துக்கொண்டிருந்தனர். எல்லாவற்றையும் கையில் வாங்கி வைத்துக்கொண்டான். இது குறித்தான தகவல்களை இரண்டு நாட்களாக காதில் வாங்கி வைத்திருந்தான்.

துணிக்கிடங்கில் ஒப்படைக்க வேண்டியவற்றை எண்ணிச் சரிபார்த்து வைத்தான் நடராஜன். அவற்றை மொத்தமாகச் சுருட்டி ஒருவன் தூக்கிக்கொண்டு போர்ட்டர் போல் முன்னாள் நடந்து செல்ல, நடராஜனை, மாப்பிள்ளையை அழைத்து வருவதைப்போல அவன் ப்ளாக்கில் இருந்து மெயின் கேட் அருகில் உள்ள துணிக்கிடங்கிற்கு அழைத்து வந்தனர், அவனுடைய சகாக்கள். விடுதலைச் செய்தி கிடைத்ததிலிருந்து விடுதலையாகும் வரை புது மாப்பிள்ளையின் பூரிப்பும், மகிழ்ச்சியும் முகங்களில் பிரகாசிப்பதை வேறு சிலரிடமும் இதற்கு முன்னர் நடராஜன் பார்த்திருக்கிறான்.

நண்பர்கள் மகிழ்ச்சி, உற்சாகம் பொங்க வழியனுப்பிக் கொண்டிருந்தாலும் நடராஜன் மனநிலை அவ்வளவு மகிழ்ச்சியாக இல்லை. அடிக்கடி அவன் மனைவி செல்வியின் நினைவுதான் வந்து கொண்டிருந்தது. ஆயுள் தண்டனை என தீர்ப்பான பிறகு இவ்வளவு சீக்கிரத்தில் விடுதலை கிடைக்கும் என அவன் எதிர்பார்க்கவில்லை. சம்பவம் நடந்து கைது செய்யப்பட்டு விசாரணைக் கைதியாக இருந்த ஒரு வருடத்தில் ஜாமீனில் செல்ல முடியாத வக்கற்ற நிலையில்தான் இருந்தான் நடராஜன். அவனுக்கு இலவச அப்பீலில் விடுதலை கிடைக்கும் என அவன் நினைக்கவேயில்லை.

இலவச சட்ட உதவியை அவன் நம்பாமல்தான் இருந்திருக்கிறான். சக கைதிகள் சொன்ன ஆலோசனைகளுக்குப் பிறகு, வேண்டா வெறுப்பாகத்தான் இலவச சட்ட அமைப்பை அணுகி கேஸ் கட்டை ஒப்படைத்தான். சிலநேரங்களில் அரசின் இலவச உதவிகள் இப்படி நல்லவிதமாகவும் அமைந்துவிடுகிறது.

வழக்கறிஞர் அனுப்பிய விடுதலைச் செய்தி தாங்கிய அஞ்சலட்டை கிடைத்த இந்த நான்கு நாட்களில் நடராஜனுக்குத் தூக்கமே

வரவில்லை. ஓயாமல் படித்துப் படித்துப் பார்த்து, அந்த மஞ்சள் மங்கிப் போய்விட்டது. பிளாக்கில் அத்தனை பேரும் தூங்கிப் போனாலும், அவன் மட்டும் தூங்காமல் விசிறியால் விசிறிக்கொண்டு விட்டத்தைப் பார்த்தபடி விழித்திருப்பான். இந்த நான்கு இரவுகளும், பகல்களும் மிக நீண்டதாக இருந்தன நாடராஜனுக்கு.

விடுதலைக் குறித்த சந்தோஷ எண்ணங்களும், மனைவியைப் பற்றிய துக்க நினைவுகளும் மாறி மாறி வந்துகொண்டிருந்தன.

செல்வி இவனைக் காதலித்து என்ன பெரிதாக வாழ்ந்துவிட்டாள். பாவம் அவள். பரபரப்பான மாலை நேரங்களில் அந்த மாநகரத்தில் சாலை ஓர நடைமேடையில் பூக்கூடை வைத்து பூ வியாபாரம் செய்தவள்தான் அவள். தாவணி அணிய வேண்டிய பருவத்தில் இருந்தாள். ஆண்கள் அணியும் சட்டையை மேலாடையாக அணிந்திருப்பாள். அந்தச் சட்டைதான் அவளுக்கு சௌகரியமாகவும் இருந்தது. சில்லறைக் காசுகளை சட்டைப் பாக்கெட்டில் போட்டுக் கொள்வாள். ரூபாய் நோட்டுகளை கூடையில் இலைகளுக்கு அடியில் வைத்துக்கொள்வாள்.

அப்படித்தான் ஒரு வெள்ளிக்கிழமை மாலையில், நடைபாதையின் ஓரத்தில் பூக்கூடையை வைத்துவிட்டு, கதம்ப மாலையை எடுத்துக்கொண்டு வழக்கமாகக் கொடுக்கும் கடைக்குச் சென்றாள். கடையில் இருந்தபடியே தூரத்தில் இருந்த பூக்கடையை பார்த்துக்கொண்டாள். கொஞ்சநேரத்தில் பருந்தைக் கண்ட கோழிக்குஞ்சுகள்போல் சாலை ஓர வியாபாரிகள் எல்லாம் பரபரப்பாக ஓடி பதுங்கிக்கொண்டனர். நடைபாதையில் தனியாகக் கிடந்த பூக்கூடையைத் தூக்கி போலீஸ் ஜீப்பில் வீசி எறிந்தார், ஒரு 'கடமைதவறாத' காவலர். போலீஸ் ஜீப் மெதுவாக உருண்டு கொண்டு போக, அந்த வெள்ளிக்கிழமைப் பிழைப்பை ஜீப்புக்குக் கொடுத்த இன்னும் சில ஜீவன்கள் புலம்பிக்கொண்டே ஜீப்பைப் பின் தொடர்ந்தன. அவர்களுடன் பதைபதைப்புடன் செல்வியும் சேர்ந்து கொண்டாள்.

சில்லரைக் காசுகள் மட்டுமே சட்டைப் பாக்கெட்டில் இருந்தன. வெள்ளிக்கிழமை வியாபாரம் எல்லாம் ஜீப்புக்குள் கிடந்தன. அசகாய சூரர்கள் அபகரித்தப் பொருட்களைத் தொட அனுமதிக்கவில்லை. அப்போதுதான் வந்தான் நடராஜன். போலீஸ்காரர்களிடம் சாமர்த்தியமாகப் பேசி, பறிமுதல் செய்தவற்றை மீட்டுக் கொடுத்தான்.

அவனும் சாலை ஓரத்தில் தள்ளுவண்டியில் பழங்கள் விற்பவன்தான். அந்தநேரத்தில் அவ்வளவு பெரிய பழவண்டியை அவசரத்தில் எங்கு தான் மறைத்தானோ தெரியவில்லை. அன்று வியாபாரம் முடித்துப் போகும்போது, செல்வி இரண்டு முழம் மல்லிகைப் பூவை இலையில் சுற்றிக்கொண்டு நடராஜனிடம் வந்து ''அண்ணா! ரொம்ப நன்றி அண்ணா. இது என்னோட அன்பளிப்பாக வீட்டுக்குக் கொண்டு போங்க அண்ணா'' என்றாள்.

''ஏய்! என்னை கிழவன்னு நினைச்சியா எனக்குக் கல்யாணம் முடிஞ்ச பிறகு தா... கொண்டு போறேன்'' என்றான் அவன். இப்படி அறிமுகம் ஆனவள்தான் பின்னாளில் நடராஜனைக் காதலித்து, அவள் குடும்பத்தைப் பிரிந்து இவனுடன் ஓடி வந்துவிட்டாள்.

இல்லற வாழ்க்கையின் இனிய அத்தியாயங்களை வாசிக்கத் துவங்கிய சில நாட்களிலேயே இடி விழுந்ததுபோல் அச்சம்பவம் நடந்தது. மாமூல் கேட்டு வந்த ரவுடிகளுடன் நடந்த மோதலில் ஒருவன் கொல்லப்பட நடராஜன் கைதாகி சிறைக்கு வந்தான்.

வழியனுப்ப வந்தவர்களின் எண்ணிக்கை கூடிக்கொண்டே இருந்தது. துணிக்கிடங்கு வளாகத்தில் கூட்டமாக இருந்தது. துணிக்கிடங்கின் அதிகாரி, நடராஜன் ஒப்படைத்தப் பொருட்களை சரி பார்த்து கணக்கில் வரவு வைத்துக்கொண்டார். விசாரணைக் கைதியாக இருந்தபோது நடராஜன் இந்தத் துணிக்கிடங்கு பக்கம் வந்ததில்லை. ஆயுள் தண்டனை பெற்றபோதுதான் முதல் முறையாக இங்கு வந்தான்.

அப்போது அவன் கைகளில் படுக்கை விரிப்பையும், கருப்புக் கம்பளியையும், தட்டு குவளைகளையும் வாங்கும்போது அவனது கைகள் நடுங்கின. கண்கள் கலங்கின. தலை சுற்றுவதுபோல் ஒரு கணம் உணர்ந்தான்.

இரண்டாவது முறை இதே இடத்திற்கு வந்தபோதும் இதயம் நொறுங்கிப்போய்தான் வந்தான். விசாரணைக் கைதியாக அவன் இருந்த ஒரு வருடத்தில் ஒருமுறை மட்டுமே செல்வி சிறையில் வந்து பார்த்தாள். அவள் பட்ட அலைக்கழிப்பையும், அவஸ்தைகளையும் தெரிந்துகொண்ட நடராஜன் இனிமேல் இங்கு வர வேண்டாம், எனவும் 15 நாட்களுக்கு ஒரு முறை வாய்தா தேதியில் நீதிமன்றத்திற்கு வந்து பார்க்கவும் சொல்லி இருந்தான். அதன்படியேதான் அவளும் செய்தாள்.

ஆயுள்தண்டனை எனத் தீர்ப்பு ஆன பிறகு அதற்கும் வழி இல்லாமல் போய்விட்டது. கொஞ்சநாள் கழித்துத்தான் நடராஜனைப் பார்க்கச் சிறைக்கு செல்வி வந்தாள். நேர்காணல் அறையில் செல்வியைப்

பார்த்து ஏதேதோ பேசவேண்டும் என இதயம் படபடக்க வந்தவன், அங்கே பெரும் கூட்டமும், பேரிரைச்சலுமாக இருந்ததால் எதையும் சரியாகப் பேச முடியவில்லை. செல்வி பொட்டு வைத்து தலை நிறைய பூ வைத்து வந்திருந்தாள். அழுது வழிந்த முகத்தை அடிக்கடி துடைத்துக்கொண்டே இருந்தாள். களை இழந்து காணப்பட்டாள்.

தண்டனையுடை, அரைக்கால் சட்டையுடன் அவனை முதன்முதலாகப் பார்த்ததால் தன்னையறியாமல் குமுறிக் குமறி அழுதாள். யார், யாருக்கு என்ன ஆறுதல் சொல்வது என இருவருக்கும் புரியவில்லை. கம்பி வலையில் முகத்தை அழுத்தியபடி கண்ணீர் சிந்தியபடி பார்த்துக்கொண்டே இருந்தான் அவன். முகத்தை பார்ப்பதற்கு சக்தியற்றவளாகி விக்கித்து விக்கித்து அழுதுகொண்டே இருந்தாள் செல்வி.

தெளிவாகப் பேசினாலே கேட்காத சூழலில் வார்த்தைகள் உடைந்து உடைந்து வந்ததால், எதுவும் பேச முடியவில்லை. இன்னொரு நாள் அவளை வரச்சொல்லி அனுப்பி வைத்தான். இரண்டு பைகளைக் கொடுத்துவிட்டுச் சென்றாள். ஒன்றில் பழங்களும் பிஸ்கட் பாக்கெட்டுகளும், இன்னொன்றில் புதிதாக வாங்கிய வேட்டியும் சட்டையும் இருந்தன.

கடைசியாக வாய்தாவுக்கு வந்தபோது நீதிமன்ற வளாகத்தில் சவுகரியமாக உட்கார்ந்து பேச முடிந்தது. அப்போதே அவள் சொல்லி இருந்தாள் ''நீங்கள் ஒரே சட்டைவேட்டியோடத்தான் இருக்கீங்க.நான் அடுத்த முறை வரும்போது புதுச் சட்டைத்துணி வாங்கி வரேன்'' என்று. அப்போது அதை நினைத்து அவனுக்குப் பெருமையாக இருந்தது. இப்போது புதிதாக தண்டனை உடை அணிந்திருக்கிறான். இனி எப்போது இந்த வேட்டி சட்டை அணியப் போகிறோம் என்ற விரக்தியில் பிளாஸ்டிக் பையில் இருந்த வேட்டி சட்டையைப் பிரித்துக்கூடப் பார்க்காமல் பிளாக் வந்து சேர்ந்தான்.

பிளாக் வந்து சேர்ந்து உட்கார்ந்து நீண்ட நேரம் கழித்துத்தான் பைகளை பிரித்துப் பார்த்தான். வண்டி வண்டியாக பழங்கள் விற்றவனுக்கு அரைக் கிலோ கொடிமுந்திரியும், சில கொய்யாப்பழங்களும் வந்திருந்தன. சட்டை வேட்டியைப் பிரித்துப் பார்த்தான். சிறிய கட்டங்கள் போட்ட சட்டை அவனுக்குப் பிடித்தமான கலரில் இருந்தது. அளவு சரியாக இருக்கிறதா எனப் போட்டுப் பார்த்தான். அளவு கொடுத்து தைத்தது போல் கச்சிதமாக இருந்தது. பாக்கெட்டில் ஏதோ புடைத்துக் கொண்டிருப்பதை உணர்ந்து வெளியே எடுத்துப் பார்த்தான். அவன்

இதயத்திற்கு மேல் அழுத்திக் கொண்டிருந்தது மஞ்சள் கயிறுடன் இணைக்கப்பட்ட தாலி. ஒரு கணம் அவன் இதயம் நின்று போனது.

''அண்ணே, என் பொண்டாட்டி தாலிய கொடுத்துட்டுப் போறான்ணே!'' பக்கத்திலிருந்த கைதியிடம் காட்டிக் கதறினான். ஒரு சில நிமிடங்களில் அந்த பிளாக்கில் இருந்த அத்தனை கைதிகளும் அவனைச் சூழ்ந்துகொண்டனர். எல்லோரும் அவனுக்கு ஆறுதல் சொல்லி, தைரியம் கொடுத்த பிறகு நீண்ட நேரம் கழித்துத்தான் இயல்பு நிலைக்குத் திரும்பினான்.

அன்று இரவு முழுவதும் அந்தத் தாலியை அவன் கையில் ஜெபமாலை போலவே வைத்திருந்தான். விடிந்ததும் தெளிந்த மனதுடன் அவன் உறவினர்களுக்கும் நண்பர்களுக்கும் கடிதம் எழுதினான். என்ன முடிவில் அவள் தாலியைக் கொடுத்தாலோ தெரியவில்லை. எதுவாக இருந்தாலும் அவளை யாரும் தடுக்க வேண்டாம். அவள் இஷ்டம்போல விட்டுவிடுங்கள். இந்தக் கருத்தில்தான் கடிதம் எழுதி இருந்தான். அவளுக்கும், ''நீ, உனக்கு சரியான வாழ்க்கையைத் தெரிவு செய்துகொள்!'' என்றுதான் எழுதியிருந்தான். ஒவ்வொரு நாளும், 'கடிதம் வரும்... அல்லது யாரிடம் இருந்தாவது தகவல் வரும்...' என எதிர்பார்த்து இருந்தான்.

எந்தக் கடிதத்திற்கும், யாரிடமிருந்தும் எந்த பதிலும் வரவில்லை. பத்து நாள் கழித்துத் தந்திதான் வந்தது. அவள் தற்கொலை செய்து கொண்டதாக. அதோடு அவன் வாழ்க்கையில் எல்லாம் முடிந்து விட்டதுபோல்தான் எண்ணி இருந்தான். அதனால் பின்னாளில் தண்டனை கழிப்பதுகூட அவனுக்குக் கஷ்டமாகத் தெரியாமல் இருந்தது. தண்டனைத் துணிகளைத் தவிர வேறு சொந்தத் துணிகளை பிளாக்கில் வைத்திருக்கக் கூடாது என்பதால் வேட்டியையும், சட்டையையும், தாலியையும் எடுத்துக்கொண்டு துணிக்கிடங்கு அதிகாரியிடம் ஒப்படைக்க வந்தான். அதுதான் இரண்டாவது முறையாக இந்தத் துணிக்கிடங்கிற்கு அவன் வந்தது.

துணிக்கிடங்கு வாசலில் நடராஜனை வழியனுப்ப வந்த கைதிகளின் எண்ணிக்கை கூடிக்கொண்டிருந்தது. சிறைக்கு வெளியிலும் அவனை அழைத்துச் செல்ல சிலர் காத்திருந்தனர். நூறு அடி இடைவெளிக் கிடையில் வழியனுப்பி வைக்கவும், வரவேற்று செல்லவுமான அபூர்வ இடமாக அந்த இடம் அமைந்திருந்தது. வெளியிலும் உள்ளேயும் காத்திருந்தவர்களின் வருத்தமெல்லாம் செல்வி குறித்துதான் இருந்தது.

"இப்படி உலகம் தெரியாத பொண்ணா அவசரப்பட்டு போய் சேர்ந்திட்டாளே" என்பது போன்ற பேச்சுக்கள் வந்துகொண்டிருந்தன.

உள்ளே நடராஜனின் தண்டனைக் கைதி எண்ணைச் சரிபார்த்து, வரிசைப்படி அடுக்கி வைக்கப்பட்டிருந்த பைகளை எடுத்து வந்து கொடுத்தான், துணிக்கிடங்கில் வேலை செய்யும் கைதி. தாலியைத் தனியாக வைத்திருந்த பாதுகாப்புப் பெட்டகத்தில் இருந்து எடுத்துவந்து, நடராஜனிடம் கொடுத்த அதிகாரி பதிவேட்டில் மறக்காமல் கையெழுத்து வாங்கிக்கொண்டார்.

நடராஜன், தான் போட்டிருந்த தண்டனைச் சட்டையைக் கழற்றினான். துணிப்பையைத் திறந்தான். அந்தத் துணிப்பையில் இருந்து எப்போதோ வாங்கிய புதிய வேட்டி, சட்டையைப் பிரித்துப் பார்த்தான். முற்றிலும் பழைய துணிகளும், புதிய துணிகளுமாக அடுக்கி வைக்கப்பட்டிருந்த அந்தத் துணிக்கிடங்கின் வினோத வாடையை மீறி நடராஜன் கைகளில் இருந்த வேட்டி, சட்டையிலிருந்தும், சுருண்டு கிடந்த அந்தத் தாலிக் கயிற்றிலிருந்தும் செல்வியின் வாசனை வருவதை உணர்ந்தான். அவன் உடல் புல்லரிக்க அதில் முகம் புதைத்து முகர்ந்தான். ஒரு பெருமூச்சுடன் அவள் வாசனையை உள்வாங்கிக்கொண்டு, கனத்த இதயத்துடன் துணிக்கிடங்கிலிருந்து வெளியே வந்தான், நடராஜன்.

'மரணம் என்பது செலவாகும்!'

மையக் கோபுரத்தைச் சுற்றியுள்ள பிளாக்குகளில் மூன்றாம் பிளாக்கிற்குச் சற்றுத் தொலைவில் இருந்த, ஏறக்குறைய நூறு வயதைக்கடந்த புளியமரத்தை நோக்கி கூண்டை விட்டு வெளியேறிய பிராய்லர் கோழிகளைப்போல வெள்ளைச் சீருடை அணிந்த கைதிகள் வந்து சேரத் துவங்கினர்.

சுமார் 15 அடி உயரத்துக்குக் கிளைகளோ, பிடிமானத்திற்கு ஏற்ற முண்டுகளோ இல்லாத வழுக்கு மரமாக இருந்தது அந்த மரம். அன்றாடம் கண்ணில் பட்டபோதும் அன்றுதான் அதன் பிரம்மாண்டம் பிரமிப்பூட்டுவதாக இருந்தது. 15 அடி உயரத்திற்கு மேலே இன்னும் ஒரு பத்தடிக்குமேலே இரு கிளைகளில் நின்று கத்திக்கொண்டு இருந்தது கிளி. கிளி என்றால் நிஜக் கிளி அல்ல. கிளி என்று மட்டுமே சக கைதிகளாலும் காவலர்களாலும் அறியப்பட்ட பிரேம்குமார். பிரேம் குமார் என்பது அலுவலக ஆவணங்கள், கோப்புகள் மட்டுமே அறிந்த பெயராக இருந்தது.

பச்சை நிற சோப்புக்கட்டியில் கிளி சிற்பம் செதுக்கி, லைபாய் சோப்புத் தூண்டால் அலகு செய்து பொருத்தி, அழகிய கிளிகளைப் பல வடிவங்களில் செய்வதால் அவனுக்கு சிறையில் கிளி என்ற பெயரே நிலைத்திருந்தது. வேறு பல சிற்பங்களையும் அவன் செதுக்கியிருந்த போதும் அந்தப் பெயராலேயே அழைக்கப்பட்டு, தன் சொந்தப் பெயரை மறக்கும் நிலையாகிவிட்டது.

சோப்புக் கட்டிகளைக் கிழிக்கும் அவனது தகடு சக கைதி ஒருவனின் முகத்தைக் கிழிக்க, அதற்குத் தண்டனையாக தனி செல்லில் வைக்கப்பட்டு, முதல்நாள்தான் பொது பிளாக்கிற்குத் திரும்பி இருந்தான். மீண்டும் தனக்கு அந்தக் கூரிய தகடும், சிற்பம் செதுக்க அனுமதியும் கேட்டுத்தான், வேதாளம்போல் மரத்தில் ஏறி நின்று வேண்டாத பேச்சுகளைப் பேசுகின்றான். இது எப்போதுமே

வேடிக்கையாக முடியும் விஷயமல்ல. போன மாதம் மரம் ஏறி நின்ற கைதி, எல்லா சமாதான முயற்சிகளும் தோற்றுப்போய் தூக்கில் தொங்கி, துடிதுடித்து இறந்துபோனான். 'நூற்றுக்கணக்கான மனிதர்கள் கண்முன்னே தூக்கில் தொங்கி சாவதையும், மரத்திலிருந்து குதித்துச் சாவதையும் இன்னும் எத்தனை முறைதான் பார்த்துத் தொலைக்க வேண்டி உள்ளதோ!' என கைதிகள் வேதனையுடன் பேசிக்கொண்டனர்.

கீழே இருந்து அண்ணாந்து பார்த்தவாறு, ''கிளி, கிளி'' என்று அழைக்கப்பட, எந்த வேண்டுகோளையும் அவன் ஏற்பதாக இல்லை. குதிக்கப் போவதாகச் சொல்லிக்கொண்டிருந்தவன், இடுப்பிலே சட்டைக்கு மேலே இறுக்கமாகக் கட்டியிருந்த துண்டை அவிழ்த்து முறுக்கிச் சுருக்கு தயார் செய்துகொண்டான். கீழே இருந்து வந்த எல்லா குரல்களையும் அலட்சியப்படுத்தியவன் ஒரு குரலை மட்டும் இனம் கண்டு,

"ஏட்டையா நீங்க ஒருத்தர்தான் நல்லவரு. என்னை மன்னிச்சிடுங்க. நீங்க உங்க ப்ளாக்கில் போய் இருங்க. இல்லைன்னா உங்களையும் சஸ்பெண்ட் பண்ணிடுவாங்க. போங்க ஏட்டையா'' என்று சொல்லிவிட்டு ஒரு கும்பிடு போட்டான்.

போன மாதம் மரத்தில் தூக்கில் தொங்கி இறந்த நிகழ்வில், மரம் இருந்த பிளாக் காவலரும், எந்த பிளாக்கில் இருந்து கைதி வந்தானோ அந்த பிளாக் காவலரும் சஸ்பெண்ட் ஆனார்கள். அவர்கள் இன்னும் பணிக்குத் திரும்ப முடியவில்லை. அதனால் இப்போதும் சம்பந்தப்பட்ட பிளாக் காவலர்களும், அவர்களுக்காக மற்ற காவலர்களும், கைதிகளும் எவ்வளவோ எடுத்துச் சொல்லியும், கெஞ்சியும் 'கிளி' கேட்பதாக இல்லை. திரும்பத் திரும்ப கிளி போலவே பேசிக்கொண்டிருந்தான். அங்கு புதிதாக வந்து சேர்ந்தவர்கள், 'பிளாக் காவலர் யாரு... கைதி எந்த பிளாக்..?' என்ற விசாரிப்புகளால் மேலும் பீதி அடைந்து, பரிதாபமாக காணப்பட்டனர் சம்பந்தப்பட்ட காவலர்கள். உணவுப்பொருள் கிடங்கு அதிகாரிக்குத் தகவல் கிடைத்து அவரும் பதற்றத்துடன் வந்து சேர்ந்தார். பக்கத்தில் இருந்த இன்னொரு அதிகாரியிடம்,

''போன மாசம் செத்தவனுக்குப் போஸ்ட் மாடம் செலவு, வீடியோ செலவு, போலீஸ் ஸ்டேஷன் செலவு, ஆம்புலன்ஸ் செலவு, அவன் சொந்தக்காரர்களைச் சமாதானப்படுத்த செலவுன்னு எவ்வளவு செலவு செய்திருக்கேன் தெரியுமா..? இப்ப இவன் வேற..!'' என்று சலிப்புடன் சொல்லிவிட்டு மேலே பார்த்து,

''ஏம்பா கிளி, உனக்கு என்ன வேணுமோ வாங்கிக்கோ, இறங்குப்பா'' என்றார் கெஞ்சலுடன்.

"ஐயா, நீங்க எனக்கு எந்தக் குறையும் வைக்கல. பெரிய அதிகாரிகளை வரச் சொல்லுங்கய்யா. என்னோட தேவை பெருசா ஒன்னும் இல்ல...'' என்றான் கிளி.

உயர் அதிகாரிகளுக்கு ஏற்கெனவே தகவல் சென்றுவிட்டது. நிர்வாக நடவடிக்கையில் தீவிரம் காட்டினார்கள். தீயணைப்பு நிலையத்திற்குத் தகவல் சொல்லி ஏற்பாடு செய்துவிட்டு உயர் அதிகாரிகளும் அங்கு வந்து சேர்ந்தனர்.

வெள்ளைச் சீருடைய கைதிகளும், காக்கிக் காவலர்களும், அதிகாரிகளும் ஆங்காங்கே கூடி ஆலோசித்துக்கொண்டிருந்தனர். கிளியின் பேச்சு இன்னும் அசிங்கமாகவும் ஆவேசமாகவும் போய்க்கொண்டிருந்தது. கீழே இருந்தவர்களின் பார்வையில் அனைத்தும் மேல் நோக்கியே இருந்தன. இன்னும் சில நிமிடங்களில் தீயணைப்பு வாகனம் வந்துவிடும் என்ற தெம்புடன்,

''ஏலேய் மயிராண்டி... இறங்குறியா இல்லையாடா!'' என்று மிரட்டிப் பார்த்தார்

''தகடால் காயப்படுத்தினதுக்காக அதப் பிடுங்கிட்டீங்களே. கையால அடிச்சு காயப்படுத்தினால் கையை எடுத்து விடுவீங்களா. பல்லாலே கிடைச்சிருந்தா பல்ல புடுங்கிடுவீங்களா?'' ஜெயிலரைப் பார்த்துக் கேட்டான் கிளி. கைதிகள் பக்கமிருந்து வந்த சிரிப்பொலி ஜெயிலர் முறைத்துப் பார்த்ததும் அடங்கியது. மீண்டும் மேலே பார்த்து கோபத்துடன்,

"இப்ப இறங்கப் போறியா இல்லையா?" என்றார். அவரது மிரட்டலை அலட்சியப்படுத்தியவனாக...

"பத்து வருஷமா அந்தத் தகட்ட வச்சிருந்தேன். ஒரே ஒருதடவ தப்பு செஞ்சதுக்காக தர மாட்டேன்னு சொல்லிட்டீங்கல்ல. இனி ஹியூமன் ரைட்ஸ்க்கு பதில் சொல்லுங்க!'' என்று சொல்லிவிட்டு சுருக்கு முடிச்சிட்ட துண்டை வாயில் கவ்விக்கொண்டு, பக்கவாட்டில் சற்றுப் படுக்கை வசமாகப் பிரிந்து சென்ற கிளையில் ஏறிக்கொண்டான் கிளி. அங்கேயிருந்து மெயின் கேட்டின் வழியாக தீயணைப்பு வாகனம் உள்ளே நுழைந்ததைப் பார்த்துவிட்டான். கையில் இருந்த துண்டின் முனையை மேல் கிளையில் கட்டி விட்டு சுருக்கை அகலமாக்கி வைத்துக்கொண்டான்.

அவன் சாவது உறுதியாகிக்கொண்டிருந்தது. எல்லோருடலிலும் ஒருவிதப் பதட்டம், நடுக்கம். எல்லோரும் ஒதுங்க மின்னல் வேகத்தில் வந்து நின்றது தீயணைப்பு வாகனம்.

"கிளி... கிளி... வேண்டாம் கிளி!"

"ஏய்... ஏய், நில்லு... நில்லு!" கீழிருந்து சுற்றிலுமிருந்து கூச்சல்கள். அப்போதுதான் நினைவு வந்தவர்களைப் போல்,

"கருப்ப ஏறச் சொல்லுங்க..." என சொல்லிக்கொண்டே கருப்பை கூட்டத்தினர் தேடிக்கொண்டிருக்க, தீயணைப்புவண்டியில் இருந்து இறக்கப்பட்ட ஏணியின் மூலமாக தீயணைப்பு வீரர்கள் ஏணியில் ஏறி மரத்தைத் தொடுவதற்கு முன்பாகவே, கிளி முன்பு நின்ற கிளையை அடைந்துவிட்டான் கருப்பு. தீயணைப்பு வீரர்கள் அடுத்த அடி எடுத்து வைக்க திணறிக்கொண்டிருந்தனர். அதற்குள் கழுத்தில் சுருக்கை மாட்டிக்கொண்டு,

"போங்கடா நீங்களும், உங்க ஜெயிலும்..!" என்று சொன்ன மாத்திரத்தில், படுக்கை வசமாகப் பிரிந்த, பிடிமானம் ஏதுமில்லாத அந்தக் கிளையில், மனிதக் குரங்கு நான்குகால் பாய்ச்சலில் ஓடுவதுபோல் ஓடிய கருப்பு, கிளியை நெருங்கும்போது... தொங்கியே விட்டான் கிளி. பார்க்கச் சகிக்காமல் இதயம் படபடக்க வேறு பக்கம் திரும்பியவர்கள், மீண்டும் அடுத்த நொடியில் பார்த்தபோது கிளியின் டவுசரைப் பிடித்து மேலே தூக்கிக்கொண்டு இருந்தான் கருப்பு. கருப்பு மேலே போனது அப்போதுதான் சில பேருக்குத் தெரிந்தது. கீழே இருந்து கைதட்டல்களும் உற்சாக ஒலிகளும் வந்த வண்ணம் இருந்தன.

இதற்கு முன்பும் பல கைதிகளின் உயிரை இதேபோல் காப்பாற்றி இருக்கிறான் கருப்பு. ஆனாலும், அவன் அடிக்கடி கஞ்சாவுடன் மாட்டிக்கொண்டு, அடி வாங்குவதை வழக்கமாய்க் கொண்டிருந்தான். பிடரி வரை வளர்ந்த தலைமுடியும், சவரம் செய்யாத முகமும் சிறையில் அவன் ஒரு அடங்காப்பிடாரி என்பதற்கான அடையாளமாக இருந்தன.

தன் மடியில் கிளி கிடத்தப்பட்டு, ஒரு கையில் கிளையைப் பிடித்துக்கொண்டு, மறுகையில் கிளியின் கழுத்தை இறுக்கியிருந்த சுருக்கைத் தளர்த்திக்கொண்டு,

"இன்னொரு ஆள் வாங்கய்யா" என்றான் கருப்பு.

அதன்பிறகே தீயணைப்பு வீரர்கள் அந்த இடத்தை அடைய முடிந்தது. "ஒரு பாட்டில்ல தண்ணீர் கொண்டு வாங்கப்பா" என்று

கீழே பார்த்து கருப்பு சொல்ல, இன்னொரு கைதி தயாராகவே தண்ணீர் பாட்டிலுடன் நெருங்கினார். தண்ணீர் பாட்டில் தீயணைப்பு வீரர் மூலம் கருப்பு கைக்குக் கிடைத்தது. தண்ணீரை கிளியின் முகத்தில் அறைந்து கொஞ்சம் குடிக்கவும் கொடுத்தான். அதன் பின்பு பெரிய வடம் கயிரை தீயணைப்பு வீரர்கள் கறுப்பிடம் கொடுத்தனர். கிளியின் இரண்டு அக்குளுக்குள் கயிறை விட்டு முடிச்சுப் போட்டு. முடிச்சை சரி செய்துகொண்டான். தீயணைப்பு வீரர்கள் கறுப்பின் செயல்பாடுகளைக் கண்டு வியந்தனர்.

கண்ணெதிரே இன்னொரு மரணம் நிகழாமல் போனதில் அனைவருக்கும் மகிழ்ச்சி. இன்னொரு மனித உரிமை கமிஷன் விசாரணைக்கு வாய்ப்பு இல்லாமல் போனதில் சிறை அதிகாரிக்குப் பெருமகிழ்ச்சி.

'கருப்பு எந்த பிளாக்?' என்றோ, 'அவன் மரம் ஏற யார் அனுமதித்தது?' என்றோ கேட்கவேண்டிய கேள்விகளை அதிகாரிகள் வசதியாக அந்நேரம் மறந்து இருந்தார்கள். கொஞ்சநேரத்திற்கு முன் பதட்டத்திலும், பரபரப்பிலும் நடுங்கிக்கொண்டிருந்த அத்தனை கால்களும் நடுக்கம் மறந்து நடக்கத் தொடங்கின. எல்லோர் பார்வையும் மேலே இருந்து கயிறு வழியாக இறக்கப்பட்டுக்கொண்டிருந்த கிளியின் மேல் இருந்தது. கிளைகளில் அடிபோட்டுவிடாமல் தாங்கிப் பிடித்தவாறு இறக்கிக்கொண்டு இருந்தான் கருப்பு. ஏணியருகே வரும்போது தீயணைப்பு வீரர்கள் கிளியைத் தங்கள் வசமாக்கி தூக்கித் தோளில் வைத்தவாறு போட்டோவுக்கு போஸ் கொடுத்துவிட்டு, ஏணி வழியாக இறங்கினர். முதல் ஆளாக இலக்கை அடைந்த கருப்பு கடைசி ஆளாக ஏணியைத் தொடாமலேயே இறங்கினான்.

ஆவேசமாக அடிக்கும் எண்ணத்துடன், லத்திகளுடன் கிளியை நெருங்கிய பாராக் காவலர்கள், அவன் மயக்க நிலையில் இருந்ததைப் பார்த்து, "வெளியே போய் செத்துத் தொலைக்க வேண்டியது தானடா. எங்க உயிரை ஏன்டா எடுக்குற?'' என்று புலம்பிக்கொண்டனர். அங்கேயே சிருஞ்சியில் மருந்து ஏற்றிக்கொண்டு வந்த மருத்துவப் பணியாளர் கிளிக்கு ஊசியைப் போட்டவுடன் அவனைத் தூக்கிக் கொண்டு மருத்துவமனைக்குச் சென்றனர்.

ஒரு வாரத்தில் குணமாகிவிட்டான் கிளி. கழுத்தில் இறுகிய தடம் இன்னும் இருந்தது. மரண வாசலுக்குள் எட்டிப் பார்த்துத் திரும்பிய அனுபவத்தைக் காவலர்களும் கைதிகளும் விசாரித்த வண்ணம் இருந்தனர்.

சோப்பு சிற்பம் செய்ய அனுமதியும் கிடைத்துவிட்டது, 'வேலை முடிந்தவுடன் தகடை காவலரிடம் ஒப்படைக்க வேண்டும்' என்ற நிபந்தனையுடன். கிளி தகடை கையில் பிடித்திருக்கும் போதெல்லாம் காவலர்கள் உயிரைக் கையில் பிடித்துக்கொண்டுதான் இருந்தனர்.

அந்த ஆண்டும் கடந்த ஆண்டைப்போலவே மகாத்மா காந்தி பிறந்த நாள் விழாவில் சோப்பு சிற்பத்திற்குப் பரிசு பெறலாம் என்ற எண்ணத்துடன் வேலையில் தீவிரம் காட்டினான் கிளி. கருப்புவைப் பார்த்து நன்றி சொல்ல வேண்டுமென நினைத்தான். ஆனால் இந்த ஒரு வாரத்தில் கருப்பு கண்ணில் படவே இல்லை. ''அவன் மட்டும் ஒரு நொடி தாமதமாக வந்து சேர்ந்திருந்தால் இவன் போய் சேர்ந்திருப்பான்'' என பல கைதிகள் அவன் காதுபடப் பேசிக்கொண்டனர்.

'மகாத்மா காந்தி பிறந்த நாள் விழா' என்ற பேனர் கலையரங்க மேடையில் கட்டப்பட்டிருந்தது. ஒலிபெருக்கியில் தேச பக்திப் பாடல்கள் ஒலித்துக்கொண்டிருந்தன.

நீளம் தாண்டுதல், உயரம் தாண்டுதல், ஓட்டப்பந்தையம், குண்டு ஏறிதல்,கேரம் உள்ளிட்ட விளையாட்டுகளில் வெற்றி பெற்ற வீரர்களின் பட்டியலுடன் அங்குமிங்குமாய் நடமாடிக் கொண்டிருந்தார் நல அலுவலர். அவர் வழக்கத்திற்கு மாறாக டை கட்டி,ஷூ அணிந்து மிடுக்குடன் காணப்பட்டார். மேடையில் மைக்கை சரி செய்து, 'மைக் டெஸ்டிங்... ஒன்...டூ...த்ரீ...' சொல்லிக்கொண்டிருந்தார் மைக் செட் பொறுப்புக் கைதி ஒருவர்.

மேடைக்கு முன்பாக முன்னதாகவே வந்து நூற்பாலை நூற்கண்டுகள் போல் வெள்ளைச் சீருடையில் வரிசை வரிசையாக உட்கார்ந்து இருந்தனர் கைதிகள். கருப்பும், கிளியும் கலையரங்க நுழைவுப் பாதை ஓரமாக நின்று பேசிக்கொண்டிருந்தனர். கடந்து செல்லும் ஒவ்வொரு அதிகாரிக்கும் வணக்கம் சொல்லிக்கொண்டிருந்தனர்.

''என்னடா கிளி... எப்படி இருக்க?'' என்று கேட்டுக்கொண்டே போனார் உணவுப்பொருள் பொறுப்பு அதிகாரி.

மகாத்மா காந்தியின் பெருமைகளை, ஒவ்வொரு ஆண்டும் பேசியதையே இந்த ஆண்டும் புதிதாக வந்த அதிகாரிகளும் சிறப்பு விருந்தினர்களும் முழங்கிக்கொண்டிருந்தனர். எல்லாம் பேசி முடித்த பிறகு பரிசளிப்பு விழா தொடங்கியது. நல அலுவலர் பெயர் வாசிக்க வாசிக்க நீளம் தாண்டுதல், உயரம் தாண்டுதல், ஓட்டப்பந்தயம், குண்டு எறிதல், கேரம் என வெற்றி பெற்ற ஒவ்வொருவரும் பலத்த

கரகோஷத்துக்கிடையில் பரிசுகளை வாங்கிக்கொண்டு வெளியே உற்சாகம் பொங்க வந்துகொண்டிருந்தனர். சில விளையாட்டு வீரர்களின் பரிசை வாங்கி திருப்பித் திருப்பி பார்த்துவிட்டு கொடுத்தான் கருப்பு. தேசிய கீதம் பாடல் ஒலித்தபோது எல்லோரும் அமைதியாக எழுந்து நின்று மரியாதை செய்தனர். தேசிய கீதம் ஒலித்து முடித்தவுடன் கூட்டம் கூட்டமாகக் கலைந்து வந்துகொண்டிருந்தனர்.

கிளி, தான் வைத்திருந்த புதிய சோப்பு ஒன்றை எடுத்து கருப்புவிடம் கொடுத்தான். சோப்பு உறையில் ஒருமுனை மட்டும் பிரிக்கப்பட்டு இருந்தது உள்ளே இருந்து சோப்பை வெளியே எடுத்துப் பார்த்து,

''புதுச் சோப்பை ஏன் என்கிட்ட கொடுக்கிற?'' என்றான் கருப்பு.

''நல்லா பாரு உனக்காக நான் செஞ்சது... என் உயிரைக் காத்த உண்மையான வீரன் நீதான்! என்னால முடிஞ்சது இதுதான்!'' என்றான் கிளி. திருப்பித் திருப்பிப் பார்த்து ஒன்றும் புரியாமல் புலம்பினான் கருப்பு. அதைத் திரும்ப வாங்கிய கிளி, தீப்பெட்டி திறப்பதுபோல், சற்று அழுத்திகத் திறந்து காட்டினான். சோப்புக்குள் இருந்து காலியாக இருந்த ஒரு பெட்டி வெளியே நீண்டதைப் பார்த்து முகம் மலர்ந்து ஆவலுடன் அந்தப் பரிசை வாங்கிக்கொண்டான் கருப்பு.

நான் எழுதிய இந்தக் கதை, அப்படியே 'செம்மலர்' 2012 பிப்ரவரி இதழில் வெளிவந்தது. நிகழ்வு நடந்து ஐந்தாறு ஆண்டுகளுக்குப் பிறகே எழுதப்பட்டக் கதை இது. சிறையில் கருப்புவிடம் 'செம்மலர்' இதழைக் கொடுத்து இந்தக் கதையைப் படிக்கச்சொன்னேன். படிக்கப் படிக்கப் பரவசமானான். இடையில் நிறுத்தி,

''இந்தக் கதையில வர்ற கருப்பு நீதான..? யாருகிட்ட இந்தக் கதையச் சொன்ன. எப்படி இந்தப் பத்திரிகைல வந்தது?'' என்று ஒன்றும் தெரியாதவன்போல் கேட்டேன்.

''தெரியலையே அய்யா. யாராவது ரிலீசாகிப்போன கைதிக எழுதியிருப்பாங்கன்னு நினைக்கிறேன்யா. அப்படியே படம் பிடிச்சது மாதிரி எழுதிட்டாங்களேய்யா. ஆச்சர்யமா இருக்கு. நீங்க விசாரிச்சுப் பருங்கய்யா...'' என்றான். கடைசிவரை அந்தக் கதையை நான்தான் எழுதினேன் என்பது அவனுக்குத் தெரியாது.

கருப்பு, சிறை அரசு ஊழியரான மின்கம்பியாளருக்கு உதவியாளராக வேலைகள் செய்து வந்தான். இரவுநேரங்களிலும் மழைநேரங்களிலும் மின் இணைப்பு துண்டிக்கப்பட்டால் ஆபத்தை அலட்சியம் செய்தவனாக எவ்வளவு உயரமான கட்டிடங்களிலும் மின்

கம்பங்களிலும் ஏறி மின் இணைப்பைக் கொடுத்துவிட்டுத்தான் இறங்குவான். ஏணிகளையும் படிக்கட்டுகளையும் எப்போதும் அலட்சியம் செய்தவனாகவே இருப்பான்.

இப்படித்தான் ஒருமுறை இந்த யானைக்கும் அடி சறுக்கியது! ஒரு மழைநாளில் கட்டடத்தில் ஏறியவனின் மேல் கட்டடம் 'பாசம்' காட்டியதில் வழுக்கிக் கீழே விழுந்ததில் இடுப்பில் எலும்பு முறிந்தது. நீண்ட நாள் சிகிச்சைக்குப்பின் தேறி வந்தான். கொஞ்சம் இடுப்பு வளைந்து நடந்துகொண்டிருந்தான். வலியும் இருப்பதாக சொல்லிக்கொண்டிருந்தான். வெளி மருத்துவமனையிலும், சிறை மருத்துவமனையிலும் சிகிச்சை பெற்றபோதும் வலி குறையவில்லை... வேறு வழியும் அவனுக்குத் தெரியவில்லை!

பூனைக்கறி சாப்பிட்டால் இடுப்பு வலி குறையுமென்று சிறையில் இருந்த மூத்த சில சிறைவாசிகள் மருத்துவ ஆலோசனைகள் வழங்கினார்கள்.

அதற்கெங்கே வாய்ப்பிருக்கிறது என்ற விரக்தியில் இருந்தவனுக்கு ஒரு வாய்ப்பு அமைந்தது.

கைத்தறிக்கூடத்தில் பூனை ஒன்று இரவுநேரங்களில் அடிக்கடி நூல்களையும் நெய்த துணிகளையும் கடித்துச் சேதப்படுத்துவதாகவும், மலம் கழித்து அசிங்கம் செய்வதாகவும் கைத்தறி பயிற்றுனர் கருப்பிடம் கூறியுள்ளார்.

அடுத்த ஒரு சில நாட்களில், அடுப்பு, விறகு, மசாலா பொருட்கள், எண்ணெய் எல்லாம் சேகரித்த அடுத்த நொடியே ரகசிய இடத்தில் பூனைக்கறி அடுப்பில் வெந்துகொண்டிருந்தது.

அதுவரை அந்தப் பூனை வேறொரு பிளாக் கைதிகளால் பாசத்துடன் வளர்க்கப்பட்ட பூனை என்பது தெரியாது. அதுவும் செல்வாக்கும் சிறையில் ஆதிக்க சக்தியாகவும் இருந்த ஒரு குழுவிலுள்ள கைதி வளர்த்த பூனை அது. பூனையை வளர்த்த கைதி, பிள்ளையைப் பறிகொடுத்தவன்போல் அவன் ஆதரவாளர்களுடன் சிறை அதிகாரிகளிடம் முறையிட, சிறைக் காவலர்கள் ஒரு தீவிரவாதியைப் பிடிப்பதுபோல் கருப்புவைச் சுற்றி வளைத்தனர்.

அவ்வளவு கஷ்டப்பட்டும் கறிக்குழம்பின் வாசம் மட்டுமே கருப்புக்கு அன்று கிடைத்தது. கறிக்குழம்புடன் சட்டி கவிழ்க்கப்பட்டது. பலத்தக் காவலுடன் இடுப்பு வலியுடன் இடதுகையை முழங்காலில் ஊன்றி ஊன்றி ஜெயிலர் அலுவலகம் வந்தான். அவன் சொன்ன எந்த

நியாயமும் அங்கு எடுபடவில்லை. மின் கம்பியாளர் நமக்கேன் வம்பு என்று கம்பி நீட்டிவிட்டார். கைத்தறி ஃபோர்மேனும் கைவிட்டு விட்டார். இருந்தபோதும் குறைந்த அடிகளுடன் தனி செல்லுக்கு அழைத்துச் செல்லப்பட்டு அங்கே பூட்டப்பட்டான் கருப்பு.

அப்போது சிறைக் கண்காணிப்பாளராக இருந்தவர் அனுபவம் மிக்கவராக இருந்தபோதும் மதுரை சிறைக்குப் புதியவர். சிறைப் பணியாளர்களும், சிறைவாசிகளும் அவரை எளிதில் நெருங்கிப் பேச இயலாதவாறு தன்னை ஒரு இரும்பு மனிதராகவே காட்டிக் கொண்டார்.

ஆற்றுப்படுத்தும் பணியிலிருந்த நான், தனி செல்லுக்குச் சென்று கருப்புவுடன் அன்றாடம் உறையாடல் நடத்திவந்தேன். அவன் தவறு செய்ததை ஒப்புக் கொண்டும், அதைச் செய்யும் தேவை ஏன் ஏற்பட்டது என்று மட்டுமே சொல்லிக்கொண்டிருந்தான். அவன் சிறைக்கு ஆற்றிய ஆபத்தான மின்சாரப் பணிகள் குறித்தோ, உயிரைப் பனையம் வைத்து பல உயிர்களைக் காப்பாற்றிய சாகசம் குறித்தோ, அந்தப் பணிகளில் ஈடுபட்டபோது ஏற்பட்ட எலும்பு முறிவு குறித்தோ, அதற்காக அதிக அக்கறையோடு மருத்துவ உதவி செய்ய முன்வராத சிறை நிர்வாகம் குறித்தோ எந்தவிதக் குறையும் அவன் சொல்லவே இல்லை.

அவன் செய்த தவறுக்கு அதிகமாகவே தனி செல்லில் தண்டனையில் இருப்பதை உணர்ந்த நான் அதைக் கண்காணிப்பாளரின் கவனத்திற்குக் கொண்டுச் சென்றேன்.

அவன் நீண்ட நாட்களாக சிறை நிர்வாகத்திற்குச் செய்த சேவைகளைப் பட்டியலிட்டேன். அவன் செய்த தவறையும் ஒத்துக்கொண்டு வருந்துவதையும் எடுத்துச் சொன்னேன்.

கண்காணிப்பாளர் கடுமையாகவும் கறாராகவும் சொன்னார்...

''மூனுபேரு உசுர காப்பாத்துனதுக்காக பூன உசுர கொல்லணுமா. அவன் இன்னும் கொஞ்ச நாள் செல்லுலேயே இருக்கட்டும்... அப்புறம் பார்க்கலாம்''

அவன் செய்த சிறைக் குற்றத்திற்காக, அவன் சிறை நிர்வாகத்திற்கு செய்த சேவைகளையும் கணக்கில் எடுத்துக்கொள்ளவில்லை; அவனுக்கு ஏற்பட்ட பாதிப்புக்காக பரிதாபப்படவும் இல்லை!

குப்பைக் கவிஞன்

சிறையின் உட்புறம், அந்தப் பிரதான வாயில் அருகே அதிகாரிகள் காத்திருந்தனர். காலையில் சிறைச்சாலைக்குள் ஒரு சுற்றுச் சுற்று வந்து, அலுவலகப் பணிகளைக் கவனிக்க வேண்டியிருக்கும் ஜெயில் சூப்பிரண்டன்ட்டை எதிர்பார்த்துக் காத்திருந்தனர், இளநிலை அதிகாரிகள். அதுவரையில் கலைந்து நின்று கதைத்துக்கொண்டிருந்தவர்கள், வெளியே ஆயுதக் காவலர்கள் கொடுத்த அணிவகுப்பு மரியாதையின் சத்தத்தைக் கேட்டவுடன் கையில் வைத்திருந்த தொப்பியைத் தலையில் வைத்து சீருடையைச் சரி செய்துகொண்டு, ஒரு ஒழுங்காக அணிவகுத்து நின்றனர்.

பெரிய இரும்புக்கதவுகள் திறக்கப்பட்டவுடன் உள்ளே மிடுக்குடன் நுழைந்து வந்த கண்காணிப்பாளருக்கு சல்யூட் அடித்து, உரத்த குரலில் கர்ஜித்து மரியாதை செய்தார், ஒரு மூத்த அதிகாரி. மரியாதையை ஏற்றுக்கொண்ட சூப்பிரண்டன்ட் உள் கேட்டைக் கடந்ததும், அனிச்சைச் செயல் போல் வலதுபக்கம் திரும்பி 'அறிவிப்புப் பலகை' என எழுதப்பட்டிருந்த அந்தக் கருஞ்சுவரை உற்றுப் பார்த்தார்.

மார்ச் 8 'உலக மகளிர் தினம்'
'பெண் தூங்கும் எரிமலை
விழித்தால் விடுதலை!"

'கல்லானால் ரோட்டுக்கு
புல்லானால் மாட்டுக்கு'!

என ஒருவித சித்திர எழுத்துகளால் எழுதப்பட்டிருந்த வரிகளைப் படித்து முகம் மலர்ந்தார். இலக்கிய எழுத்துகளில் எவ்வித ஈடுபாடும் இல்லாத மற்ற அதிகாரிகள் வெகுநேரமாக அங்கேதான் நின்றிருந்தனர். அதுவரை அதை ஏறெடுத்துப் பார்க்காத அதிகாரிகள், மேலதிகாரி அதை வாசித்ததும் ரசித்து வாசிப்பதுபோல் பாசாங்கு செய்தனர்.

அதில் ஒருவர் சொன்னார், "அய்யா, நம்ம கவி கண்ணன்தான் எழுதினான்."

அதை ஏற்றுக் கொள்வாரா என்ற குழப்பத்தில் இருந்தவர்களைப் பார்த்து, "வெறும் திருக்குறள் மட்டும்தான்னு இல்லாம இந்த மாதிரி புதுசு புதுசா எழுதுறதும் நல்லாத்தான் இருக்கு" என்றார் கண்காணிப்பாளர்.

இந்தக் கவிதை மட்டுமல்ல கவி கண்ணனால் அவ்வப்பொழுது ஆங்காங்கே எழுதப்பட்ட கவிதை வரிகள் கண்காணிப்பாளரை வெகுவாக ஈர்த்து இருந்தன. இவர் புதிதாக மாறுதலில் வருவதற்கு முன்பாகவே வரக்கூடிய அதிகாரி இலக்கிய ஆர்வமும் தமிழ் பற்றும் உள்ளவர் என்பது பரவலாக அறியப்பட்டிருந்ததால், பணியில் வந்து சேர்ந்த அன்று இவரை வரவேற்று அழகிய எழுத்துக்களால் ,

'சீருடை தரித்த செந்தமிழே
நடமாடும் நூலகமே வருக வருக'

என எழுதியிருந்தார் கவி கண்ணன். மற்றவர்கள் அதனை ரசித்த போதும் இப்படி இனிமேல் எழுதக்கூடாது என நயமாக எடுத்துச் சொன்னார் கண்காணிப்பாளர். அதன் பிறகு பல சந்தர்ப்பங்களில் கவி கண்ணனைப் பாராட்டி இருக்கிறார் கண்காணிப்பாளர். மற்றவர்களிடத்திலும் பெருமையாகப் பேசுவார்.

பசுஞ்சோலையாக இருக்கும் சிறையிலுள்ள மரங்களின் கிளைகளை சில கைதிகள் விறகுக்காகத் திருட்டுத்தனமாக முறித்துக்கொண்டிருந்தனர். அதைத் தடுக்க பலமுறை கடுமையாக எச்சரித்தும் எந்தப் பயனும் இல்லாமல் இருந்தது. சில கைதிகளைத் தண்டித்தும் பார்த்துவிட்டார்கள். விறகு வேட்டை நின்ற பாடு இல்லை. அப்படி இருந்த சூழ்நிலையில்தான் சிறையின் மையப்பகுதியில் இருந்த கருஞ்சுவரில் கவி கண்ணன் தன் கைவண்ணத்தில் கவிஞர் வைரமுத்து அவர்களின் வரிகளை இப்படி எழுதி இருந்தார்.

'பிறக்கும்போது தொட்டில் முதல்
இறக்கும்போது எரிக்க விறகு வரை
மனிதனுக்கு எல்லாம் மரம்தான், மரம்தான்!
மனிதன் அதனை மறந்தான், மறந்தான்!'

இதைப் பார்த்த கண்காணிப்பாளர் மற்ற அதிகாரிகளுக்குக் கட்டளையிட்டார், "இந்த வரிகளை சிறையில் ஒவ்வொரு பகுதியிலும் எழுதி வையுங்கள்" என்று. அப்படி எழுதி வைத்த பிறகு பலன்

கிடைத்ததோ இல்லையோ, கவி கண்ணனுக்கு அதிகாரிகள் மத்தியிலும், ஒரு சில கைதிகள் மத்தியில் நல்ல மரியாதை இருந்தது. முழுக்க முழுக்க குற்றவாளிகளும், குற்றம் சாட்டப்பட்டவர்களும் இருக்கும் பகுதி, என்பதால் கண்ணனின் குற்றப் பின்னணியை யாரும் அதிகம் விசாரித்ததில்லை. குற்றம் குறித்து விசாரித்தால் சொல்பவர்களுக்கு சில சங்கடங்களும் இருக்கும், கேட்பவர்களுக்கு மனம் பாரமாகி விடுவதும் உண்டு. இதனால் குற்ற விசாரிப்புகளைத் தவிர்த்து விடுவது நல்லது என கருதப்படுவதும் ஒரு காரணமாக இருக்கலாம்.

சில அதிகாரிகள் தங்கள் பிள்ளைகள் படிக்கும் பள்ளி, கல்லூரியில் நடக்கும் பேச்சுப் போட்டிகளுக்கும் கட்டுரைப் போட்டிகளுக்கும், கவி கண்ணனிடம் எழுதி வாங்கிப் போய் பிள்ளைகளிடம் கொடுப்பார்கள். எழுதிய தாள்களை கவி கண்ணன் கொடுக்கும்போது ரசனையுடனும் பாவனையுடனும் அதைத் திரும்பத் திரும்ப உரத்தக் குரலில் படித்துக் காட்டுவார். அவற்றில் எல்லாம் சிந்தனைத் துளிகளும், கவிதை நயமும் ஜொலிக்கும். அப்படி சிறையில் இருந்து இறக்குமதி செய்யப்பட்ட சில கட்டுரைகளும், பேச்சுக்கான சரக்குகளும் பரிசுகளைப் பெற்றதுமுண்டு!

ஒரு இளம் காவலர் ஒருவர், ஒரு விபத்தில் உயிரிழந்த சமயம் கவி கண்ணன் தீட்டிய 'கவிதாஞ்சலி'தான், காவலர்கள் அனைவரிடமும் 'யார் இந்தக் கவி கண்ணன்?' என்று விசாரிக்க வைத்தது. ஒரு ஆயுள்தண்டனைக் கைதி, காவலரைப் பற்றி உருகி உருகி எழுதியதை அந்தக் காவலரின் குடும்பத்தாரையும் குலுங்கி அழ வைத்துவிட்டது. அந்தக் காவலரின் தந்தை ஒருமுறை சிறை அலுவலகத்திற்கு வந்தபோது, கண்காணிப்பாளரிடம் கவி கண்ணனைக் காண விரும்பி அனுமதி கேட்டார். கண்காணிப்பாளரும் அனுமதித்தார்.

பளிச்சென்ற வெள்ளை சட்டை, அரைக்கால் சட்டை அணிந்து குறுந்தாடியுடன் வந்து பணிவுடன் கும்பிட்டு நின்றார் கவி கண்ணன். "அய்யா, வணக்கம்! என் பேருதான் கண்ணன். நல்லா இருக்கீங்களாய்யா?"

"தம்பி, நீங்க என் மகனுக்கு எழுதின இரங்கல் கவிதையை இன்னும் நான் முழுசாப் படிச்சு முடிக்கல தம்பி. நாலு வரி படிச்சதும் கண்ணீர் வந்திடுது. அதுக்கு மேல படிக்க முடியல. வீட்டில பொம்பளப் புள்ளைங்க படிச்சிட்டு, அண்ணன் மேல கைதிங்ககூட எவ்வளவு பாசமா இருந்திருக்காங்க பாருங்கப்பான்னு அழுதுகிட்டே சொன்னாங்க!"

''ஐயா உங்க மகன அவ்வளவா எனக்குப் பழக்கம் இல்ல. இருந்தாலும் இங்க மத்த கைதிங்க எல்லாம் அவர்க்கிட்ட பாசமாக இருந்தத நான் பார்த்து இருக்கேன். அவர் இறந்தபோது சிறையே சோகமயம் ஆயிடுச்சு. அன்னைக்கு இரவு ஜெயில்ல எல்லாம் பிளாக்லயும் மௌன அஞ்சலி செலுத்தினாங்க. அன்னைக்குத்தான் அந்தக் கவிதையை எழுதினேன்'' என்றார், கவி கண்ணன்.

அதுமட்டுமல்ல, சிறையில் நடக்கும் சின்னச் சின்ன நிகழ்ச்சிகள் முதல், பெரிய விழாக்கள் வரை மேடையில் தன் கவிதைகளாலும் பேச்சாலும் சிறைக் கைதிகளையும், சிறப்பு விருந்தினர்களையும் தன் வசம் ஈர்க்கும் திறன் பெற்றிருந்தார் கவி கண்ணன். திரைக் கவிஞருக்கு நிகராக இந்தச் சிறைக் கவிஞருக்கு அங்கு மதிப்பு இருந்தது.

ஒரு முறை சிறையில் நடந்த பட்டிமன்றத்தில் வெளியில் இருந்து வந்த பேராசிரியர்களுடன் கைதிகள் இருவர் இணைந்து பேசலாம் என நிகழ்ச்சி வடிவமைக்கப்பட்டு இருந்தது. அந்த வாய்ப்பைக் கண்ணன் சரியாகப் பயன்படுத்தி அசத்தினார். ஒரு கட்டத்தில்,

''மாதர் தம்மை இழிவு செய்யும் மடமையைக் கொளுத்துவோம் என்றான் பாரதி'' என உணர்சிகரமாகச் சொல்லிவிட்டு, இரண்டாவது முறையாக அதே வரிகளை நிதானமாக

"மாதர்... தம்மை இழிவு செய்யும்...'' என்று, தன் நெஞ்சில் கை வைத்து, தம்மைத் தானே சொல்வது போல் பேசி, அனைவரின் கவனத்தையும் ஈர்த்தார் கண்ணன். அந்தப் பேச்சின் இடையிடையே கவிச்சரங்கள், நகைச்சுவைத் தோரணங்கள் என சொல்லலங்காரம் செய்து சொக்க வைத்தார். எல்லோரும் கவி கண்ணன் என அடை மொழியோடு அழைத்தபோதும், அவர் தன்னை ஒரு எளிய கவிஞன் என்றுதான் அடக்கத்துடன் கூறிக்கொண்டார்.

பரோல் விடுமுறையில் நான்கு நாட்கள் ஊருக்குச் சென்று வந்த கவி கண்ணன் உற்சாகம் குறைந்து காணப்பட்டார். அவர் பரோலில் செல்ல அவரது மகள் படிக்கும் தொண்டு நிறுவனமான அன்பு இல்லத்தின் நிறுவனர் அருள்தாஸ்தான் பெரிய உதவி செய்தார். 'அன்பு இல்லம்' என்பது சிறைக் கைதிகளின் ஆதரவற்ற குழந்தைகளுக்காக உருவாக்கப்பட்டது. மகளைப் படிக்க வைக்கும் அளவுக்கு கண்ணனின் குடும்பத்தினருக்கு வசதி இருந்தபோதும், பரோலில் செல்லும் வசதிக்காக, தனது கட்டாயத்தில்தான் அவர் மகளை அந்த இல்லத்தில் சேர்த்தார். சிறைக்கு மிக அருகிலேயே அமைந்திருந்தது அந்த இல்லம்.

பரோலில் வெளியே வரும் வரை மகளைப் பார்த்துவிட்டு, அதன் பிறகு ஊருக்குப் போகலாம் என்று இருந்தவர், வெளியில் வந்ததும் மனம் மாறி விடுமுறை முடிந்து திரும்பும்போது பார்த்துக் கொள்ளலாம் என்று அவசர அவசரமாகச் சென்றுவிட்டார். ஊருக்குப் போனதும் கவி கண்ணனின் மனைவி முதலில் கேட்டது, ''மகள் செல்வியைப் பார்த்துவிட்டு வந்தீங்களா?'' என்றுதான்.

''ரெண்டு வருஷம் கழிச்சு வந்திருக்கேன். உன்னையப் பார்த்துட்டு அப்புறமா ரெண்டு பேரும் சேர்ந்து போய் பார்க்கலாம்னு வந்தேன். போன வாரம் ஞாயிற்றுக்கிழமைதான் அன்பு இல்லத்தில் இருந்து ஜெயிலுக்குக் கூட்டிட்டு வந்தாங்க. நல்லாப் படிக்கிறதா சொன்னா. ஊருக்கு வந்தா அவளையும் கூட்டிட்டு வரச் சொல்லி இருந்தா. பள்ளிக்கூடம் நடந்துக்கிட்டு இருக்குறப்ப எப்படிக் கூப்பிட்டு வர முடியும்?" என்று சொல்லி இருந்தார் கண்ணன்.

பரோல் லீவு முடிந்து திரும்பும்போது இரவு 9 மணி ஆகிவிட்டது. அவசரமாக அன்பு இல்லம் சென்றார். வாங்கி வந்திருந்த தின்பண்டங்களை செல்வியிடம் கொடுத்துவிட்டுத் தனக்குத் தேவையான இன்னும் சில பொருட்களைப் பக்கத்துக் கடையில் வாங்கிக்கொண்டு சிறையை நோக்கி வருகையில், கை மட்டும் கணக்க வில்லை, இதயமும் கனத்தது. ஒரு நடைபிணம்போல் வந்து சேர்ந்தார். வந்ததிலிருந்து சோகமாகவே காணப்பட்டார். இரண்டு நாள் கழித்து அருள்ராஜ் சிறை அலுவலகத்திற்கு வந்தபோது அவருக்கு நன்றி சொல்லிவிட்டே தயங்கித் தயங்கி அதைச் சொன்னார்...

''ஐயா, இப்ப உள்ள புள்ளைங்க டிவி, சினிமாவெல்லாம் பார்த்து கெட்டுப் போய் இருக்காங்க. ஆம்பளப் பசங்களையும், பொம்பளப் பிள்ளைகளையும் ஒரே ஹாலில் ஒண்ணா படுக்க வைக்காமல் தனித்தனியாக படுக்கவைக்கலாம் இல்லையா?"

அருள்ராஜ் அதிர்ச்சியைக் காட்டிக்கொள்ளாதவராய், ''ஐந்தாம் வகுப்பு படிக்கிற பிள்ளைகள்தானே. அவங்களுக்கு என்ன தெரியும். ஆயா கூடவே இருந்து பார்த்துக்கிறாங்க. பெரிய வீடா அமைஞ்சா அப்புறம் பார்த்துக் கொள்ளலாம்.''

அருள்ராஜின் பதில், திருப்தி அளித்ததோ இல்லையோ மனதில் இருந்து அழுத்திக் கொண்டிருந்தைச் சொல்லியதில் திருப்தி அடைந்தவராக பிளாக் திரும்பினார் கண்ணன்.

சிறை வளாகத்தில் அந்தப் பெண் தலைவாரப்படாமல், சுருட்டையாகவும், பரட்டையாகவும் தலை கவிழ்ந்து வந்திருந்தாள்

அந்தப் பெண். மேனியழகு வெளியே தெரியாமல் இருந்தபோதும் அங்கு மிங்குமாய் நடமாடிக் கொண்டிருந்த காக்கிளின் கண்கள் அவளை மேய்ந்த வண்ணம்தான் இருந்தன. அருகில் சென்று விசாரித்து, பாதுகாப்பான இடத்தில் உட்காரச் சொல்லி இருந்தார் கார்டு கமாண்டர். சேலைத் தலைப்பால் மூடி முழங்காலில் முகம் புதைத்து உட்கார்ந்து இருந்தவள்தான், அதன் பிறகு ஏறெடுத்துப் பார்க்கவில்லை.

கொஞ்சநேரத்தில், அந்த வளாகம் பரபரப்பானது. சுவரில் சாத்தி வைக்கப்பட்டிருந்த துப்பாக்கிகளை எடுத்துக்கொண்டு காவலர்கள் அணிவகுத்து நின்றனர். அங்குமிங்குமாய் இருந்தவர்கள் ஓடி ஓரமாய் நின்று கொண்டார்கள். கார்டு கமாண்டர் அடிவயிற்றிலிருந்து வளாகமே அதிரும் வண்ணம் ''காட்! ஸ்லோப் ஆர்ம்!'' எனக் கட்டளையிட்டார். வளாகத்தை நோக்கி மெதுவாக வந்த கார், காவலர்கள் அணிவகுத்து நின்ற இடத்தில் மிக அருகில் வந்து நின்றது. காரின் கதவை ஒரு காவலர் சல்யூட் அடித்துத் திறந்தார். காரில் இருந்து இறங்கிய கண்காணிப்பாளர், கார்டு கமாண்டர் விரைப்பாக நின்று கொடுத்த அணிவகுப்பு மரியாதையை ஏற்றுக் கொண்டதும், கமாண்டரிடம்,

''அங்கே யாரு உட்கார்ந்து இருக்கிறது?'' எனக் கேட்டார் கண்காணிப்பாளர். அவரை நெருங்கிச் சென்று விபரம் சொன்னார் கமாண்டர். அதைக் கேட்டுவிட்டு முன்னே நடக்க இரண்டு பெரிய இரும்புக்கதவுகளும் திறந்தன. உள்ளே கம்பீரமாக நுழைந்தார் கண்காணிப்பாளர்.

இவ்வளவும் நடந்துகொண்டிருந்த எதையும் கண்டுகொள்ளாதவளாக இருந்தாள் அந்தப் பெண். கொஞ்ச நேரம் கழித்து உள்ளே இருந்து வந்த காவலர் ஒருவர் கார்டு கமண்டரிடம் சொல்லிவிட்டு அந்தப் பெண்ணை அழைத்துச் சென்றார். முகம் பார்க்க இயலாதவாறு ஒரு பக்கம் சேலைத் தலைப்பால் மூடிக்கொண்டு அந்தக் காவலரை பின்தொடர்ந்து சென்றாள் அந்தப் பெண்.

சிதைந்த சிற்பம்போல் கண்காணிப்பாளர் முன் வந்து நின்றாள் அந்தப் பெண். தன் அறையில் இருந்த மற்றவர்களை வெளியே போகச் சொல்லிவிட்டு, ''என்னம்மா, என்ன பிரச்னை?'' பணிவுடன் கேட்டார் கண்காணிப்பாளர்.

கையில் இருந்த பெட்டிஷன் பேப்பரை எடுத்து கண்காணிப்பாளரிடம் கும்பிட்டு நீட்டினாள் அந்தப் பெண். அப்போதுதான் அவள் கண்ணத்தைப் பார்த்தார் கண்காணிப்பாளர். '°/°' போல் மூன்று

தீக்காயங்கள் இருந்தன. இரண்டு கைகளிலும் சரவிளக்குகள் போல் தீப்புண்கள்.

"ஐயா, உங்கள கும்பிடுறேன்யா. என் வீட்டுக்காரரு கண்ணனை வெளியில விடாதீங்க. மொதப் பொண்டாட்டியத்தான் இப்படி எல்லாம் சிகரெட்டால சுட்டு சித்திரவதை செஞ்சு கொன்னுருக்கான். அது தெரியாம நானும் ஏமாந்து இவன இரண்டாம் தரமா கட்டிக்கிட்டேன். மனுசனா இவன்..? திருந்துற மாதிரி தெரியல. அவனை வெளியில விடாதீங்க. நானும் என் புள்ளையும் எப்படியும் பொழச்சிட்டு போறோம்!" கதறலுக்கு நடுவில் சொல்லி முடித்தாள்.

கண்காணிப்பாளர் அவளையே பரிவுடன் பார்த்தார். அவருக்குள் அதிர்வலைகள்...

'ஈர மனசு இல்லாமலும் கவிதை எழுத முடியுமா..? வெறும் அறிவித்திறமையினாலேயே அழகான கவிதைகள் அமைச்சுர முடியுமா..?'

'முடியும்' என்பதைப்போல அவர் கையிலிருந்த சோகம் நிறைந்த அந்த பெட்டிஷன் பேப்பர் சடசடத்தது.

காத்து மாறி அடிக்குது

தலைமை இடத்தில் இருந்து திரும்பிய தலைமைக் காவலர் சொன்ன தகவலால் அந்தக் கிளைச்சிறைக் காவலர்கள் எல்லாரும் மகிழ்ச்சியாக இருந்தனர். நீண்ட நாட்களாக அந்தக் கிளைச்சிறைக்குக் கண்காணிப்பாளர் நியமிக்கப்படாமல் இருந்ததினால், கண்காணிப்பு இல்லாமல் காவலர்கள் இவ்வளவு நாள் பணி செய்தது முதலில் சந்தோஷமாக போய்க்கொண்டிருந்தது. அதுவே பின்னாளில் சில சங்கடங்களையும் ஒருவித சலிப்பையும் ஏற்படுத்தியது. எந்த அதிகாரி வரப்போகிறாரோ? எப்படி நிர்வாகம் இருக்குமோ? என்ற பதைபதைப்புக்கு ஒரு முற்றுப்புள்ளி வைத்தது போல் இருந்தது அந்தத் தகவல். தமிழரசன்தான் சப்ஜெயிலுக்கு சூப்பரிண்டன்ட்டாக வரப்போகிறார் என்றதும் நிம்மதி அடைந்திருந்தனர் காவலர்கள். ஏறக்குறைய எல்லா காவலர்களும் அவரை நன்கு அறிந்திருந்தனர். காவலர் இளங்கோ அவரைப் பற்றி கொஞ்சம் கூடுதலாகத் தெரிந்து வைத்திருந்தார்.

"அவருக்கு இந்தப் பக்கம்தான் சொந்த ஊருன்னு சொன்னாரு. வேலைக்குச் சேர்ந்த பிறகு இப்பதான் சொந்த மாவட்டத்துக்கே வாராரு" என்றார் இளங்கோ. "மெட்ராஸ் ஜெயில்ல இவரு பேரைக் கேட்டா எந்த தாதாவும் அடங்கிப்போவான். சென்ட்ரல் ஜெயில் சூப்பரெண்டு, ஜெயிலர்கிட்ட அலட்சியமா பேசுற ரவுடிகள்கூட இந்த அதிரடி தமிழரசன் சார்கிட்ட அடக்கி வாசிப்பானுக. எவனாவது எதிர்த்துப் பேசினா அடி பொளந்துருவாரு..." என்று சென்னையிலிருந்து சமீபத்தில் மாறுதலில் வந்த காவலர் சொன்னார்.

"கோயம்புத்தூர் ஜெயில்ல முஸ்லீம் கைதிங்க லாக்கப்புக்குள்ள போக முடியாதுன்னு சூப்பரெண்டுகிட்ட தகராறு செஞ்சுக்கிட்டு இருந்தானுக. எந்த நேரத்துல எதுவும் நடக்கலாம்கிற சூழ்நில. காவலர்கள் எல்லாம் பெரிய பெரிய லத்திகளோட அந்த பிளாக்

முன்னால திரண்டு இருந்தாங்க. அதிகாரிகள் கெஞ்சியும் பார்த்தாங்க. மிரட்டியும் பார்த்தாங்க. அவனுக கேட்கிற மாதிரி தெரியல. அப்பத்தான் வேகவேகமாக அந்த இடத்திற்கு தமிழரசன் சார் வந்தாரு. அவர விட பெரிய அதிகாரிகள் எல்லாம் அங்க இருந்தாலும், அவர் வந்ததும் காவலர்கிட்ட ஒரு தீ பரவுன மாதிரி ஒரு பரபரப்பு. தமிழரசன் சார் அவன் கிட்ட பேசினாரு. அதுக்குப் பிறகுதான் ஒரு வழியா, 'சார், நாங்க சூப்பரெண்டு ஜெயிலர் வார்த்தைகளை நம்பல. உங்க வார்த்தைக்குத் தான் மதிப்புக் கொடுத்து இப்ப நாங்க போறோம். எங்க பிரச்னைக்கு நாளைக்கு முடிவு தெரிஞ்சாகணும் சொல்லிவிட்டு லாக்கப்புக்குள்ள போனானுங்க'' என்று, கோவை சிறை அனுபவத்தை நினைவுபடுத்தினார் ஒரு காவலர்.

இதேபோல வேலூர், கடலூர், சேலம் என எல்லா சிறைகளிலும் காவலர்கள் மத்தியிலும் கைதிகள் மத்தியிலும் தமிழரசனுக்கு ஒரு மரியாதை இருந்தது. அவரது துணிச்சலும் அதிரடி நடவடிக்கைகளும்தான் அவரது புகழுக்குக் காரணம் என காவலர்களும் அதிகாரிகளும் நம்பினார். அவரும் கூட அப்படித்தான் நினைத்துக்கொள்வார். ஆனால் அவரது 'கர சேவை' மட்டும் அதற்குக் காரணம் அல்ல. கைச் சுத்தமும்தான் காரணம் என்பதை கைதிகள் தெரிந்து வைத்திருந்தனர். நேர்மைக்கும் திறமைக்கும் அங்கீகாரமாகக் கிடைத்தது அந்த மரியாதை.

தமிழரசன் இயல்பாகவே கம்பீரமாகத்தான் இருப்பார். உதடுகளுக்கு மேல் குறுகலாகவும், இரு கன்னங்களில் நிறைந்தும் இருக்குமாறு பெரிய மீசை வைத்திருப்பார். அவர் முகத்தில் அந்த மீசை இல்லாமல் இருப்பதே அழகாக இருக்கும். ஆனால், மீசை மீது அவருக்கு ஏனோ அலாதி பிரியம்.

உயர் அந்தஸ்தில் இருக்கும் அதிகாரிகள்கூட முதல் முறையாக அவரைப் பார்த்ததும் அந்தஸ்தை மறந்து அவர்களாகவே சல்யூட் அடிப்பதும் உண்டு. சீருடையில் அப்படி சிங்கம்போல் சிலிர்த்து நிற்பார்.

தமிழரசன் அசிஸ்டன்ட் ஜெயிலராக பணியில் சேர்ந்த புதிதில் கைதிகளை கண்முடித்தனமாக அடித்துக் கொண்டிருந்தார். அனுபவம் கூடக் கூட அதை எல்லாம் குறைத்துக்கொண்டார். விதிமுறைகளுக்குப் புறம்பாக, அத்துமீறுதல், பணியாளர்களை மிரட்டுதல், போன்ற அடங்காப்பிடாரிக் கைதிகளை மட்டும் ஒற்றை மனிதராக அடக்கிக் காட்டுவார். இப்படிப்பட்ட அதிகாரியிடம் பணி செய்வதை கவுரவமாகக் கருதினார்கள் காவலர்கள்.

காவலர் இளங்கோ, ''கள்ளச்சாரயமும், ரவுடிசமும் இருக்கிற இந்த ஊர் ஜெயிலுக்கு அவர மாதிரி அதிரடியான ஆபீசர்தான் லாயக்கு'' என்றார். இப்படியாக அவர் பராக்கிரமங்களைப் பேசி ஓய்ந்து முடிந்து ஒரு வாரத்துக்குப் பிறகுதான் தமிழரசன் பணியில் வந்து சேர்ந்தார்.

அவர் முகத்தில் பெரிய மாற்றம் இருந்தது. மிரளச் செய்யும் மீசை வடிவம் மாறி இருந்தது.முன்பு மீசைக்குள் முகத்தை தேட வேண்டி இருந்தது. இப்போது முகத்தில் மீசையைத் தேட வேண்டி இருக்கிறது. அது இருக்க வேண்டிய இடத்தில் மெலிதாக குறுக்காக நறுக்கப்பட்டு இருந்தது. ஐந்து வருடங்கள் கழித்து பார்த்த போதும் 10 வயது குறைந்தது போல் இருந்தார். தமிழ்நாட்டில் எல்லா மத்திய சிறைகளுக்கும் பந்தாடப்பட்டு இப்போதுதான் சொந்த மாவட்டத்திற்கு வந்து சேர்ந்திருக்கின்றார். அதுகூட சொந்த விருப்பத்தில் அல்ல தானாகவே அமைந்துவிட்டது.

நல்லதாக ஒரு வீடு வாடகைக்குப் பார்த்துக் கொடுத்தார் இளங்கோ. மூன்றாம் வகுப்பு படிக்கும் அவரது மகனை பள்ளியிலும் சேர்த்து விட்டார். அது மட்டுமல்ல இன்னும் சில காவலர்களும் சின்னச் சின்ன உதவிகள் செய்தனர்.

கிளைச் சிறையில் கைதிகள் எண்ணிக்கை கொஞ்சம் கூடுதலாக இருந்தது. அந்தத் தாலுகா அலுவலக வளாகத்தில் இருந்த டீக்கடையில் இந்த வார முதல் மரியாதை சப் ஜெயிலுக்கு இருந்தது. அந்த மரியாதை அடிக்கடி மாறும். சில நாட்கள் பத்திர அலுவலகம், சில நாட்கள் வட்டாட்சியர் அலுவலகம், சில நாட்கள் கோர்ட்டுக்கும் என வியாபாரத்தைப் பொறுத்து மரியாதை மாறிக்கொண்டிருக்கும். பக்கத்து ஊர் பஞ்சாயத்துத் தலைவர் கைதாகி வந்ததிலிருந்து அந்த வளாகத்தில் கூட்டம் குறையாமல் குறைவில்லாமல் இருந்தது.

பஞ்சாயத்துத் தலைவர் பூட்டப்பட்டிருந்த செல்லுக்கு முன் சிகரெட் துண்டுகளும், பீடித் துண்டுகளும், வாழைப்பழ, ஆரஞ்சுப் பழ தோல் களுமாக கிடந்தன. அங்கே வந்த காவவர் இளங்கோ ''இதையெல்லாம் ஓரமா போடக் கூடாதா? பீடியும் சிகரட்டும் மறச்சு குடிக்காம எங்க முன்னாடியே புகை விடுற, இதெல்லாம் நல்லது இல்ல பார்த்துக்கோ'' என்று அதட்டினார்.

''இத எங்கய்யா போடச் சொல்ற..? நாங்க பீடி, சிகரெட் குடிச்சிட்டு இருந்தா நீ கண்டுக்காம போக வேண்டியதுதானே!'' செல்லுக்குள் இருந்து திமிரான குரல் வந்தது. இதைக் கொஞ்சமும் எதிர்பார்க்காத

இளங்கோ, "ஏய்! நீ உன்னோட சுண்டைக்காய் ஊருக்குத்தான் பிரெசிடென்ட். பிரெசிடென்ட் ஆப் இந்தியா இல்ல. நாக்க அடக்கிப் பேசு, இல்ல மரியாதை கெட்டுடும்!"

"நீ சாதாரண கான்ஸ்டபிள்தான். கலெக்டர் இல்ல. உன்னால என்னய்யா செய்ய முடியும்?" கோபமாய் அதிர்ந்தது குரல். சத்தம் கண்காணிப்பாளர் அலுவலகம்வரை கேட்டது. அலுவலகத்தில் இருந்து வேகமாக வந்தார், கண்காணிப்பாளர். பிளாக் சாவிகளையும் லத்திகளையும் எடுத்துக்கொண்டு திரண்டனர் காவலர்கள்.

"கைதியா ஜெயில்ல இருக்கிற நினைப்பு இல்லாம பேசுற. வெளியே வாய்யா..." சாவியை வாங்கி, பூட்டைத் திறக்க முயன்ற இளங்கோவைத் தடுத்து நிறுத்தினார் கண்காணிப்பாளர். பிரெசிடென்ட் மேற்கொண்டு எதுவும் பேசாமல், ஆனால் அலட்சியமாய் உட்கார்ந்தே இருந்தார்.

பக்கத்து செல்லிலிருந்து இரண்டு கைதிகளைத் திறந்து வெளியே கூப்பிட்டு குப்பைகளை அள்ளச் சொன்னார் கண்காணிப்பாளர். இளங்கோவைப் பார்த்து, "ஏன் இதை பெருசு பண்றீங்க. கோபப்படாதீங்க" எனச் சொல்லிக்கொண்டு, லத்திகளுடன் தயார் நிலையில் இருந்த காவலர்களையும் அழைத்து வந்துவிட்டார். வெற்றிப் புன்னகையில் பிரெசிடென்ட்டும் அவரது சகாக்களும் இருக்க, வெறுப்பும் விரக்தியுமாகத் திரும்பினார்கள் காவலர்கள். 'அதிரடி தமிழரசன் எப்படி இப்படி அமைதிப் புறாவாக மாறினார்!' என ஆச்சரியப்பட்டனர் காவலர்கள்.

கண்காணிப்பாளர் எழுத்து வேலைகளை முடித்து அலுவலகத்திலிருந்து வெளியே வந்து வராண்டா பகுதிக்கு வந்தார். தலைமைக் காவலர் அவரது மேஜையில் ஏதோ எழுதிக் கொண்டு இருந்தார். எழுந்து கண்காணிப்பாளருக்கு ஒரு சல்யூட் அடித்தார். அவரை உட்கார்ந்து எழுதச் சொல்லிவிட்டு, மேஜை மீது இருந்த பதிவேடுகளைத் தள்ளி வைத்துவிட்டு ஒரு எக்கு எக்கி மேஜை மேல் உட்கார்ந்துகொண்டார். எழுந்து நின்ற காவலர்களை மீண்டும் அதே நீள பெஞ்சில் உட்காரச் சொல்லிவிட்டு அவர்களுடன் கதைத்துக் கொண்டிருந்தார் கண்காணிப்பாளர்.

வழக்கம்போலவே இரவு நேரத்திற்கான உணவு மாலை நேரத்திலேயே சமையல் அறையில் இருந்து எடுத்துவரப்பட்டது. மற்ற காவலர்கள் கண்காணிப்பாளருடன் பேச்சில் ஆர்வமாய்

இருந்ததனர். சமையலறை காவலரே பிளாக் சாவியை எடுத்துக் கொண்டு கண்காணிப்பாளரிடம் சொல்லிவிட்டு கைதிகள் இருக்கும் ஒவ்வொரு அறையாகத் திறந்துகொண்டு சென்றார். கண்காணிப்பாளர் மேஜை மீது உட்கார்ந்தவாறு சிகரெட் புகை பக்கவாட்டில் பரவாமல் இருக்க புகையை மேல் நோக்கி ஊதிக் கொண்டே ஏதோ சிந்தனையில் ஆழ்ந்திருந்தார்.

ஒவ்வொரு செல்லில் இருந்தும் வெளியே வந்த கைதிகள் வராண்டா வழியாக வரிசையாக வந்து வளாகத்திற்குப் போய்க் கொண்டிருந்தனர். கடைசி அறையில் இருந்து பஞ்சாயத்துத் தலைவரும் அவரது பரிவாரங்களும் வந்துகொண்டிருந்தனர். அவர்களைப் பார்த்ததும் பார்க்காததுபோல் சிகரட்டை அணைத்துவிட்டு மேஜையில் இருந்து இறங்கி நின்று கொண்டார் கண்காணிப்பாளர். கண்காணிப்பாளரின் செயல் குழப்பமாக இருந்தாலும் அதைக் கவனிக்காதது போல் காவலர்கள் எழுந்து உணவு பரிமாறும் வளாகத்துக்குப் போய் நின்று கொண்டனர்.

மற்ற கைதிகள் எல்லாரும் சத்துணவு ஆயாவுக்கு பயப்படும் குழந்தைகள்போல வரிசையாக அமைதியாக உட்கார்ந்து சாப்பிட்டுக் கொண்டிருந்தனர். பஞ்சாயத்து தலைவர் அங்கே நாட்டாமை நாற்காலி போல அமைந்த படிக்கட்டில் உட்கார்ந்துகொள்ள, அவரது ஆட்கள் அவருக்கு முன்பாக ஒழுங்கற்ற முறையில் உட்கார்ந்து சாப்பிட்டுக் கொண்டு இருந்தனர்.

இளங்கோ உள்ளிட்ட காவலர்கள் அதனை சகித்துக்கொள்ள சிரமப்பட்டனர். கண்காணிப்பாளர் வந்து ஒரு பார்வை பார்த்துவிட்டு எதுவும் சொல்லாமல் அலுவலகத்தில் வந்து உட்கார்ந்து கொண்டார்.

வெளியே கிளைச்சிறை வாசலில் கல்லூரி மாணவர்கள்போல் இருந்த சில இளைஞர்கள் வந்திருந்தனர். அவர்களின் கைகளில் நவீனக் கட்டமைப்புடன் இருந்த சில புத்தகங்கள், நாளிதழ்கள், டைரி, நோட்டீஸ் கட்டுகள் என வைத்திருந்தனர். அவர்கள் ஏதோ அமைப்பைச் சேர்ந்தவர்கள்போல் காணப்பட்டனர். வாயிற் காவலர் அவர்களை எச்சரிக்கையுடன் விசாரித்தார். கண்காணிப்பாளரைப் பார்க்க வந்ததாகச் சொன்னார்கள்.

கண்காணிப்பாளர் அவர்களை உள்ளே அனுப்புமாறு உத்தரவிட்டார். சிரித்த முகத்துடன் உள்ளே நுழைந்தவர்களை உற்சாகமாக வரவேற்றார் கண்காணிப்பாளர். ''சார், உங்கள மீசை இல்லாம பார்க்க அடையாளமே தெரியலையே சார்'' என்றார் ஒரு இளைஞர்.

"நீங்களும்தான். எல்லாம் பெரிய மனுஷங்களா இவ்வளவு வளர்ந்துட்டீங்க'' என்றார் கண்காணிப்பாளர்.

எல்லாரையும் உட்காரச் சொல்லிவிட்டு ஒரு காவலரை அழைத்து தேனீர் வாங்கி வரச் சொன்னார். குறுந்தாடியுடன் இருந்த இளைஞர் ஒரு நோட்டீசை எடுத்து தமிழரசனிடம் கொடுத்தார். அதை மேலோட்டமாக வாசித்தார் தமிழரசன். அதிலிருந்து விஷயங்களை ஒவ்வொருவராக விளக்கிக்கொண்டிருந்தனர். அவர்களது வார்த்தைகளில் அறிவுஜீவித்தனமும், போர்க்குணமும் வெளிப்படுவதைக் கூர்ந்து கவனித்தார் தமிழரசன்.

தேனீர் கொண்டு வந்த சிறுவனுடன் உள்ளே நுழைந்த இளங்கோவை தனியாக அழைத்து காதில் ஏதோ சொல்ல, அவர் தன் பாக்கெட்டில் இருந்து ஒரு 500 ரூபாய் நோட்டை கண்காணிப்பாளரிடம் கையூட்டு கொடுப்பதுபோல் ரகசியமாகக் கொடுத்தார். ரசீது புத்தகத்தை தயாராக வைத்திருந்தவரிடம் அதை வாங்கிய தமிழரசன் அடிக்கட்டையில் எழுதப்பட்டிருந்த தொகைகளை ஒவ்வொன்றாகப் பார்த்துவிட்டு, ரசிதைக் கிழித்து எடுத்துக்கொண்டு 500 ரூபாய்த் தாளை ரசீது புத்தகத்தில் வைத்துக் கொடுத்தார். வந்தவர்களின் முகங்களில் திருப்தியின் பிரதிபலிப்பு.

விடைபெறும்போது ஒரு இளைஞன், ''மீசைதான் சார் உங்களுக்குக் கம்பீரம். அடுத்த தடவை நீங்க ஊருக்கு வரும்போது முன்ன வச்சிருந்த மாதிரி வச்சிட்டு வாங்க சார்'' என்றான். ஒரு சிறு புன்முறுவலுடன் அவர்களை வழி அனுப்பி வைத்தார் தமிழரசன்.

இரவுப் பணிக்கு வந்த காவலர்கள் கண்காணிப்பாளருக்கு சல்யூட் அடித்துவிட்டு வந்தனர். பகல் பணி முடித்த காவலர்கள் ஒவ்வொருவராக சல்யூட் அடித்துவிட்டுப் புறப்பட்டனர். முன்னதாக வெளியேறிய காவலர் இளங்கோ ஓய்வறைக்குச் சென்று காக்கி உடை கலைந்து வேறு உடை அணிந்து வந்து கிளைச்சிறை வாசலில் கண்காணிப்பாளருக்காகக் காத்துக்கொண்டிருந்தார். கண்காணிப்பாளர் அவர் அறையிலேயே உடையை மாற்றிக்கொண்டு வந்தார்.

அந்த வளாகத்தைவிட்டு உடனே கிளம்பாமல், இன்னும் பரபரப்பாக இயங்கிக்கொண்டிருந்த தாலுகா அலுவலகத்தைப் பார்த்துக் கொண்டிருந்தவரிடம், ''ஐயா இன்னைக்கு நீங்க நடந்துகிட்ட முறை சரியில்லைன்னு காவலர்கள் நினைக்கிறார்கள் ஐயா'' தயக்கத்துடன் ஆரம்பித்தவர் தைரியமாகச் சொல்லி முடித்தார்.

''ஏன்? என்ன விஷயம்''

''கள்ளச்சாரைய கேஸ்ல வந்து எங்க கிட்ட அடி வாங்கினவன். இப்ப பிரெசிடென்ட் ஆகிவிட்டான்னு மரியாத இல்லாம பேசுறான். நீங்க வந்த வேகத்துக்கு ஒரு பிடி பிடிப்பீங்கன்னு பார்த்தா, நீங்க பேசாம வந்துட்டீங்களே ஐயா!''

இதைக் கொஞ்சமும் எதிர்பார்க்காத தமிழரசன் மெதுவாக நடந்து கொண்டே சிறிய மௌனத்திற்குப் பிறகு சொல்லத் துவங்கினார்...''உங்ககிட்ட சொல்றதில தப்பு இல்லைன்னு நினைக்கிறேன். அவன் ஊர்லதான் எங்க தங்கச்சியைக் கட்டிக்கொடுத்திருக்கோம். அஞ்சு வருஷத்துக்கு முன்னால தங்கச்சியோட வளைகாப்புக்கு அங்க போயிருந்தேன். அடுத்த நாள் என் தங்கச்சியோட மாமனார கூப்பிட்டு ஊர்காரங்க, 'உன் சொந்தக்காரங்ககிட்ட, இந்த ஊர்ல எப்படி நடந்துக்கணும்னு சொல்றது இல்லையா? அந்த மீசைக்காரன வரச் சொல்லி எங்களை பயமுறுத்திப் பார்க்கிறாயா? இந்த ஊருக்கு வந்தா அப்படி எல்லாம் உங்க ஆளுங்க மீசை வச்சுட்டு வரக்கூடாதுன்னு சொல்லி வை. அவன் பெரிய அதிகாரி மயிரா இருந்தா, அந்த ஊர்ல இருக்கட்டும். இந்த ஊருக்கு நாங்கதான்லே அதிகாரிங்க. சொல்லி வை'ன்னு மிரட்டி இருக்காங்க. அப்படி மிரட்டுனவங்கள்ல இந்த பிரெசிடென்ட்டும் ஒருத்தன். அப்ப அவன் பிரெசிடென்ட்டா இல்ல. மிரட்டினவங்கள்ல நிறைய பேரு என்னைவிட பெரிய மீசை வச்சிருந்தார்களாம்!''

இதைக் கேட்டிருக்கக் கூடாதோ என சங்கடப்பட்டார் இளங்கோ. ஆனால், தமிழரசன் உணர்ச்சியுடன் மேலும் தொடர்ந்தார்... ''அந்த ஊர் டீக்கடையில் போயி எங்க ஜாதிக்காரங்க பெஞ்சில உட்கார முடியாது. பொது டீ கிளாஸ்ல டீ குடிக்கவும் முடியாது. நான் போனப்ப எங்க ஆளுங்களே என்ன டீக்கடை பக்கம் போக வேண்டாம் என்று சொல்லிக்கொண்டே இருந்தாங்க. அந்த ஊர்ல அப்ப எதிர்த்துக் கேட்க ஒருத்தரும் இல்லை. நானும் அதைச் சகிச்சுக்கிட்டு இருக்க வேண்டிய தாயிடுச்சு. இப்ப நிலைமை மாறிக்கிட்டு வருது. இன்னிக்கு வந்த பசங்கதான் அந்த ஊர்ல இதெல்லாம் எதிர்த்துப் போராடி இருக்காங்க. சீக்கிரம் இதுக்கு முடிவு கட்டுவாங்கன்னு நம்பிக்கை இருக்கு.''

தமிழ்நாடு முழுவதும் பெயர் எடுத்த அதிரடி தமிழரசனுக்கா இந்த நிலைமை. காவலர் இளங்கோவுக்குப் பேரதிர்ச்சியாக இருந்தது!

மணியோசை கேட்டு எழுந்து

மையக் கோபுரத்திலிருந்து பார்த்தால் சுற்றியுள்ள அத்தனை பிளாக்குகளும் தெரியும் வண்ணம் ஆங்கிலேயப் பொறியாளர்கள் அழகாக வடிவமைத்து இருந்தார்கள், அந்தக் கட்டடங்களை.

இந்த மத்தியச் சிறையில் காலப்போக்கில் ஆங்காங்கே சிறிய பெரிய கட்டடங்கள் மறைந்தும் தோன்றியும் இருந்த சான்றுகளும் தென்படத்தான் செய்தன.

மையக்கோபுரத்தின் கீழே இரவுக்காவல் பணியில் இருந்த நான், கண்ணைக் கட்டிக்கொண்டு வரும் தூக்கத்தோடு மல்லுக்கட்டிக் கொண்டிருந்தேன். கால் மணி நேரத்திற்கு ஒருமுறை, தோசைக்கல் போல் இருந்த பெரிய வெண்கல மணியில் மரக்கட்டை சுத்தியலால் அடித்து, பணியில் தான் உஷாராக இருப்பதை பறைசாற்றிக் கொண்டிருந்தார் கான்விக்ட் வார்டர் குமரேசன்.

மெயின் கேட்டுக்கு வெளியே ஆயுதக்காவல் பணியில் இருக்கும் காவலர் கால் மணிக்கு ஒன்று, அரை மணிக்கு இரண்டு, முக்கால் மணிக்கு மூன்று என இடைவெளி விட்டு தனித்தனியாக மணிஅடிக்க வேண்டும். இது கால், அரை, முக்காலுக்கு மட்டும் இப்படி. 'டைங் டைங்' என இரட்டைமணி அடித்தால் 2 மணி. ஒரு இரட்டை, ஒரு ஒற்றை மணி அடித்தால் 3 மணி எனவும், இரண்டு இரட்டை மணி அடித்தால் 4 மணி மணி எனவும் புரிந்துகொள்ளும்படி, மணி அடிப்பதற்கே ஒரு பயிற்சியை யாரோ எப்போதோ கொடுத்திருந்தது இப்போது வரை கடைபிடிக்கப்பட்டு வருகிறது.

இரண்டு மணி அடித்த பிறகுதான் பாராவிற்கு வந்திருந்தார் குமரேசன். அவர் வரும்போது சுவரில் சாய்ந்தபடி தூக்கத்தோடு போராடிக்கொண்டிருந்தேன் நான். நான் முப்பதாவது நிமிடத்தில் மூணாவது பிளாக்கின் பின் சுவரில் கையெழுத்திட வேண்டும்.

நாற்பதாவதுவது நிமிடத்தில் நாலாவது பிளாக்கின் முன் சுவற்றில் கையெழுத்திட வேண்டும். 12 மணி முதல் மூன்று சுற்று சுற்றி வர வேண்டிய நான் ஒரே ஒரு சுற்று மட்டும் சுற்றி வந்து சாய்ந்து கொண்டேன்.

குமரேசனுக்கோ, எனக்கோ பாதுகாப்பைப் பற்றி எந்தக் கவலையும் இருக்கவில்லை. அதிகாரிகள் யாரும் ரோந்து வருகிறார்களா என்ற கவனத்தில்தான் அக்கறை கொண்டோம். அதனால் இருவரின் கண்களும் மெயின் கேட்டை நோக்கியே இருந்தன. மெயின் கேட்டில் அதிகாரிகள் நுழைந்தால் எங்களுக்குத் தெரிந்துவிடும். அங்கிருந்து பார்த்தால் மங்கிய வெளிச்சத்தில் நாங்கள் மறைந்து உட்கார்ந்து இருப்பது அவர்களுக்குத் தெரியாது. குமரேசனுக்கு காலை 2 மணி முதல், 4 மணி வரை மணி அடிப்பதும், பாராவில் உள்ள காவலர்களுக்குத் துணையாக இருப்பதும், சுற்றியுள்ள பிளாக்குளில் கைதிகளின் அவசர அழைப்பிற்குச் சென்று உதவுவதும்தான் பணி.

கடுங்குளிரிலும் கொசுக்கடி குறையாமல் இருந்தது. துணியையும் துளைத்துத் தோலையும் துளைத்து, ரத்தத்தை உருஞ்சும் சக்தி இந்த கொசுக்களுக்கு எங்கிருந்துதான் கிடைக்கிறதோ! பெரிய சால்வையை தலையிலிருந்து உடலைச் சுற்றி போர்த்தி கைகளையும் உள்ளே இழுத்துக் கொண்டு முழு பாதுகாப்புடன் சாய்ந்திருந்தேன். குமரேசன் உஷாராக இருக்கிறார் என்கிற தைரியத்தில் நான் அசட்டையாகத்தான் இருந்தேன்.

பக்கத்தில் எங்கேயும் ரயில்பாதை இல்லை. இருந்தாலும் தூரத்தில் எங்கோ ஓடிக்கொண்டிருந்த ரயிலின் ‘தடக் தடக், தடக் தடக்’ என்ற சத்தம் இந்த இரவில் துல்லியமாகக் கேட்க முடிந்தது. வெளியில் ஓடிக்கொண்டிருந்த மற்ற வாகனங்களின் ஒலிகள்கூட கேட்டுக் கொண்டிருந்தன. ‘‘காணிக்கை வார்டர் அண்ணே! டவர் காணிக்க வார்டர் அண்ணே!’’ அமைதியைக் குலைத்தது அழைப்புச் சத்தம். அபயக் குரல் வந்த ஐந்தாம் பிளாக் நோக்கிப் போனார் குமரேசன். பிளாக்கின் உள்ளே படுக்கை மேடைகளிலும் கீழேயும் வெள்ளை போர்வைகளில் தலை முதல் கால் வரை சுருட்டிப் போர்த்திப் படுத்திருந்த கைதிகளைப் பார்த்தபோது பெரிய விபத்துகளில் இருந்து மீட்கப்பட்டு வரிசையாக கடத்தப்பட்ட பிணங்களின் நினைவு அப்போது அவருக்கு ஏனோ வந்ததை அவரால் தடுக்க இயலவில்லை.

‘‘யாரப்பா கூப்பிட்டது’’ என்றார். உள்ளே இருந்து வயிற்றை அழுத்திப் பிடித்தபடி கதவருகே வந்த கைதி, ‘‘வயித்த வலி

தாங்க முடியலண்ணே. ஆஸ்பத்திரில சொல்லி மாத்திரை வாங்கி வாங்கண்ணே'' என்றான். மீண்டும் டவருக்கு வந்து காவலரிடம் விபரம் சொல்லிவிட்டு ஆஸ்பத்திரி நோக்கிப் போனார் குமரேசன்.

குமரேசன் இப்போது மட்டுமல்ல எப்போது டூட்டிக்கு வந்தாலும், எந்த பிளாக்கில் கூப்பிட்டு கைதிகள் எந்த வேலை சொன்னாலும் முகம் சுழிக்காமல் செய்வார். ஊறுகாய், குழம்பு, பழங்கள், பீடி, சிகரெட் என ஒரு பிளாக்கிலிருந்து வேறு பிளாக்கிற்குக் கொண்டு செல்ல கைதிகள் சொன்னாலும் தயங்காமல் செய்வார் குமரேசன்.

இன்னும் கொஞ்சநேரத்தில் சமையலறையில் காவலர்களுக்கு தயார் செய்து வைத்திருக்கும் தேநீர் கேனைத் தூக்கி வந்து, பணியில் இருக்கும் எல்லா காவலர்களுக்கும் கொடுக்க வேண்டும். டீ கிளாஸ்களை சுத்தமாகக் கழுவி ஒவ்வொருவருக்கும் கொடுக்க வேண்டும். அதில் தாமதமோ அல்லது வேறு குறைபாடோ இருந்தால், காவலர்கள் சுடுசொற்களில் பேசினாலும் புன்னகையோடு தன் கடமையைச் செய்வார்.

குமரேசன் 20 வருடங்களுக்கு முன்பு, இளம் வயதாக இருக்கும் போதே, இதே சிறையில் நான் பார்த்த ஞாபகம். கடந்த 20 வருடங்களில் நான் பல ஊர்களுக்குப் பந்தாடப்பட்டு மீண்டும் இந்த மத்தியச் சிறைக்கு வந்து இருக்கிறேன். 15 அல்லது 20 வருடங்களுக்கு முன்பு இதே சிறையில் இருந்த இன்னும் பல கைதிகள் இருக்கத்தான் செய்கிறார்கள். காலம் செய்யும் கோலத்தில் எழில் இழந்து போய் இருந்தார்கள். அருகிலேயே இருந்திருந்தால் இந்த உருமாற்றத்தை உணர்ந்து இருக்க முடியுமா எனத் தெரியவில்லை.

அப்போதும், இந்தக் குமரேசன் சுறுசுறுப்பாக இருந்ததாகத்தான் ஞாபகம். அப்போதும் சரி இப்போதும் சரி குமரேசனிடம் நான் அதிகம் பேசியது இல்லை. யோசித்துப் பார்த்தேன் குமரேசன் எந்த பிளாக்கில் இருந்தாரென்று. நினைவுக்கு வரவில்லை.

மெயின் கேட்டுக்கு வெளியே முக்கால் மணிக்கான மூன்று மணி அடித்த சத்தம் கேட்டதும் மாத்திரையை வாங்கிக் கொண்டு ஓடி வந்து கீழே கிடந்த மர சுத்தியலை எடுத்து மணியை அவசரமாய் அடித்தார். குமரேசன் மாத்திரையை பிளாக்கில் கொடுத்துவிட்டு மீண்டும் வந்து ஓரமாய் உட்கார்ந்து கொண்டார்.

வெள்ளை அரைக்கால் சட்டை, இந்த இரவுப் பணிக்குப் பொருத்தம் இல்லாத உடையாக இருக்கிறது. தொடையிலிருந்து கால் விரல்கள்

வரை பெரிய நர ராஜ்ஜியமே கொசுக்களுக்குக் கிடைத்து விடுகிறது. அதுவும் புறங்கால்களிலும், விரல்களிலும், பின் முழங்கைகளிலும் கொசுக்களுக்கு அப்படி என்ன சுவைதான் இருக்குமோ தெரியவில்லை. தேனடையைப்போல அங்கெல்லாம் கொசுக்கள் முகாமிட்டிருந்தனர். கையில் இருந்த துண்டால் உதறி உதறி, கால்களுக்கும் விசிறிக் கொண்டு இருந்தார் குமரேசன். புண்படுத்திக் கடிப்பதைவிட பண்பாடி காதைத் துளைப்பதுதான் சகிக்க முடியாமல் இருந்தது.

மொத்தச் சிறையே விழித்தெழும் விதத்தில் இரும்புக்கதவை உடைப்பதுபோல் சத்தம். கதவுச்சத்தம் ஓய்ந்தபின், கதறல் சத்தம் ''எவன்டா என்னை ஜெயில்ல போட்டது..? ஒரே எத்துல கதவ உடைச்சிடுவேன்!'' கதவை உதைக்கும் சத்தம் கேட்டது.

'என்ன சத்தம்' நான் போர்வை உதறிக் கொண்டு எழுந்தேன். ''சார் ஒன்னும் இல்ல சார்! மெண்டல் செல்லுக்கு பாண்டின்னு ஒருத்தன் புதுசா வந்திருக்கான் சார். இனி விடிய விடிய கத்திக்கிட்டே இருக்கத்தான் போறான் சார்'' என்றார் குமரேசன்.

சால்வையை இழுத்துப் போர்த்திக் கொண்டு மறுபடியும் உட்கார்ந்தேன் நான்.

''ஏம்பா குமரேசா, முதல்ல நீ எந்த பிளாக்கில இருந்த?'' கேட்க வேண்டும் என நினைத்தக் கேள்விகளைக் கேட்கத் துவங்கினேன்.

''சார் 20 வருஷத்துக்கு முன்னால மாணவர் பிளாக்கில் இருந்தேன். அப்புறம் ரெண்டு வருஷத்துல ஹைகோர்ட் பெயில்ல வெளில போயிட்டு, ஆறு வருஷம் கழிச்சு அங்கேயும் தண்டனை உறுதி ஆனதும் திரும்பவும் உள்ள வந்துட்டேன் சார்.''

''மாணவர் பிளாக்ல என்ன படிச்சிட்டு இருந்த?''

''எம்.ஏ., வரலாறு சார்.''

''அப்ப நீ பட்டதாரியா?''

''சார், நான் வெளியிலேயே, 25 வருஷத்துக்கு முன்னாலேயே பட்டதாரிதான் சார். பி.எஸ்.சி. மேத்ஸ் முடிச்சதும் வேலையும் கிடைச்சது சார்''

''சம்பவம் எப்ப நடந்தது?''

''அது 21 வருஷத்துக்கு முன்னால நடந்தது சார், ஆயுள் தண்டனை என்னமோ 14 வருஷம். 12 வருஷம் ஜெயிலில் கழிக்க வேண்டி

இருந்தாலும் அதனுடைய பாதிப்பு ஆயுளையும் பாதிச்சு சீரழிச்சுல்ல விட்டுடுது'' விரக்தியும் வேதனையுமாக வந்தது பதில்.

''செத்தது யாரு?''

''என்னோட மனைவிதான் சார்!''

''ஏன் நடத்தை சரியில்லையாக்கும்'' அலட்சியத்தொனியில் கேட்டேன்.

''அப்படியெல்லாம் இல்லை சார்.'' அவரே தொடர்ந்தார்...

''நிறைய நகை போட்டுத்தான் எங்காளுகளுள்ள கல்யாணம் முடிச்சு வைப்பாங்க. அதுபோக பொண்ணு பேருலையே நிலம் இருந்தா பத்திரமும் முடிச்சு கொடுத்துடுவாங்க. அப்படித்தான் சார் எனக்கும் செஞ்சாங்க'' போர்த்தி இருந்த சால்வையை எடுத்துச் சுருட்டி கழுத்தை சுற்றிக்கொண்டு கவனமாக கேட்கத் துவங்கினேன். அக்கறையுடன் கேட்டதால் ஆர்வமுடன் சொல்லத் தயாரானார் குமரேசன்...

''கல்யாணம் ஆன பின்னால, எங்க ஊரு கோவில் திருவிழா வந்துச்சு சார். பொம்பளைங்க எல்லாம் வீட்டில் இருக்கிற நகை எல்லாம் எடுத்து போட்டுக்குவாங்க. ஆனா, என் பொண்டாட்டி நகை எதுவும் போடாம சும்மா இருந்தா. எங்க அம்மா கேட்டதற்கு அவ சரியான காரணம் சொல்லல. எங்க அம்மா என்கிட்ட வந்து, 'என்னடா உன் பொண்டாட்டி நகையெல்லாம் நிறைய போட்டு வந்தாளே. திருவிழா நேரத்தில அதப்போடவேண்டியதுதானடா'னு கேட்டாங்க. நானும் அவகிட்ட கேட்டதற்கு, 'உங்க பட்டிக்காட்டு பழக்கமெல்லாம் எனக்குப் பிடிக்கலை'ன்னு சொல்லிட்டா. சரின்னு நானும் விட்டுட்டேன் சார்.

அதுக்குப் பிறகு, தலப் பிரசவத்துக்கு அவங்க வீட்டுக்கு அவ போயிட்டா. எங்களுக்கு மகனும் பிறந்துட்டான் சார். அவங்க ஊர்ல இருந்து வந்த ஒரு சொந்தக்காரர் 'ஏம்பா நீயும் பேங்க்ல வேலை செய்யுற. உன் பொண்டாட்டியும் டீச்சர் வேலை செய்யுறா. உங்களுக்கு என்னப்பா கஷ்டம். அவ பேருல இருந்த நிலத்தை ஏன் அடமானம் வச்சீங்கன்'னு கேட்டாரு. எனக்கு ஒண்ணுமே புரியல சார். என் மனைவிகிட்டப் போய் விசாரிச்சா, நகையும் அடமானத்திலதான் இருக்குன்னு அப்புறம்தான் தெரிஞ்சது. ஏன் இப்படி செஞ்சே'ன்னு கேட்டா, அவ தம்பி வியாபார வேலையா கேட்டான்னு கொடுத்ததா சொன்னா. இதுலதான் சார் எனக்கும் அவளுக்கும் சண்டையே வந்துச்சு!"

தலைப் பிரசவத்துக்குப் போனவ குழந்தை பிறந்து, பிரசவ லீவு முடிஞ்சு, அப்புறம் ரெண்டு மாசம் ஸ்கூல் லீவு முடிஞ்சு வேலைக்குப் போறதுக்கு அவளைக் கூப்பிடப்போனப்போதான் இந்தச் சண்டை நடந்தது.

நான் போனப்ப அவங்க தோட்டத்தில வெளஞ்ச ராசபாளையம் சப்போட்டா மாம்பழம் வீடு நிறைய இருந்துச்சு. மாம்பழம் வெட்டுற கத்தியும் மேசமேல இருந்துச்சு. எங்களுக்கு சண்டை முத்தி, 'நகையும் பத்திரமும் இல்லாம வீட்டுக்கு வராதே'ன்னு சொல்லிட்டு தொட்டிலில் இருந்த என் மகனை தூக்கப் போனேன்...

இப்போ அவன் காலேஜ்ல படிச்சிட்டு இருக்கிறான் சார். அவன் மாமா தான் படிக்க வச்சிருக்கான்.

"என் பொண்டாட்டி பிள்ளையை வாங்க என்கிட்ட போராடிக்கிட்டு இருந்தா. நான் மேஜை மேல இருந்த கத்தியை எடுத்து வீசி மிரட்டி தள்ளிவிட்டேன் சார். அது எப்படியோ அவ வயித்த கிழிச்சுருச்சு சார். இந்த நேரத்துக்கு இவ்வளவு விபரம் போதும்" என சொல்லி முடித்தார் குமரேசன். அவர் மனது லேசாக ஆகியிருக்கலாம். ஆனால் என் மனது பாரமானது.

டீ கேனை எடுத்து வர வேண்டிய நேரம் என்பதால் எழுந்து தயாரான குமரேசனைப் பார்த்து நான் கேட்டேன்

"ஏம்பா இப்படி சம்பவம் நடக்காமல் இருந்திருந்தால் நீ இப்ப எவ்வளவு சம்பளம் வாங்குவ?"

"சார், எங்க ரெண்டு பேர் சம்பளம் சேர்த்தா இப்ப குறைஞ்சது 45 ஆயிரம் ரூபாய் வாங்கி இருப்போம். இப்ப மாசம் வெறும் 150 ரூபாய் சம்பளத்திற்கு பனியிலும் கொசுக்கடியிலும் தூக்கம் முழிச்சு மணி அடிச்சுக்கிட்டு இருக்க வேண்டியதாய்ப் போச்சு" சொல்லிக்கொண்டே சமையல் அறை நோக்கிப் போனார் கான்விக்ட் வார்டர் குமரேசன்.

நீண்ட நாளாகச் சிறையில் இருப்பதாலும், தலைமை கான்விக்ட் வார்டராக இருப்பதாலும் 'சீனியர் குமரேசன்' என்றும் அவரை அழைப்பர்.

குமரேசன் தண்டனைக் காவலராக இருந்தபோதுதான், ஈழத் தமிழர்களுக்காக திரையுலகத்தினர் ராமேஸ்வரத்தில் நடத்திய மாநாட்டில், திரைப்பட இயக்குநர்களான சீமானும் அமீரும் இந்திய அரசுக்கு எதிராகப் பேசியதாகக் கைதுசெய்யப்பட்டு மதுரை மத்தியச்

சிறையில் அடைக்கப்பட்டிருந்தனர். தண்டனைக் காவலர்கள் மட்டுமே இருந்த 9ஆம் தொகுதியில் (இன்று விசாரணை 1வது தொகுதி) சீமானும் அமீரும் பூட்டப்பட்டிருந்தனர். தண்டனைக் காவலர்களை இரவிலும் பூட்டப்படும் நடைமுறை இல்லை. சீமானும் அமீரும் மாலையில் உடற்பயிற்சி செய்து, குளித்து முடித்து அறையில் பூட்டப்பட்ட பின் அவர்கள் இருவருக்கும், அதிகாரிகளால் அனுமதிக்கப்பட்ட முட்டைகளை அவித்து, மஞ்சள் கருவை நீக்கி தட்டு நிறைய கொடுப்பார் குமரேசன். இருவருக்கும் கேட்ட நேரத்தில் தேநீர் தயாரித்து வழங்குவார். அவ்வப்போது சிறையில் இருக்கும் குறைந்தபட்ச வாய்ப்பு, வசதிகளை வைத்தே சுவையான குழம்பு வகைகளைச் சமைத்துக் கொடுப்பார். அதனால், அவர்களின் அன்பைப் பெற்றவராகவும் இருந்தார் சீனியர் குமரேசன்.

எனக்கும் குமரேசனுக்கும் நடந்த உரையாடலுக்குப் பிறகு 10 ஆண்டுகள் கழித்துத்தான், அரசின் பொதுமன்னிப்பில் அவருக்கு விடுதலை கிடைத்தது. அவரைவிடக் கொடூரமான கொலையாளிகள், அவருக்குப் பின் ஆயுள்தண்டனை பெற்று வந்தவர்கள்கூட முன்னதாகவே விடுதலை ஆகிச் சென்றுகொண்டே இருந்தார்கள்.

வரதட்சணைக்காக நடந்த கொலைக்குற்றத்துக்குப் பொதுமன்னிப்பு மறுக்கப்பட்டு வந்ததே இந்த நீ…ண்…ட தண்டனைக்குக் காரணம் ஆனது.

தனது மகன் கைக்குழந்தையாக இருக்கும்போது சிறைக்கு வந்தவர், அவன் வளர்ந்து, படித்து, திருமணமாகி, இரண்டு பிள்ளைகளுக்குத் தந்தையான பின்தான் விடுதலையானானர் இந்த 'சீனியர் குமரேசன்'!

தாஜ்மஹாலாய் ஒரு மண்குடிசை

நான் வேலைக்குச் சேர்ந்த 1985ஆம் ஆண்டு, மதுரை மத்தியச் சிறை, தண்டனை பிளாக்கில் எட்டாம் தொகுதியில் முதியோர் பிளாக்கில் இருந்தவர் மீசை சண்முகம். மெலிந்த உயரமான தேகம். இரண்டு பக்கமும் குழி விழுந்த கன்னங்கள். அந்த பள்ளங்களை நிரப்பிய வெள்ளை நிற மீசை. உதட்டுக்கு மேலே இரண்டு பக்கமும் குறுகி செல்லும் அந்த மீசை பள்ளங்களை மேவும் அளவுக்கு சரியாக இருந்தது.

அவர் கால்ச் சட்டையும் மேல்ச் சட்டையும், எப்போதும் சரியான அளவில் சொட்டு நீலம் கலந்த பளீரென்ற வெண்மையுடன் இருக்கும். சொட்டு நீலம் கலக்காமலேயே தலைமுடியும் மீசையும் வெள்ளையாகவே இருக்கும்.

15 ஆண்டுகளுக்கு மேல் தண்டனைக் காலம் கழித்தவராக இருந்தார். விசாரணைக் கைதியாக சிறைக்கு வந்தவர்தான், அதன் பிறகு நீதிமன்றங்களுக்கும், மருத்துவ மனைக்கும் தவிர வேறு எதற்காகவும் சிறையை விட்டு வெளியே செல்லாதவர்.

உறவினர்கள் என்று யாரும் அவரை நேர்காணலுக்கு வந்து பார்க்கவும் இல்லை. அப்படி யாரும் உறவினர்கள் இருந்ததாகவும் தெரியவில்லை. விசாரணைக் கைதியாக இருக்கும்போது, சிறையில் வேலை செய்ததால் அவருடைய சின்ன சின்ன தேவைகள் பூர்த்தியாகின. அதுபோக அவர் மீது அன்பாக இருந்த விசாரணைக் கைதிகளும் அவரை அன்பாக பார்த்துக் கொண்டனர்.

தண்டனைக் கைதியான பிறகு தறிக்கூடத்தில் அவருக்கு வேலை எழுதப்பட்டு இருந்தது. அதில் கிடைத்த சொற்ப ஊதியம் அவர் செலவுக்குப் போதுமானதாக இருந்தது. அவருக்கு அப்படி ஒன்றும் பெரிதாகத் தேவைகள் இருக்கவில்லை. சிறையில் வழங்கப்படும்

மூலிகைப் பற்பொடியும், சிறைத் தயாரிப்பான சலவை சோப்பும், காதி தயாரிப்பான குறிஞ்சி குளியல் சோப்பும் மட்டுமே பயன்படுத்திக் கொள்வார். பீடிகளுக்கும், சொட்டு நீலத்துக்கு மட்டுமே சம்பளக் கணக்கிலிருந்து எடுத்துக்கொள்வார். சம்பளம் எவ்வளவு ஏறி உள்ளது கணக்கில் எவ்வளவு இருக்கிறது என்பதைப் பற்றி எல்லாம் அவர் பார்த்தது கிடையாது. ஊதிய ஈட்டுப்பிரிவு அலுவலகத்திற்குச் சென்று கேட்டுக் கொண்டதே இல்லை.

ஆனால் எப்போதும் மகிழ்ச்சியுடனே இருப்பார். எல்லோருடனும் அன்பாகவே இருப்பார். அவரிடமும் எல்லோரும் அன்பாகவே இருந்தனர். அவர் உறவினர்கள் யாரும் அவரைக் காண வராவிட்டாலும் நேர்காணல் அறைக்கு அவர் செல்லாமல் இருந்ததில்லை. சக கைதிகளின் குடும்பத்தார்கள், குறிப்பாக பேரக்குழந்தைகளோடு வரும்போது இவருக்கும் சேர்த்து மனு எழுதி பார்த்து செல்வார்கள். அன்று அவர் மிகுந்த மகிழ்ச்சியுடன் காணப்படுவார்.

அதற்குக் காரணம் இருந்தது. சிறையில் வழங்கப்படும் கடலை உருண்டைகளை சேர்த்து வைத்திருப்பார். நிலக்கடலை பருப்பையும் தனியாக சேர்த்து வைத்திருப்பார். சாப்பிடாமல் சேர்த்து வைத்திருந்ததற்கு, அதை மென்று தின்பதற்கு வலுவான பற்கள் இல்லாமல் இருந்ததே முக்கிய காரணமாக இருந்தது. அப்படி சேகரித்த கடலை உருண்டை களையும் கடலை பருப்புகளையும் சக கைதிகளின் பேரக்குழந்தைகள் வரும்போது, அந்தக் கைதிகளிடம் கொடுத்து அனுப்புவார். அந்தக் கைதிகள் நேர்காணலில் அதிகாரிகளிடம் நயந்து பேசி, கெஞ்சித்தான் அதை வெளியே கொடுத்துவிட முடியும்.

பள்ளி விடுதிகளில் தங்கி படிக்கும் ஏழைக் குழந்தைகளுக்கு அவை மிகச் சிறந்த நொறுக்குத் தீனியாக கிடைத்துக் கொண்டிருந்தது. பள்ளி விடுதிகளிலிருந்து மாணவர்களிடமிருந்தும் மாணவிகளிட மிருந்தும் வரும் கடிதங்களில் சண்முகம் தாத்தாவுக்கு மறக்காமல் நன்றி தெரிவித்து எழுதுவார்கள். அதில் அவர் பிறவிப் பயனை அடைந்ததாக உணர்வார். கடிதம் வந்த கைதிகள் சண்முகத்திடம் வந்து

"பாரு உன்னை கேட்டு பேரப்பிள்ளைகள் கடிதம் எழுதியிருக்கிறார்கள்" என்று வாசித்துக் காட்டும் போது அவர் அடையும் ஆனந்தத்திற்கு அளவே இல்லை. அப்படித்தான் அவர் நேர்காணல் அறைக்குச் சென்று அந்தக் குழந்தைகளைப் பார்த்து வந்து மகிழ்ச்சியில் திளைப்பார்.

அவர் இருக்கும் இடம் சுத்தமாக இருக்கும். அவருக்கு ஒதுக்கப்பட்ட இடத்தில் அவருடைய உடைமைகள் நேர்த்தியாக வைக்கப்பட்டிருக்கும். அவர் இதுவரை எந்த நோய்க்காகவும் மருத்துவமனைக்கு சென்றதில்லை.பற்கள் ஒவ்வொன்றாய் சொத்தையாகி அதை பிடுங்குவதற்கு மட்டுமே மருத்துவ மனைக்கு பல தடவை போய் வந்தார். அப்படி வெளி மருத்துவமனைக்கு செல்லும்போது தூய வெள்ளைச் சட்டை வெள்ளை வேட்டி அணிந்து கம்பீரமாகச் செல்வார். முழுக்கைச் சட்டையை மடித்துவிட்டு தோளில் சிறிய துண்டு அணிந்து ஒரு அரசியல்வாதி போல் போய் வருவார். வழிக்காவளர்களும் அவரை மரியாதையுடன் தான் நடத்துவார்கள்.

அவர் செய்த கொலை நடந்து 15 ஆண்டுகளுக்கு மேலாகி விட்டது. அந்தக் கொலை நடந்தது பழனி மலை அடிவாரத்தில். அவருக்கு சொந்த ஊர் அதுவல்ல. ஆனால் பழனியில்தான் பல ஆண்டுகள் வாழ்ந்துள்ளார். இளம் வயதிலேயே காதலித்த மிக இளம் பெண்ணாக இருந்த செண்பகத்தை இழுத்துக் கொண்டு, ஊரைவிட்டு பழனி வந்து சேர்ந்தவர்தான், கொலை நடக்கும் வரை பழனியை விட்டு வேறு எங்கும் செல்லவில்லை. பழனியில் இருந்தாலும் பதுங்கியேதான் பல ஆண்டுகள் வாழ்ந்து வந்தார்கள். செண்பகத்தின் சாதியினரின் கொலைவெறிக்கு பயந்து பதுங்கி வாழ்ந்து வந்தனர். வட மாவட்டங்களின் சாதி ஆதிக்க வெறி பிடித்த குடும்பத்தில் பிறந்தவர் செண்பகம். சண்முகமோ சாதி அடுக்கில் கீழ் நிலையில் இருந்தவர். காதல் மனைவியின் பிடிவாதத்தால் இரண்டு தரப்பு குடும்பங்களையும் துறந்து, காதல் பறவையாக பறந்து,வெகுதூரம் வந்து பழனிவாசிகள் ஆகிவிட்டனர். இவர்கள் பழநிக்கி வந்ததிலிருந்து அவர்கள் ஊர்க்காரர்கள் ஒன்று இரண்டு பேர்கள் இவர்கள் கண்களில் பட்டிருக்கிறார்கள். அவர்கள் இருவரும் யார் கண்ணிலும் படாமல் இருந்திருக்கிறார்கள்.

பழனிக்கு வந்ததும் ஒரு ஓட்டலில் தான் சண்முகம் வேலை செய்திருக்கிறார். ஹோட்டல் முதலாளி, பழனி மலை அடிவாரத்தில் வையாபுரி குளக்கரையில் ஒரு புறம்போக்கு இடத்தை சுட்டிக்காட்டி அங்கு குடிசை போட்டு இருக்கவும் உதவி செய்து இருக்கிறார்.

குடிசை போட்ட இடத்திலேயே தேங்காய் பழம், விபூதி, வெற்றிலை பாக்கு, இதர பூஜைப் பொருட்கள் கடையையும் நடத்தி வந்தார் சண்முகத்தின் மனைவி செண்பகம். காலப்போக்கில் ஓட்டல் தொழிலாளியாய் சண்முகம் வாங்கிய சம்பளத்திற்கு இணையாக அவர்

மனைவியும் சம்பாதித்தார். ஒரு கட்டத்தில் சண்முகம் வேலை செய்த ஹோட்டல் கைமாற, ஹோட்டல் வேலையிலிருந்து விலகி கடையுடன் கூடிய குடிசை வீட்டிலேயே இருந்து வியாபாரத்தை மனைவியுடன் சேர்ந்து பார்த்து வந்தார். இல்லற வாழ்க்கை அவர்களுக்கு இனிதே அமைந்தபோதும் புத்திர பாக்கியம் அவர்களுக்குக் கிடைக்காமல் போனது. ஆனால் மகிழ்ச்சிக்குக் குறைவில்லாமலே வாழ்ந்தனர். அந்த புறம்போக்கு இடத்தில் அதன் பிறகும் இன்னும் நிறைய குடிசைகளும் கடைகளும் வீடுகளும் பெருகி வந்தன.

இன்பகரமாக போய்க்கொண்டிருந்த சண்முகம் வாழ்க்கையில் ஒரு பேரிடி விழுந்தது. அந்தோ பரிதாபம். செண்பகம் பாம்பு கடித்து இறந்து போனார். தனி மரமாய் தவித்து நின்றார் சண்முகம். சரியாக சாப்பிடாமல் பல நாட்கள் தூங்காமல் கடையை நடத்தாமல் கடைக்குள்ளேயே முடங்கிப் போனார் சண்முகம். பல நாட்கள் கழித்துத்தான் கடையைத் திறந்து வியாபாரம் செய்யத் துவங்கினார். அவர் செண்பகம் நினைவுகளுடனே வாழ்ந்து வந்தார். செண்பகம் நடமாடிய அந்த மண்குடிசை சண்முகத்துக்கு தாஜ்மஹாலாகவே இருந்தது. அன்றாடம் குளித்த பிறகு செண்பகம் படத்தை வணங்கிய பிறகுதான் அடுத்த வேலைகளைத் தொடர்வார்.

புறம்போக்கு இடங்களை வேட்டையாடுவதற்கு சில நாய்களும் அங்கே உருவாகி இருந்தன.அதில் ஒரு மோசமான நாய் தான் முருகானந்தம். அவனை மிருகானந்தம் என்றும் சொல்லலாம். சண்முகம் ஒரு அனாதைக் கிழவன் என்பதை நன்கு அறிந்திருந்தான். அவன் அந்தப் பகுதியில் இருந்த நிறைய பேர் இடங்களை ஏமாற்றியும், மிரட்டியும் அபகரித்துக் கொண்டவன். அதன்பிறகு தான் அவன் கழுத்திலும் கையிலும் தடித்த தங்கச் சங்கிலிகள் மின்னத் துவங்கின. கருத்த முரட்டு உருவமும் பெரிய மீசையும் யாரையும் மிரட்ட அவனுக்கு தோதாக இருந்தது.

அந்தப் பகுதியில் புல்லட் சத்தம் கேட்டாலே அப்பகுதி அப்பாவி மக்களுக்கு அடி வயிறு கலங்கிவிடும் அந்த புல்லட்டில் இருந்தவாறு புறம்போக்கு இடங்களில் உள்ள குடிசைகளை விழுங்க பேயாக பார்ப்பான். அப்படித்தான் சண்முகத்தின் குடிசையும் அவன் கண்ணை உருத்தியது. அவ்வப்போது சண்முகத்தை ஊரை காலி செய்து போகச் சொல்லி மிரட்டி கொண்டிருந்தான்.ஒரு நாள் குடிசையின் வாசலில் புல்லட்டை விட்டு கீழே இறங்காமலேயே சண்முகத்தை பார்த்து,

"எடத்தை காலி பண்ணி, எந்த ஊர்ல இருந்து வந்தியோ அந்த ஊருக்கே ஓடிடு. இல்ல தூங்கும்போது குடிசையோடு கொளுத்திடுவேன்" முருகானந்தம். சண்முகம் பரிதாபமாக சொன்னார்

"என் பொண்டாட்டி நடமாடுன இடத்தை நான் கோவிலாக நினைக்கிறேன். என்னை ஏன் தம்பி தொல்லை பண்ற"

''அவ தான் போய் சேர்ந்துட்டா இல்ல.நீ மட்டும் தான அனாதையாக இருக்கிற. நீ உன் பொண்டாட்டியோட இருந்தா நாயேன் தொல்லை கொடுக்க போறேன். அதுவும் நீ இந்த ஊரு காரனுமில்ல. எங்கேயோ இருந்து வந்து எங்க ஊரு இடத்தில இவ்வளவு வருஷமா உன்ன இருக்க விட்டதே தப்பு. ஒரு வாரத்தில் மரியாதையாக ஓடிப் போயிடு .இல்ல மரியாதை கெட்டிடும் "மிரட்டி விட்டு சென்றான் முருகானந்தம்.அவன் அப்படி சொன்னதில் எந்த உண்மையையும் இல்லை .குடும்பத்தோடு இருந்த அப்பாவி சொந்த ஊர் காரர்களையும் ஏமாற்றி நிலங்களை அபகரித்துக்கொணடவன்தான் அவன்.

பத்து நாள் கழித்து சண்முகம் அவர் குடிசைக்கு பக்கத்தில் இருந்த டீக்கடை வாசலில் உட்கார்ந்து இருந்தார். பெரிய மனிதன் என்றும் பார்க்காமல் செருப்பால் அடித்து விட்டான் முருகானந்தம்.தடுக்க வந்த கடைக்காரரையும் எச்சரித்துவிட்டு, சண்முகத்திற்கு ஒரு நாள் கெடுவும் கொடுத்துவிட்டு புல்லட் ஏறி புறப்பட்டுச் சென்றான். அடுத்த நாள் காலையில் எழுந்ததும் செண்பகத்தின் டிரங்க் பெட்டியைத்திறந்து துலாவினார் சண்முகம். அதில் 300 ரூபாய் மஞ்சள் துணியில் சுத்தியபடி இருந்தது.அதை எடுத்துக்கொண்டார். குளித்துவிட்டு செண்பகத்தின் படத்தை வணங்கி விட்டு காலை உணவை சாப்பிட்டு வெளியே கிளம்பினார் சண்முகம்.

பழனி மலை அடிவாரங்களில் உள்ள ஒவ்வொரு கடைக்கும் சென்று, அங்கு தெரிந்தவர்களிடம் எல்லாம் பேசிவிட்டு கடைசியாக ஒரு கடைக்கு வந்தார். அந்த கடை பல வகையான கத்திகள் அரிவாள்கள் இருக்கும் கடையாக இருந்தது. ஒவ்வொரு கத்தியையும் எடுத்து பார்த்து திருப்தி ஏற்படாதவராக வேறு எதையோ தேடிக் கொண்டிருந்தார். கடைக்காரர் உள்ளே இருந்து இரண்டு பெரிய கத்திகளை எடுத்துக் கொண்டு வந்து காட்டினார். கத்தியின் நீளமும் கைப் பிடியும் கனமும் அவருக்கு பிடித்து போனது. பேரம் எதுவும் பேசாமல் 75 ரூபாய்க்கு அதை வாங்கிக் கொண்டு, உரையுடன் இருந்த அந்த கத்தியை இடுப்பிலே செருகிக் கொண்டுகிளம்பினார்.

அவருக்கு ரொம்ப நாளாக தீராத ஆசை ஒன்று இருந்தது. பிரியாணி சாப்பிட வேண்டும் என்பதே அந்த ஆசை. செண்பகம் இருக்கும்போதே வாங்கிக்கொடுக்க வேண்டுமென்று ஆசைப்பட்டார். அது நடக்காமலேயே போனது.மதிய சாப்பாடு இன்றைக்கு பிரியாணிதான் என்ற முடிவோடு போனார். அதுவரை அவர் சாப்பிடாத பிரியாணியை ரசித்து ருசித்து சாப்பிட்டார். மட்டன் பிரியாணிக்கு ஒரு முட்டையும் வைத்ததும் அவர் முகம் இன்னும் பிரகாசமானது.

நேராக அவரது குடிசைக்குத் திரும்பினார். செண்பகம் படத்திற்கு முன்பாக அந்த கத்தியை வைத்து நெடுஞ்சாண் கிடையாக விழுந்து வணங்கினார். கத்தியை எடுத்து இடுப்பில் மறுபடியும் செருகிக்கொண்டு செண்பகம் படத்தை தொட்டு கண்ணில் ஒற்றிக் கொண்டு வெளியே வந்து பக்கத்து டீக்கடை பெஞ்சில் வந்து உட்கார்ந்தார். ஒரு டீயை வாங்கிக் குடித்தார். கடைக்காரர் கேட்டார்,

"அண்ணே, அவனுக்கு என்ன பதில் சொல்லப் போறீங்க?"

"நான் இந்த ஊரை விட்டுப் போக போறேன்ப்பா.நிலம் போனா போகுது. நான் வரும்போது நிலத்தோடையயா வந்தேன். எடுத்துட்டுப்போக. என்ன மாதிரி நீங்க யாரும் விட்டுறாதீங்க" என்ற சண்முகம். டீக்கான காசை சண்முகம் கொடுக்க, "வேண்டாம்ணே நீங்க ஊரை விட்டு போறீங்க உங்களுக்கு நான் வேணும்னா செலவுக்கு ஏதாவது தாரேன்'' என்று 100 ரூபாயை நீட்டினார், கடைக்காரர். "வேண்டாம்ப்பா நீ நல்லா இருப்பா" என்று சொல்லும்போது புல்லட் சத்தம் கேட்டது.

டீக்கடைக்காரர் பதட்டமானார். சண்முகம் எந்த உணர்ச்சியும் காட்டாமல் டீக்கடை பெஞ்சில் உட்கார்ந்து இருந்தார். புல்லட் சண்முகத்திற்கு பின்னால் வந்து நின்றது சண்முகம் திரும்பிப் பார்க்கவில்லை அது முருகானந்தத்திற்கு ஆத்திரத்தைக் கூட்டியது. காலைத்தூக்கி ஓங்கி மிதித்துத் தள்ளினான். சண்முகம் குப்புற விழுந்து எழுந்து நின்றார். சண்முகம் வயதானாலும் வலுவாகவே இருந்தார் .முருகானந்தம் வாலிப முரடனாக அவரை நெருங்கினார். இன்னொரு அடி அடிக்க கையை ஓங்கும் நேரத்தில் சண்முகத்தின் கத்தி முருகானந்தத்தில் இடது விலாவில் இறங்கியது. சண்முகத்தின் கன்னத்தில் பலத்த அடியாக விழுந்திருக்க வேண்டிய முருகானந்தத்தின் அடி வலுவிழந்து விழுந்தது. அவனும் சரிந்து விழுந்தான். விலாவிலிருந்து உருவிய கத்தியை எடுத்து தொண்டையிலும் குத்தினார். அப்படியே பெஞ்சில் உட்கார்ந்து விட்டார் சன்முகம். டீக்கடைக்காரர்

உட்பட எல்லோருமே அந்த இடத்தை விட்டு ஓடி, தள்ளிப் போய் நின்று பதட்டத்துடன் பார்த்தனர். குத்துப் பட்ட முருகானந்தம் துடிதுடித்து அடங்கிப் போனான். அப்போதும் அவனுடைய கண்கள் அந்தக் குடிசையை நோக்கித்தான் இருந்தன.

இந்த வழக்கிற்காக மட்டுமே சண்முகம் பழனியை விட்டு முதல் முறையாக வெளியேறினார். அதன் பிறகு மதுரை மத்திய சிறை மட்டும் தான் அவர் உலகம் என்று ஆகிவிட்டது. அவரது வயது, அவரது வாழ்க்கை, அவர் செய்த கொலை, சிறையில் அவர் நடத்தை எல்லாம் தான் சகக் கைதிகள் மத்தியிலும், காவலர்கள் மத்தியிலும் அவருக்கு ஒரு மரியாதை ஏற்படுத்தி இருந்தது.

ஒரு நாள் நான் அவரிடம்

"சொந்த பந்தம் இல்ல. தனியாளா இருக்கீங்க. இத்தனை வருஷமா நீங்க கவலைப்பட்டது மாதிரி தெரியலையே" என்று அவரிடம் கேட்டேன்.

"ஐயா நான் என் பொண்டாட்டி செண்பகத்தோட பழனியில் வாழ்ந்த சந்தோசமான வாழ்க்கை இனி எனக்கு வரப்போவதில்லை. அவ போன பிறகு வெறும் பிணமாகத்தான் நடமாடிக்கிட்டிருந்தேன். அவளோட இருந்த வீட்டை கோவிலா நினைச்சுக்கிட்டு இருந்தேன்" சொல்லும்போதே அவர் கலங்கியதைப் பார்க்க முடிந்தது.

"நிலம் முழுங்கி முருகானந்தம் நிறைய பேரு நிலத்தை புடிங்கிட்டான். அவன் இருந்திருந்தால் இன்னும் எத்தனை பேரு குடியைக்கெடுத்து இருப்பான்னு தெரியாது. எனக்கு வேற யாரு இருக்கா. நாம செத்தாலும் ஒரு அக்கிரமத்திற்கு முடிவு கட்டிட்டு சாகணும்னு முடிவு எடுத்தேன். அவன் சோழிய முடிச்சுட்டேன்" என்று பெருமிதமாகச் சொன்னார்.

"சரி ஆயுள் தண்டனைய சந்தோசமா கழிக்கிறீங்களே"

"ஐயா அந்த கொலையோட என் வாழ்க்கையும் முடிஞ்சுடும்னு நினைச்சேன். ஒரு ஓலைக் குடிசைக்காக ஒரு அக்கிரமக்காரனைக் கொன்னேன். இப்ப காங்கிரீட் கட்டடத்துல ஃபேனுக்கு கீழே படுத்து இருக்கேன். அன்பான மனிதர்களுடன் வாழுறேன். அவங்களுடைய பேரக் குழந்தைகளும் என்ன தாத்தான்னு நினைக்கிறாங்க. இதைவிட என்னையா சந்தோஷம் வேணும்?" என்று சொல்லிக்கொண்டு இரண்டு பக்கமும் மீசையைத் தடவிக் கொண்டார். அந்த மீசை என்பது வெறும் மயிராக இல்லாமல் அர்த்தமுள்ள மீசையாக எனக்குத் தெரிந்தது!

ஈர நெஞ்சங்கள்

முதல்நாள் இரவு தொலைக்காட்சி செய்திகளிலும், அடுத்த நாள் காலை தினசரிப் பத்திரிகைகளிலும் அந்தச் செய்தி பரபரப்பாக வெளியிடப்பட்டிருந்தது.

'மதுரை விமானநிலையம் அருகே மர்ம மனிதன்! தீவிரவாதியா?' என்பதே அச்செய்தியின் தலைப்பாக இருந்தது. மறுநாள் காலை மதுரை மத்தியச் சிறையில், கூடுதல் பாதுகாப்புடன் அந்தக் கைதி 'பி' செல்லில் பூட்டப்பட்டு இருந்தான். அவன் பூட்டப்பட்ட செல்லுக்குப் பக்கத்து செல்களிலிருந்த கைதிகளெல்லாம் வேறு வேறு செல்களுக்கு மாற்றப்பட்டனர். அந்த பிளாக் செல்களில் இருந்த மொத்த கைதிகளுக்கும் ஒரே ஒரு காவலரும், புதிதாக வந்த அந்த கைதிக்கு மட்டும் இரண்டு காவலர்களும் என நியமிக்கப்பட்டிருந்தனர்.

காலையில் சிறை திறக்கப்பட்டு, அந்த வளாகம் கூட்டிச் சுத்தம் செய்யப்பட்டு, எல்லா சிறைவாசிகளுக்கும் காலை உணவு வழங்கப்பட்டு, செல்களிலும் மற்றக் கைதிகள் பூட்டப்பட்ட பின்னும், அந்தக் கைதியின் செல்லில் இருந்து குறட்டைச் சத்தம் குறுகிய அந்த நான்கு சுவருக்குள் எதிரொலித்து, வரண்டா அதிர விதவிதமாக ஒலித்துக்கொண்டிருந்தது. காலையில் சுற்று வந்த அதிகாரிகள் அவன் எழுந்த பிறகு, மிகுந்த பாதுகாப்புடன் உணவு வழங்க வேண்டும் என எச்சரித்தது மட்டுமல்லாமல், பாரா பதிவேட்டிலும் மிக "உன்னிப்பாக கவனிக்கப்பட வேண்டிய கைதி. பாதுகாப்பில் எவ்வித குறைபாடும் இருக்கக் கூடாது" என்று எழுதி வைத்துச் சென்றனர்.

கருத்த, கனத்த உடம்புடன் படுத்தே கிடந்தான், அந்தக் கைதி. அவனது பெயர் முகமது கான்; தந்தை பெயர் ஆரிப் கான். வயது 25 எனவும், கதவில் தொங்கவிடப்பட்ட அட்டையில் குறிப்பிடப்பட்டிருந்தது. காலையிலிருந்து அவன் பெயரைச் சொல்லி பலமுறை எழுப்ப நடந்த முயற்சிகள் தோல்வியிலேயே முடிந்தன.

குறட்டைச் சத்தமும், பெருமூச்சும் அவன் உயிரோடு இருக்கிறான் என்பதை உறுதி செய்ததால், அவனை அப்படியே விட்டுவிட்டனர். காலைஉணவு பொங்கல் ஒரு அச்சு, தட்டில் வைத்து மூடப்பட்டிருந்தது.

முற்பகல் முடியும் நேரம் நெருங்கிக்கொண்டிருந்தது. மதியஉணவும் வந்துவிட்டது. 'ஏ செல்', 'பி' செல் சிறைவாசிகள் அனைவருக்கும் உணவு வழங்கப்பட்டு, சிறிதுநேரம் புகைபிடிப்பதற்கும், மற்றவர்களுடன் அலாவளாவிக்கொள்ளவும் சிறிது அவகாசம் கொடுத்து, செல்களைப் பூட்டிய பிறகுதான், முகமது கானைத் திறக்க வேண்டும். இதற்கு மேலும் அவனைத் தூங்க அனுமதிக்கக் கூடாது என காவலர்கள் ஒரு முடிவுக்கு வந்தனர். அதனைச் செயல்படுத்தவும் தயாரானார்கள்.

அவன் செல்லுக்கு எதிரே தண்ணீர்த் தொட்டியில் குளித்துக் கொண்டிருந்த கைதிகளைச் சீக்கிரம் போகச் சொல்லி விரட்டினார்கள். எல்லா செல்களிலும் கைதிகள் பூட்டப்பட்டு இருந்தனர். அந்த செல் பராமரிப்புப் பணிக்காக இருந்த கைதிகள் மட்டுமே வெளியே இருந்தனர். அந்தக் கைதிகள் உதவியுடன் செல்லைத் திறக்கத் தயாரானார்கள் காவலர்கள். சற்றுத் தொலைவில் மற்ற பிளாக் கைதிகள் வேடிக்கைப் பார்க்கக் கூடினர்.

கதவைத் திறந்தவுடன் அவன் மீது தண்ணீர் தெளிக்கப்பட்டது... தெளிப்பதாக நினைத்து, தண்ணீர் கொட்டப்பட்டது. கொஞ்சம் அசைந்து பிறகு பதறி விழித்தது அந்த உருவம்.

"எந்திருச்சிச் சாப்பிடலையா. இம்புட்டு நேரம் தூங்குற?" என்று கேட்டதும் ஒன்றும் புரியாதவனாய் பரக்கப்பரக்கப் பார்த்தான். பல்துலக்க வேண்டுமென சைகையில் சொன்னான். பின் அவனாக எழுந்து உள்ளே இருந்த கழிப்பறை சென்று சிறுநீர் கழித்து வந்தான். உள்ளே சென்று இப்படிக் கேட்டது பராமரிப்பு வேலை செய்த கைதிகள்தான். காவலர்கள் இருவரும் லத்திகளை இறுகப் பற்றி வெளியில் நின்றுகொண்டனர். அவன் கையில் பல்பொடி கொட்டியதும் பல் துலக்கத் துவங்கினான். அவனிடமிருந்து வார்த்தைகள் ஏதும் வரவில்லை. வந்தாலும் அங்கு உள்ளவர்களுக்கு அவன் பாஷை புரியப்போவதுமில்லை என்ற புரிதலில் அவனும் இருந்தான். வெளியில் வந்து முகம் கழுவ, காவலர்கள் அனுமதித்தனர். முகம் கை கால்களைக் கழுவி உள்ளே வந்ததும், 'பீடி வேண்டும்' என சைகையில் கேட்டான். இதைப் பொருட்படுத்தாமல் மதிய சாப்பாடு எடுத்து அவனுக்கு வழங்கப்பட்டது. அவனுக்கு நிர்ணயிக்கப்பட்ட

அளவைவிடக் கூடுதலாகவே தட்டில் சோறு போட்டு சாம்பார் ஊற்றிக் கொடுக்கப்பட்டது. அந்தப் பெரிய தட்டில் சாம்பாரும் சோறும் நிறைந்திருந்தது. ஒருசில நொடிகளில் தட்டு காலியானது. இன்னும் சோறு வேண்டும் என ஆவலுடன் எதிர்பார்த்தான். கூடுதலாக அங்கு சோறு இருக்கவில்லை. காலையில் வந்த உணவைத் திறந்து பார்த்து அதையும் ஒரு நொடியில் சாப்பிட்டு முடித்தான். தட்டுகளைக் கழுவி முடித்து வரண்டாவுக்கு வந்தவனின் ஒவ்வொரு நிமிடமும் மிகுந்த எச்சரிக்கையுடன் காவலர்கள் கையாண்டனர். அவன் உருவம் பெருத்த, கருத்த உருவமாக இருந்தது.

யாரும் எதிர்பாராத நிலையில் ஒரு காவலரின் காலைத் தொட்டுக் கும்பிட்டான். காவலர் துள்ளிக் குதித்து தள்ளி நின்றார். இன்னொரு காவலர் ஓங்கிய லத்தியை அப்படியே தளர்த்திப் பிடித்தார். அவன் அவர் காலைத் தொட்டு கும்பிட்டு பீடி கேட்டான். அங்கே இருந்த கைதி ஒருவர் பீடியைப் பற்ற வைத்துக் கொடுத்தார். அவரையும் சேர்த்துக் கும்பிட்டான். ஆனந்தமாகப் புகையை அனுபவித்துவிட்டு, இன்னும் பீடி வேண்டுமென்றான். இன்னொரு காவலரின் காலை தொட்டுக் கும்பிட்டான். அவன் சிரித்தபோதுதான் தெரிந்தது, அவனது முகம் ஒரு கள்ளம் கபடம் இல்லாத ஒரு குழந்தையின் முகமாக இருந்ததை. அதே கைதி இன்னொரு பீடி கொடுத்தார். அவர் காலை மீண்டுமொருமுறை தொட்டுக் கும்பிட்டான். அவன் செல்லுக்குள் நுழையும்போது அவன் வயிற்றைக் காட்டி 'இன்னும் வயிறு நிறைய வில்லை' என்பதைத்தான் இந்தியில் சொல்லியிருக்க வேண்டும். அவனை உள்ளே பூட்டிய பிறகு மீண்டும் படுத்துவிட்டான். மீண்டும் குறட்டை சத்தம்.

அவன் உருவம், உண்ட உணவு, உறுமும் குறட்டைச் சத்தம் எல்லாம் அவனை கும்பகர்ணனின் மறுவடிவமாகவே பார்க்கத் தோன்றியது. மாலை அடைப்பு உணவு வழங்கப்பட்டு, பூட்டிய போதும் இதேபோல்தான் நடந்துகொண்டான். தூரத்திலிருந்து வேடிக்கை பார்த்த கைதிகள் அவர்களிடமிருந்த பீடிகளையும் திண்பண்டங்களையும் கொடுத்தார்கள். அவர்கள் திசையை நோக்கி கும்பிட்டு முத்தங்களைப் பறக்க விட்டான். அவனது செய்கைகள் அனைத்தும் சிறு குழந்தைளின் செயல்களாகத்தான் இருந்தன.

மாலை அடைப்புக்குப் பிறகு காவலர்கள் உயர் அதிகாரிகளிடம் இதைத் தெரிவித்தார்கள். கூடுதல் பாதுகாப்பு விலக்கப்பட்டு சாதாரண கைதியாக நடத்த அறிவுறுத்தப்பட்டது. அடுத்த நாள் காலை சீக்கிரமாகவே எழுந்துவிட்டான். பீடிக்காகவும் சாப்பாட்டுக்காகவும்

ஏங்கி எதிர்பார்த்தான். 'ஏ' செல் பகுதியிலிருந்து மிலிட்டரி கைதி விஜயகாண்டீபன் அவனிடம் ஹிந்தியில் பேசினார். அதன் பிறகுதான் அவனும் மிக சந்தோசமான ஆளாக மாறினான்.

அவன் வயிற்றின் கொள்ளளவு எவ்வளவு என்று தெரியவில்லை? எவ்வளவு உணவு கொடுத்தாலும் சாப்பிட்டுக்கொண்டே இருந்தான். நொறுக்குத் தீனிகளும், பீடிகளும் எவ்வளவு கிடைத்தாலும் அவனுக்கு அது பற்றாக்குறையாகவே இருந்தது. பகல்நேரங்களில் அதிக நேரம் அவனைப் பூட்டி வைக்காமல் வெளியில் இருக்க அனுமதிக்கப்பட்டது. விஜயகாண்டீபனிடம் சரளமாகவும், மற்றவர்களிடம் சைகையிலும் பேசினான். எல்லோரிடமும் நட்பையும் அன்பையும் வளர்த்துக் கொண்டான்.

வெளியில் காவல்துறையினரும் அவன் மீது போடப்பட்ட வழக்கைத் திரும்பப்பெறும் முயற்சியில் இருந்தனர். இந்துத்துவா சக்திகள் கொடுத்த அழுத்தம் காரணமாகவே கடுமையான பிரிவுகளில் வழக்குப் போடப்பட்டிருந்தது. தீர விசாரித்த பின்னர்தான் தெரிந்தது, அவன் மனநலம் பாதிக்கப்பட்டு பீகாரில் இருந்து வழி தவறி மதுரை வரை வந்திருப்பது. கிடைத்த இடத்தில் கிடைத்த உணவை தின்று கிடைத்த இடத்தில் உறங்கியிருக்கிறான். கண்போன போக்கிலும், கால்போன போக்கிலும், மனம்போன போக்கிலும்தான் சுற்றித்திரிந்து மதுரை வந்தடைந்திருக்கிறான். மதுரை விமான நிலையம் அருகே முட்புதர்கள் மண்டியிருந்த இடத்தில் இயற்கை உபாதை கழிக்க ஒதுங்கியவன், அப்படியே அங்கே ஒரு புதருக்குள்ளே தூங்கிவிட்டான். இதைப் பார்த்த சிலர் காவல்துறைக்குத் தகவல் சொல்ல பலத்த காவலுடன் காவல்நிலையம் கொண்டு வரப்பட்டு விசாரித்து முடிப்பதற்குள்ளாக, அவன் பெயர் முகமது கான் என அறிந்ததும் இந்துத்துவா சக்திகள் எப்போதும் போல் காவல்நிலையத்திற்கு திரண்டு வந்து நிர்ப்பந்தம் செய்யவே அரைகுறையாகவும் அவசரமாகவும் விசாரித்து நீதிமன்றத்தில் ஆஜர் படுத்தி சிறைக்கும் அனுப்பிவிட்டனர்.

சிறையில் மிலிட்டரிகாரர் விஜயகாண்டீபனிடம் முகமது கான், பீகாரில் ஏதோ ஒரு கிராமத்தின் பெயரைச் சொல்லி, அங்கிருந்துதான் புறப்பட்டு வந்ததாகவும், ரயிலிலும் கால்நடையாகவுமே பல ஊர்களில் சுற்றி வந்தாக சொல்லி இருக்கிறான். எப்போது புறப்பட்டான் என்றோ எதற்காக வீட்டை விட்டுக் கிளம்பினான் என்றோ, எங்கே எல்லாம் போய் வந்தான் என்றோ அவனுக்கு சொல்லத் தெரியவில்லை. ஒவ்வொரு நாளும் சிறைவாசிகளின் அன்பைப் பெற்றவனாகவும், எப்போதும் எதையாவது தின்றுகொண்டே இருப்பது, வேலைகள்

சொன்னால் செய்வது, உறங்குவது இப்படித்தான் அவன் பொழுதுகள் போய்க்கொண்டிருந்தன.

நீதிமன்றத்தில் இருந்து விடுதலை ஆணைக்காக அவனை ஆஜர்செய்யச் சொல்லி உத்தரவு வந்தது. அதேநேரத்தில் பீகாரில் அவனது சொந்த ஊருக்குப் பத்திரமாக அழைத்துச் செல்ல வழிக் காவலர்களையும் அனுப்ப வேண்டுமென உத்தரவிடப்பட்டிருந்தது.

பீகார் செல்வதென்றால் ரயிலில் மூன்று நாட்கள் ஆகும். அவனுக்குத் தீனி போட வழிக் காவலர்கள் எந்த அளவு உதவி செய்வார்கள் எனத் தெரியாது. ‘பெரும்பாலும், வழிக்காவலாக வரும் ஆயுதப்படை காவலர்களிடம் நல்லெண்ணங்களோ நம்பிக்கையோ இருப்பதில்லை. சில காவலர்கள் மனிதாபிமானத்துடன் தேனீர் வாங்கிக் கொடுப்பதும், உறவினர்கள் வந்தால் பேச அனுமதிப்பதும் உண்டு. ஆனால் பெரும்பான்மையான காவலர்கள் அப்படி இருப்பதில்லை’ என்றே சிறைவாசிகள் சொல்வதுண்டு. ‘வசதியும் செல்வாக்கும் உள்ள சிறைவாசிகளிடம் தாராளமாக நடந்து கொண்டு, அவர்களுக்கு ஏற்ற வகையில் வளைந்து கொடுத்து, அவர்களும் 'பெருவாழ்வு' வாழ்ந்து வருவதும் உண்டு’ என்றும் கைதிகள் பேசிக்கொள்வார்கள். ‘ஏதுமற்ற அப்பாவி கைதிகளுக்குத் தண்ணீர் குடிக்கக்கூட அனுமதிப்பதில்லை. உறவினர்கள் யாரும் வந்தால் சந்திக்கவிடாமல் விரட்டி அடிப்பார்கள்’ என்றும் சொல்லுவார்கள்.

அதனால், விஜயகாண்டீபனும் இன்னும் சில பேர்களும் சேர்ந்து 250 ரூபாய் சேர்த்துவிட்டார்கள். அதை வழிக் காவலர்களிடம் கொடுத்து பீகார் செல்லும்வரை அவனுக்குத் தின்பண்டங்களும் பீடிகளும் வாங்கிக் கொடுக்கச் சொல்ல வேண்டுமென முடிவெடுத்து,வழிக்காவலரிடம் பேசி பணத்தை ஒப்படைக்க என்னைத் தேர்வு செய்தார்கள். என் மீது அவர்களுக்கு அப்படி ஒரு நம்பிக்கை. 250 ரூபாய் என்பது அன்றைக்கு சிறைச்சூழலில் தாராளமான தொகைதான். கைதி உணவுக்கு தனியாகவும் சிறு தொகை அரசு வழங்குவதுண்டு. அது சராசரி உணவுக்குக்கூட போதுமானதாக இருக்காது.

என்னிடம் 250 ரூபாய் கொடுத்து வழிக் காவல் அணித் தலைவரிடம் சொல்லிக் கொடுக்கச் சொல்லி கொடுத்தார்கள். நான் என் கையில் இருந்து ஒரு 50 ரூபாய் சேர்த்து 300 ரூபாயாக வழிக்காவல் அணித் தலைவரிடம் கொடுத்து...

‘இந்தக் கைதியின் மேல் மற்றக் கைதிகள் ரொம்பப் பாசமா இருந்தாங்க. இவன் ஆளுதான் இப்படி இருக்கான் சின்ன குழந்தை

மாதிரி. நொறுக்குத்தீனி, பெருந்தீனிக்காரன். கைதிக அவங்ககிட்ட இருந்த பணத்தை வசூல் செஞ்சி கொடுத்திருக்காங்க. அவன் ஊர்போகும் வரை அவனுக்கு வேண்டியதை வாங்கிக் கொடுக்க வேணும்னு ஆசைப்படுறாங்க'' எனச் சொன்னேன். அவர் ஒரு சிரிப்புடன் 300 ரூபாய் வாங்கிக்கொண்டு முகமதுகானை நீதிமன்றம் அழைத்துச் சென்றார். அங்கு முறையான உத்தரவு பெற்று பீகார் அழைத்துச் செல்ல வேண்டும்.

ஆனால், மாலையே முகமதுகான் மறுபடியும் மதுரை மத்தியச் சிறைக்குத் திரும்பிவிட்டான். அந்த மாஜிஸ்திரேட் விடுப்பில் இருப்பதாகவும் மூன்று நாட்கள் கழித்து அழைத்து வர வேண்டுமென சொல்லி நீதிமன்றத்தில் இருந்து கைதியை திரும்ப அழைத்துச் செல்ல உத்தரவிட்டிருக்கிறார்கள்.

முகமது கான் சிறுபிள்ளைபோல் கைநிறைய முறுக்கு பாக்கெட்களுடனும், பிஸ்கட் பாக்கெட்டுகளுடனும் பீடி கட்டுகளுடனும் திரும்பி வந்தான். மெயின் கேட்டில் அனுமதி எடுத்து சிறைக்குள் வந்ததும், எதிர்ப்பட்ட கைதிகளுக்கெல்லாம் தாராளமாக ஒவ்வொன்றையும் வழங்கி குதூகலத்துடன் அவன் செல்லுக்கு வந்தான். விஜயகாண்டீபன் முகம் வாடிப்போய் இருந்தது. நான் அன்று இரவு கடமைக்கு வர வேண்டியவன் விஜயகாண்டீபன் எல்லோரிடமும் சொல்லி ஆதங்கப்பட்டுக் கொண்டிருந்தான்...

''ஏ.ஆர். போலீஸ்காரங்க அவங்க புத்திய காமிச்சுட்டாங்க பாத்தீங்களா. நாங்க வசூல் பண்ணிக் கொடுத்த 250 ரூபாயில் அம்பது ரூபாய்க்குக்கூட வாங்கி கொடுத்திருக்க மாட்டானுக மிச்ச காசு ஆட்டைய போட்டுட்டானுக'' என்று.

மாலையில் நான் இரவு பணிக்காக வந்தபோது அனுமதி அலுவலர் என்னைத் தனியாக அழைத்து,

''எஸ்கார்ட் ஏட்டையா இந்த 300 ரூபாயை உங்ககிட்ட கொடுக்க சொல்லிக் கொடுத்தாரு. அவனுக்குத் தேவையானத நாங்கள் வாங்கிக்கொடுத்து கூப்பிட்டு வந்துட்டோம். அடுத்த எஸ்கார்டு பார்ட்டிகிட்ட கொடுக்கச் சொல்லுங்க. சார்கிட்ட மறக்காம சொல்லிடுங்கன்னு பல தடவைச் சொல்லிட்டுப் போனாரு அந்த ஏட்டையா'' என்றவாறு 300 ரூபாயை என்னிடம் கொடுத்தார்.

அங்கும் ஒரு ஈர நெஞ்சம் இருந்ததை எண்ணி மகிழ்ந்தேன். விஜயகாண்டீபனிடம் இதை தெரிவித்தேன். ''நானும் தப்பா பேசிட்டேனே சார்!'' என வருந்தினார். ஈரம் உலராத உள்ளங்கள் எங்கும் இருக்கவே செய்கின்றன.

இரட்டைச் சுழிகள்

அந்த இரண்டு சிறைவாசிகளும் இரட்டைச் சகோதரர்கள் அல்ல. ஆனால், உடன் பிறந்த சகோதரர்கள்தான். இருவருக்கும் ஒரே உயரம்; ஒரே உடற்கட்டு; ஒரே முகவெட்டு; ஒரே நிறம்; ஒரே குணம். நிஜமான 'அபூர்வ சகோதரர்கள்'! அவர்கள் இருவர் மீதும் 50க்கும் மேற்பட்ட வழக்குகள். எல்லாமே கொள்ளை, திருட்டு, வழிப்பறி, அடிதடி வழக்குகள்தான். இருவரும் ஒரே வழக்கிலும், தனித் தனி வழக்குகளிலும் சம்பந்தப்பட்டவர்கள்.

இருவரும் ஓரிரு மத்தியச் சிறைகளைத் தவிர, தமிழ்நாட்டில் அனைத்துச் சிறைகளிலும் இருந்தவர்கள். சில சமயங்களில் இருவரும் ஒரேநேரத்தில் சிறையில் இருப்பார்கள். சில சமயம் ஒருவர் வெளியிலும் ஒருவர் உள்ளேயும் இருப்பார்கள். அவர்கள் உள்ளே இருந்தால் சிறைவாசிகளுக்கும், சிறை நிர்வாகத்திற்கும் தொல்லையாக இருக்கும். வெளியே இருந்தால் பொதுமக்களுக்கும், காவல்துறைக்கும் தொல்லையாக இருக்கும். ஆபத்தான நிலையிலும், இக்கட்டான தருணங்களிலும் ஒருவருக்காக ஒருவர் களத்தில் இறங்கியும் விடுவார்கள்.

மூத்தவன் பெயர் பாண்டி. இளையவன் பெயர் செல்வம். சென்னை பர்மா காலனியைச் சேர்ந்தவர்கள் என்பதால் இருவரும் 'பர்மா' என்ற இணைப்புடன்தான் அழைக்கப்பட்டு வந்தனர். அரிதான ஒரே ஒரு நல்ல பழக்கத்தைத் தவிர, வேறு எந்த நல்ல பழக்கமும் இருவரிடமும் காண்பது அரிதாகவே இருந்தது.

நான் இவர்கள் இருவரையும் மதுரை சிறையில்தான் முதன் முதலில் பார்த்தேன். அவர்களைப் பார்ப்பதற்கு முன்பு, அவர்கள் இருந்த பிளாக்கிற்குப் பணிக்குச் செல்வதற்கு முன்பாகவே அன்றாடம் அவர்களுடைய பெயர்கள் செவிகளில் விழுந்துகொண்டேதான் இருந்தன. அவர்கள் இருவரும் இருந்த செல்களுக்கு மட்டும் தனி

காவலர்கள் நியமிக்கப்பட்டிருந்தனர். சுற்றுச் செல்லும் அலுவர்கள் கண்டிப்பாக அவர்களைப் பார்வையிட்டு அங்கே வைக்கப்பட்டு இருக்கும் சுற்றுப் பதிவேட்டில் கையொப்பமிட்டு வரவேண்டும். அப்படிக் கையெழுத்திடப் போகும்போதுதான் அந்த அரிய காட்சியைக் காண நேர்ந்தது.

பூட்டப்பட்டிருந்த அந்த இரண்டு செல்களின் இரண்டு கதவுகளிலும் மேல்கம்பிகளில், ஒவ்வொரு கையையும் விலங்கோடு இணைக்கப்பட்டு, இரண்டு சிறைவாசிகள் இருந்தனர். இருவரும் முழு நிர்வாணமாக, கதவுப் பக்கம் முதுகைக் காட்டியவாறு கதவுக் கம்பியில் சாய்ந்துகொண்டு இருந்தனர். ஒருவர் நின்று கொண்டும், மற்றொருவர் கதவுக்கம்பியில் சாய்ந்துகொண்டும் இருந்ததைப் பார்த்து ஆச்சரியப்பட்டேன்.

எனது ஆச்சரியத்திற்கு இரண்டு காரணங்கள். ஒன்று, நான் அந்தக் காட்சியைப் பார்க்கும்போது 30 ஆண்டுகளுக்கு மேலாக பணி முடித்த அனுபவத்திலிருந்தேன். பணி மாறுதலில் வந்து ஓரிரு வாரங்களாகத்தான் பனிஷ்மென்ட் பிளாக்கில் அவர்கள் இருப்பதாக சொல்லப்பட்டு வந்தது. பொதுவாக குற்றம் செய்து தண்டிக்கப்பட்டு தனி அறைகளில் பூட்டப்படும் கைதிகள் எவ்வளவு மோசமான கைதியாக இருந்தாலும் ஓரிரு நாட்கள் மட்டுமே நிர்வாணமாக பூட்டப்படுவார்கள். அதிலும் மோசமானவர்களுக்கு கைவிலங்குடன் பூட்டப்படுவார்கள். அடுத்த ஓரிரு நாளில் சற்றுக் கடுமை குறைக்கப்பட்டு கைவிலங்கு தளர்த்தப்படும். அதற்கடுத்த ஓரிரு நாளில் கால் சட்டை மட்டும் வழங்கப்படும். அடுத்த நாட்களுக்குள் ஓரிரு நாளில் மேல் சட்டையும் படுக்கையும் வழங்கப்படும். அதற்கடுத்தும் தண்டனை தளர்த்தப்பட்டு வராண்டாவில் நடந்துகொள்ள அனுமதிப்பார்கள். இதுவெல்லாம் அதிகபட்சம் 15 நாட்கள் 20 நாட்களில் நடந்து முடிந்துவிடும்.

ஆனால், அவர்கள் இருவரும் இரண்டு மாதங்களுக்கு மேலாக அதே கோலத்தில் இருந்தார்கள். இரண்டு, கைதிகளின் ஒவ்வொரு கையிலும் விலங்கு பூட்டப்பட்டிருக்க, மறுகையில் புத்தகங்களைப் பிடித்துக் கொண்டு படித்துக்கொண்டிருந்தனர். சுற்று வந்து நோட்டமிட்டு கையெழுத்து இட்டுக்கொண்டிருந்தைக் கண்டுகொண்டதாகத் தெரியவில்லை. ஒன்று, படிப்பில் ஆழ்ந்துபோயிருக்க வேண்டும். அல்லது அலட்சிய மனநிலையில் இருந்திருக்க வேண்டும்.

நான், “இப்படி நல்ல பிள்ளைகளா புத்தகமும் கையுமா இருக்கீங்க. ஏம்பா உங்களை இப்படி வச்சிருக்காங்க?” என்றேன். அப்போதுதான்

இருவரும் புத்தகங்களை வைத்துவிட்டு முன் பக்கமாகச் சற்றுச் சிரமத்துடன் திரும்பினார்கள். தலையில் அடித்துக்கொண்டு தள்ளிப் போய் நின்றுகொண்டார் பிளாக் காவலர். அப்படி அவர் செய்ததற்கு, ஏன் இந்தத் தேவையில்லாத கேள்வி என்பதற்கும், நிர்வாணக் காட்சியைப் பார்த்ததற்கும் சேர்த்ததாக இருந்தது. இருவரிடம் இருந்தும் பளீரெனச் சிரிப்பு வந்தது. இருவருக்கும் என்னைப் பார்ப்பதற்கு எந்தவிதக் கூச்சமும் இருக்கவில்லை. எனக்குத்தான் இருந்தது. எதையும் மறைத்துக்கொள்ள எத்தனிக்காமல் இருந்தனர்.

அவர்களில் ஒருவன், "ஐயா, எந்த ஊரில் இருந்து வந்திருக்கீங்க?"

"வேலூரில் இருந்து..."

"ஐயா, நாங்க ரெண்டு பேரும்கூட அங்க இருந்துதான் ஐயா வந்தோம். இங்கு வந்து எட்டு மாசத்துக்கு மேல ஆயிடுச்சு."

"உன் பேர் என்னப்பா?"

"என் பேரு பாண்டி. அவன் பேரு செல்வம். பர்மா பாண்டி, பர்மா செல்வம்... கேள்விப்பட்டிருக்கீங்களா?"

"ஆமா, வேலூரில் கேள்விப்பட்டேன். அங்க நீங்க இருந்த பிளாக் பக்கம் நான் வந்ததே இல்ல. எனக்கு வெளி டூட்டி மட்டும்தான் அங்க. சரி, என்ன புத்தகம் படிச்சிட்டு இருக்கீங்க?"

புத்தகத்தை நீட்டினான் பாண்டி. 'கழுகுகள் அங்கே இறங்கிவிட்டன' என்ற மொழிபெயர்ப்பு நூல். நான் அதை பார்த்துக் கொண்டிருக்கும்போதே அந்தப் புத்தகத்தைப் பற்றிக் கூறினான்.

"இரண்டாம் உலகப்போரில நாஜிப்படைகள் இங்கிலாந்து நாட்டில் இறங்கினதைப் பற்றிய நாவல்யா. சூப்பரா இருக்கு. வேற புத்தகத்தை எடுத்து வரச் சொன்னா காவலர்கள் இதையே திரும்பத் திரும்ப எடுத்துட்டு வந்துடுறாங்க. இத மூனாவது முறையா படிக்கிறேன்யா" வியப்புடன் அடுத்த அறைக்கு நகர்ந்தபோது, தானாகப் புத்தகத்தை நீட்டினான் செல்வம்... "இது அருணன் எழுதிய கடம்பவனம்." நான் கேட்காமலே சொன்னான்.

"ஐயா இது அந்தக் காலத்து மதுரையில நடந்த கதையா, சுதந்திரப் போராட்டக் காலத்தில் நடந்த அரிஜன ஆலய நுழைவுப் போராட்டம் சம்பந்தமான கதைய்யா. முடிக்கப் போறேன். நல்லா இருக்குயா!"

நான் சிலபுத்தகங்களின் பெயர்களைக் குறிப்பிட்டுக் கேட்டேன். அதில் பல புத்தகங்களை இருவரும் படித்துவிட்டதாகச் சொன்னார்கள்.

எனக்கு மிகுந்த ஆச்சரியமாக இருந்தது. உண்மையிலேயே அபூர்வ சகோதரர்களாக எனக்கு அவர்கள் தெரிந்தவர்கள்.

சில நாட்கள் கழித்து எனக்கு அதே பிளாக்கிற்குப் பொறுப்பு அலுவலராக பணி நியமனம் செய்யப்பட்டது. அப்போது பர்மா செல்வம் ஜாமினில் விடுதலையாகிப் போயிருந்தான். பர்மா பாண்டி அப்போதும் அதே நிர்வாணக் கோலத்தில் செல்லின் கதவுக்கம்பியல் கை விலங்கிடப்பட்டு இருந்தான். அந்தச் செல்லை நெருங்கிச் சென்று பார்ப்பதற்கு முன்பு, அங்கு பாராவில் இருந்த இளம் காவலர் என்னிடம் சொன்ன புகார் எனக்கு ஆத்திரத்தை உண்டாக்கியது. அந்த இளம் காவலரிடம் தன் ஆண்மைத் திமிரைக்காட்டி சிறுமைப்படுத்தி இருக்கிறான்.

அதற்கு அந்தக் காவலர், “இத உங்க அக்கா, அம்மா, தங்கச்சி கிட்ட காட்டுடா!” என்று பதிலடி கொடுத்துள்ளார். அதனால் அந்தக் காவலர் அவன் செல்லை நெருங்காமல் இருப்பதாக என்னிடம் தெரிவித்தார். நான் அவனிடம் சென்றேன். கதவில் சாய்ந்து உட்கார்ந்து கொண்டு புத்தகத்தை வெளிச்சம் கிடைக்கும் பக்கம் நகர்த்தி படித்துக் கொண்டிருந்தான்.

“இப்படி புத்தகம் எல்லாம் நிறைய படிக்கிற. ஆனா பண்போடு நடந்துக்க மாட்டேங்கறியே” என்றதும் புத்தகத்தை அப்படியே கவிழ்த்து வைத்துவிட்டு எழுந்து நின்றான். நிர்வாணக் கோலத்தில், தான் ஒரு மனிதன் முன்னால் நிற்கிறோம் என்பதை நினைவில் கொள்ளாமல், “ஐயா அந்தக் காவலரு என்னைய விட இளையவரு. என் தம்பியைக் காட்டிலும் சின்னவருதான். வேலைக்குச் சேர்ந்து ஒரு வருசம்கூட ஆகல, அதுக்குள்ளேயே ‘வாடா போடா’ன்னு பேசுறாரு அய்யா. நான் அவங்கள மரியாதையா அண்ணன்னு கூப்பிட்டா, ‘நீ என்ன எங்க அப்பனுக்குப் பொறந்தியா?’ன்னு கேட்கிறாருயா. ‘அண்ணன்’ என்கிறது மரியாதையான வார்த்தை இல்லையா ஐயா. அவரு ஒரு நல்ல காவலரா நடந்துக்கல. அதான் நான் நல்ல கைதியா நடந்துக்கலய்யா. அவ்வளவுதான்யா. நான் ரெண்டு மாசத்துக்கு மேல பனிஷ்மென்ட்ல இருக்கேன். இதுக்கு மேல இவங்க என்ன செஞ்சுட முடியும்?” என்று கேட்டான் அலட்சியமாக.

“இங்க சுற்றுவார அதிகாரிங்ககிட்டச் சொல்லு, இன்சார்ஜ் ஆபிசர்கிட்ட சொல்லு, எல்லா காவலர்களும் கைதிககிட்ட பேசுறது மாதிரிதான் அவரும் பேசியிருக்கிறாரு. அது தப்புன்னு இங்கு உள்ள மூத்த காவலர்களும், அதிகாரிகளும் அவருகிட்டச் சொல்லி இருக்கணும். அதற்காக நீ இப்படி நடக்கலாமா?” என்றதும்,

“ஐயா, அவர் ‘வா, போ’ன்னு பேசினால், நான் ‘வாங்க சார், போங்க சார்’னு சொல்லிட்டுப் போறேன். மூத்த காவலர் ‘வாடா, போடா’ன்னு பேசுறதுக்கு எல்லாம் நான் கோவிக்கவே இல்லையே. நீங்க சொல்றத நான் கேட்டுக்குறேன் ஐயா. அவருக்கு உங்களை மாதிரி அதிகாரிகதான் அறிவுரை சொல்லணும்” என்று சொன்னவன், சமாதானமானவன் போல் முகத்தில் ஒரு சாந்தம் தெரிந்தது.

அவனுடைய முன் கைககளில் இருந்த ரோமங்களைக் காட்டிலும், கீறல் காயத்தழும்புகள் அதிகம் இருந்தன. அவை தையல் போடப்பட்ட காயங்களாகவும், தையல் போடாததால் பிளந்து ஆறிய தழும்புகளாகவும், சிறு சிறு கீறல் தழும்புகளாகவும் இருந்தன. அதுபோலவே, மேல் கையிலும் மார்பிலும் வயிற்றிலும் ஏராளமான காயங்கள் இருந்தன. கழுத்திலும்கூட தழும்புகள் இருந்தன. தலையில் தையல் போட்ட தழும்புகள் நிறைய இருப்பதாகச் சொன்னான் அவன். இத்தனைக் காயங்களிலிருந்து எவ்வளவு ரத்தம் வெளியேறி இருக்கும் எனத் தெரியவில்ல!

மதிய உணவுக்குத் திறந்துவிடப்பட்டிருந்தபோது சாப்பிட்ட பின் ஏதோ என்னிடம் எதிர்பார்ப்பதுபோன்ற தயக்கத்துடன் நின்றான். எதிரே சற்றுத் தள்ளி உள்ள பிளாக்கில் இருந்த கைதியும் அதே தயக்கத்துடன் என்னைப் பார்த்தான். நான் புரிந்துகொண்டேன். ‘வாங்கிக்கொள்’ என்பதுபோல தலையசைத்து அனுமதி கொடுத்தேன். எதிரே அதற்காகக் காத்திருந்த அந்தக் கைதி பற்றவைத்த முழு பீடி ஒன்றைக் கொண்டுவந்து கொடுத்துவிட்டு சென்றான். நன்றியுடன் ஒரு பார்வை பார்த்துவிட்டு தன்னை மறைத்துக்கொண்டு அவசரமாகவும் ஆனந்தமாகவும் புகைத்து முடித்து செல்லுக்குள் சென்று அவனாகவே கதவைப் பூட்டிக்கொண்டான். அதுவரை கடுகடுத்த முகத்தோடு இருந்த காவலர் வேகமாகப் பூட்டிவிட்டு நிம்மதியாக அந்த இடத்தை விட்டு நகர்ந்து சென்றார்.

உள்ளே இருந்து பர்மா பாண்டி, “ஐயா, நீங்களே இங்க தினமும் டூட்டிக்கு வாங்கய்யா. உங்ககிட்ட நிறைய பேசணும்போல இருக்குங்க ஐயா. பீடி கொடுத்ததற்காக இல்லையா. ஒரு சில அதிகாரிகள் பீடி தரத்தான் செய்கிறார்கள். அவங்ககிட்டகூட எனக்கு எதுவும் பேசத் தோணலையா. இப்ப உங்ககிட்ட அம்மணமாக நின்னு பேசுறதுக்கு சங்கடப்படுறேங்கய்யா!” என்றான்.

அடுத்தநாள் கண்காணிப்பாளரிடம் அவனுக்கு டவுசர் கொடுக்க அனுமதி பெறுவதற்கு பெரும்பாடாகிவிட்டது. “இப்பதான் ரெண்டு

மாசமா எந்தப் பிரச்னையும் இல்லாம ஒழுங்கா இருக்கான். மீண்டும் அவன் பழைய பர்மா பாண்டி ஆகிட்டா அதுக்கு நீங்கதான் பொறுப்பேத்துக்கணும்" என்ற எச்சரிக்கையுடன் டவுசர் வழங்க அனுமதித்தார்.

பர்மா பாண்டி என்னிடம் ஒரு வேண்டுகோள் வைத்தான். பணியில் நான் அங்கு அவன் செல்லுக்கு முன்பாக நாற்காலி போட்டு உட்காருமாறு கேட்டுக்கொண்டான். அவன் சொன்ன இடம் வேப்ப மர நிழலும் நல்ல தரையும் காற்றோட்டமும் இருக்கும் இடமாக இருந்தது. இருந்தபோதும் அங்கே யாரும் அமர்வதில்லை. துஷ்டனைக் கண்டால் தூர விலகி நிற்க வேண்டும் என நினைத்து, அந்த இடத்தைவிட வசதி குறைவாக இருந்த வாயில் பகுதியில்தான் பொறுப்பு அலுவலர்களும், காவலர்களும் உட்கார்ந்து இருந்தனர்.

அந்தப் பனிஷ்மென்ட் செல்லுக்கு எதிரில் 15அடி தூரத்தில் ஒரு சிறிய ப்ளாக் இருந்தது. அதில் கைதிகளாக இருந்த சில காவல்துறை அதிகாரிகளும், பாதுகாப்பு நலன் கருதி ஒரு சில முக்கிய ரவுடிகளும், அந்த பிளாக்கில் துப்புரவுப் பணி உள்ளிட்ட வேலைகளைச் செய்வதற்காக சில கைதிகளும் இருந்தனர். அந்தக் காவல் ஆய்வாளர் சிவகங்கை நகர் காவல் ஆய்வாளராக இருந்தவர். போக்சோ வழக்கில் கைதாகி வந்திருந்தார். அவர் சிவகங்கை நகரில் சிங்கம்போல் ரோந்து வந்தவர். அவர் வருகிறார் என்றால் அச்ச உணர்வு மேற்கொள்ள அனைவரும் ஒதுங்கிக்கொள்வார்கள். அவருடன் இருந்த காவல்துறையினர் அவர்களுக்குள்ளாகவும், சிறைக் காவலர்களிடமும் மட்டுமே பேசிக்கொண்டு ஒரு குழுவாக இருந்தனர். மற்ற கைதிகளுக்கு வழக்கமான சிறையாக இருந்தது. எவ்விதமான தொல்லையும் கொடுக்காமல் அமைதியாகவே இருந்தனர். அவர்களில் சிலர்தான் அவ்வப்போது தூரத்தில் இருந்து பர்மா பாண்டியுடன் பேசிக்கொள்வார்கள். அவர்களிடம் கேட்டு சில தின்பண்டங்களும் பீடிகளும் பர்மா கேட்டுப் பெறுவான்.

நான் பர்மா பாண்டி சொன்னதுபோலவே அவன் செல்லுக்கு முன்பாகவே நாற்காலி போட்டு உட்கார்ந்துகொண்டேன். அதுதான் மொத்த பிளாக்கை கண்காணிக்க ஏதுவாகவும் இருந்தது. பர்மா பாண்டி, அவன் வேண்டுகோளை ஏற்றுக்கொண்டதாக நினைத்து மிகவும் மகிழ்ச்சியாக இருந்தான். நாளிதழ்கள் படித்து அது குறித்து படித்த புத்தகங்கள் குறித்தும் என்னிடம் உரையாடத் தொடங்கினார்.

அவன் இருந்த சிறைகளில் அவன் செய்த சேட்டைகளைப் பற்றியும் பெற்ற தண்டனைகள் பற்றியும் சொல்லுவான். ஒவ்வொரு

நாளும் நான் பணிக்கு வரும்போது எல்லாம் அவன் உற்சாகமாகவும் மகிழ்ச்சியாகவும் இருப்பதாக காவலர்களும் தெரிவித்தனர். மற்ற காவலர்களும் அந்த இடத்திலேயே உட்காரத் துவங்கினர். அவர்களில் சிலர் மட்டும் பர்மா பாண்டியுடன் பேசினர். மற்றவர்கள் வேண்டா வெறுப்பாகவே அங்கு பணியில் இருந்ததைப் பார்க்க முடிந்தது.

ஒரு சில நாட்கள் கழித்து மீண்டும் கண்காணிப்பாளரிடம் சென்று அவனை எப்போதும் செல்லில் பூட்டியே வைத்திருப்பதிலிருந்து விடுவிப்பதே நல்லது அவனிடம் ஒரு மாற்றம் தென்படுவதாகக் கூறினேன். கண்காணிப்பாளர் என்னிடம், "அவன் மீது எனக்கு எள்ளளவும் நம்பிக்கை இல்லை. உங்கள் மீதுள்ள நம்பிக்கையில்தான் தண்டனையைத் தளர்த்த அனுமதிக்கிறேன்" என்றார்.

செல்லுக்குள்ளேயே இருந்தவன் திறந்துவிட்டவுடன் முகம் மலர்ச்சியுடன் காணப்பட்டான். அவன் எனக்கு நன்றி ஏதும் சொல்லவில்லை. ஆனால், அவன் நடத்தைகளிலும் அவன் பேச்சுக்களிலும் அது வெளிப்பட்டுக்கொண்டே இருந்தது. நான் அங்கு பணியில் இருக்கும்போது என் நாற்காலிக்குப் பக்கத்திலேயே தரையில் உட்கார்ந்துகொண்டு கதை கதையாகப் பேசினான். ஒருநாள் பணியில் இருந்த ஒரு காவலரை அழைத்து, "நமது சிறையில் மாவோயிஸ்ட் எத்தனை பேர் இருக்கிறார்கள்" என்று கேட்டேன். விவேக், மகாலிங்கம் என்ற இரண்டு பேர் இருப்பதாகச் சரியாகவே சொன்னார்கள். அதே காவலரிடம் 'மாவோயிஸ்டுகள்' என்று ஏன் அவர்களைச் சொல்கிறார்கள்?" என்று கேட்டேன். அவர்கள் ஒவ்வொருவரும் சொன்ன பதில்கள்,

"அவர்கள் தீவிரவாதிகள்..."

"அவர்கள் பயங்கரவாதிகள்..."

"நக்சல்கள்..." என்று மட்டுமே சொன்னார்கள்.

"ஏன் 'மாவோயிஸ்ட்' என்ற பெயர் வந்தது, அதன் பொருள் என்ன?" என்று கேட்டபோது அதில் ஒருவருக்கும் சரியாக விடை தெரியாமல் இருந்தது, ஆச்சரியமாக இருந்தது. இதைக் கவனித்து தனக்குள் சிரித்துக்கொண்டிருந்த பர்மா பாண்டி,

"ஐயா, நான் சொல்றேன் ஐயா. சீனாவில் மா சே துங் என்ற கம்யூனிஸ்ட் தலைவர் தலைமையில் ஆயுதம் தாங்கிய போராட்டம் நடத்தி புரட்சி நடந்தது. அந்தக் கொள்கையைப் பின்பற்றி இங்கேயும் ஆயுதம் தாங்கிய போராட்டத்தின் மூலமாக புரட்சி நடத்த

திட்டமிட்டவங்கள 'மாவோயிஸ்ட்'னு சொல்லுவாங்க. 'மாவோ சே துங்'தான் அந்தத் தலைவரோட பேரு" என்று சரியாகச் சொன்னதும் நான் அவனைப் பாராட்டியதை காவலர்கள் அவமானமாகக் கருதினர். அவர்கள் முகங்கள் கடுகடுத்திருந்தன. அந்தக் காவலர்கள் சுற்றுவரும் அதிகாரிகளிடம் இதைக் கேட்டனர். ஒரு சில அதிகாரிகள் தவிர உயர் அதிகாரிகள் பலருக்கும்கூட மாவோயிஸ்ட் என்ற பெயருக்கு விளக்கம் தெரியாதவர்களாகவே இருந்தனர். இதை நினைத்து காவலர்கள் தங்களை ஆசுவாசப்படுத்திக் கொண்டனர்.

புதிதாக வேறு சில சிறைகளில் இருந்து மாறுதலில் வந்த இளம் காவலர்கள் சிலர், ஏனோ பர்மா பாண்டியிடம் வெறுப்புடனும் கோபத்துடன் நடந்துகொண்டனர். அவர்கள் அந்த பிளாக்கில் இருந்த மற்ற கைதிகளிடம் எல்லாம் சகஜமாகப் பேசினாலும் பர்மா பாண்டியிடம் தேவையில்லாமல் பேசுவதே இல்லை. எதிரே இருந்த பிளாக்கில் 20 பேருக்கு மேல் இருந்தனர்.

இரண்டு மாதங்களுக்கு மேல் தனி அறையில் பூட்டப்பட்டிருந்த பர்மா பாண்டி வெளியே வந்த அடுத்த நாள், காலையில் என் அருகில் தரையில் அமர்ந்து அன்றைய பத்திரிகையை வாசித்துக் கொண்டிருந்தான். வேலை செய்யும் கைதிகள் அந்த வளாகத்தைக் கூட்டிப் பெருக்கி குப்பைகளை அள்ளுவதும் தண்ணீர் எடுத்து ஊற்றுவதுமான வேலைகள் செய்துகொண்டிருந்தனர் பேப்பர் வாசித்துக்கொண்டிருந்த பர்மா பாண்டியைப் பார்த்து ஒரு காவலர்,

"ஏன், நீ எல்லாம் வேலை செய்ய மாட்டியா. நாளையில இருந்து நீ விளக்கமாற எடுத்துக் கூட்டணும்" என்றார்.

"நான் ஏங்கூட்டணும்?" என்றான் பர்மா பாண்டி.

"நீ கைதிதான?''

"விசாரணைக் கைதி கூட்டணும்னு சட்டம் இல்லையே!"

"மத்தவங்க எல்லாம் வேலை செய்யும்போது, நீ செய்யக்கூடாதா?"

"மத்தவங்க வேலை செய்யறத நான் தடுக்கலையே விருப்பப்பட்டு செஞ்சா செய்யட்டும். இல்ல உங்களுக்குப் பயந்து செய்யட்டும். எனக்கு வேலை செய்ய விருப்பமும் இல்லை. உங்களுக்கு நான் பயப்படவும் இல்லை. விசாரணைக் கைதி வேலை செய்யணும்னு ஜெயில் மேனுவல்ல பாயின்ட் இல்ல!"

இரண்டு இளம் காவலர்களும் தங்களுக்குள் ஏதோ பேசிக் கொண்டனர். பர்மா பாண்டி பேப்பர் படித்துவிட்டு எழுந்து அவன் செல்லுக்குள் நுழைந்ததும் நான், அந்தக் காவலர்களை பார்த்து,

“ஏன் தேவையில்லாமல் அவன்கிட்ட பேச்சுக் கொடுக்குறீங்க... மத்தக் கைதிகளும் அவனும் ஒண்ணா?” என்று கேட்டேன.

“ஏன், அவன் திருட்டு நாய்தானே. நீங்க இருக்கப் போய்த்தான் அவன் அப்படிப் பேசுறான். உங்கள் மரியாதைக்குத்தான் நாங்கள் அமைதியாக இருக்கோம்.”

“நீங்க ரெண்டு பேரும் இங்க தேவையில்லாம பிரச்னையை உருவாக்கப் பார்க்கிறீங்க. இங்க மாவோயிஸ்ட் கைதிகளும், விசாரணைக் கைதிகளாத்தான் இருக்காங்க. அவங்கள விலக்குமார எடுத்துக் கூட்டச் சொல்ல முடியுமா? பெரிய ரவுடிகள், கேங் லீடர்கள் இங்கே ரிமாண்ட் கைதிகளாகத்தான் இருக்காங்க. அவங்கள எடுபிடி வேலை செய்யச் சொல்ல முடியுமா? இவன் அடிக்கடி சிறைக்கு வரும் பிரச்னை பண்ணக்கூடிய கைதி. அவனை எப்படி டீல் பண்ணனுமோ அப்படித்தான் நடத்தணும்” என்று நான் சொன்ன எதையும் அவர்கள் இருவரும் கேட்டதாகத் தெரியவில்லை.

அந்த உரையாடல்களைச் சற்றுத் தூரத்தில் பர்மா பாண்டி கவனித்து கவனிக்காததுபோல் இருந்தான். அந்தக் காவலர்களில் ஒருவர் இந்த “ஜெயில்லதான் ஐயா இப்படி நடக்குது. வேலூர், சென்னை ஜெயில்ல எல்லாம் இப்படி இல்லை” என்று சற்றும் உண்மை இல்லாத ஒன்றைச் சொன்னார். இன்னொரு காவலர், “நாம நாளையிலிருந்து வேற பிளாக் டூட்டி வாங்கிட்டுப் போய்டுவோம். இதெல்லாம் நமக்குச் சரிப்பட்டு வராது” என்றார்.

நான் கோபமாக, ‘‘நீங்கள் எல்லாம் பெரிய வீரர்களாக்கும். நாங்கஎல்லாம் ரோஷம் இல்லாத மாதிரி பேசுறீங்க. இது நல்லா இல்ல. நாங்க என்னமோ நேத்துதான் வேலைக்குச் சேர்ந்தவங்க மாதிரி, வேற ஜெயில்ல எல்லாம் பார்க்காத மாதிரி பேசுறீங்க!” என்று கடுமையாகச் சொன்னதும் வேகமாக வந்த பர்மா பாண்டி,

“ஐயா, நீங்க ஏன்யா டென்ஷன் ஆகுறீங்க. இவங்க சொல்லி நான் வேலை செய்யப் போறது இல்ல. முடிஞ்சா என்னச் செய்ய வச்சு பார்க்கட்டும்” என்று சவால் விட்டான்.

“டே பாண்டி... நீ செல்லுக்குப் போ. இங்க வந்து நீ பேசக்கூடாது” என்று கடிந்து அவனைப் போகச் சொன்னேன்.

அடுத்த நாள் காலை, அதே பகுதிக்கு அதே காவலர்கள் பணிக்கு வந்திருந்தனர். செல்கள் திறக்கப்பட்டன. கைதிகள் அவரவர் வேலைகளில் இருந்தனர். இரவு அங்கு பணியில் இருந்த நான் விடிந்ததும் முகம் கழுவி மைய கோபுரத்தில் அறிக்கை செய்துவிட்டு பிளாக்கிற்கு வந்தேன். அந்த பிளாக் முழுவதும் உதிர்ந்த மர இலைகளும் குப்பையுமாக இருந்தது. வழக்கமாக வேலை செய்யும் கைதிகள் எவரும் எந்த வேலையும் செய்யாமல் இருந்தனர். காவல் ஆய்வாளர் சார்பு ஆய்வாளர் உள்ளிட்ட காவல்துறை கைதிகளும் பாதுகாப்புக்காக அங்கே இருந்த முக்கிய கைதிகளும் அவரவர் இடங்களில் அமைதியாக இருந்தனர். வேலை செய்யும் கைதிகளும் அமைதியாக இருந்தனர். என்றும் இல்லாத ஒரு அமைதி அங்கு நிலவியது.

குப்பையாக இருந்த வளாகத்தைச் சுட்டிக்காட்டி வேலை செய்யும் கைதிகளைப் பார்த்து, "ஏம்பா, கூட்டிப் பெருக்கி குப்பை அள்ளல" என்றேன். அவர்கள் ஒன்று சொன்னது போல் அந்த இளம் காவலர்களை பார்த்தனர்.அவர்கள் ஒன்றும் அறியாதது போல் பேப்பர் வாசித்துக் கொண்டிருந்தனர். அவர்களிடம் "ஏன் காலையில வழக்கமா நடக்கிற வேலையெல்லாம் செய்யாமல் அப்படியே கிடக்குது. செய்யச் சொல்ல மாட்டீங்களா?" என்றதும்,

"நாங்கள் சொன்னோம் சார். பர்மா பாண்டி வேலை செஞ்சாதான் நாங்க செய்வோம்னு சொல்றாங்க!" என்றார் ஒரு காவலர். எனக்கு எல்லாம் புரிந்துவிட்டது அங்கே இருந்த பெரிய லத்தியை எடுத்துக் கொண்டு சத்தமாக எச்சரிக்கை செய்தேன்.

"இப்ப விலக்குமார எடுத்துக் கூட்டல... இப்ப பாரு வேடிக்கைய..." என்றதும் வழக்கமாக வேலை செய்யும் கைதிகள் வேலைசெய்ய ஆயத்தமானார்கள். இரண்டுபேர் மட்டும் நழுவிச்செல்லப் பார்த்தனர். அவர்களுக்கு விழுந்த அடியையும் எனது ஆவேசத்தைக் கண்டு பதறிப்போன காவல் ஆய்வாளர் விலக்குமாரை எடுத்துக்கொண்டு கூட்டிப் பெருக்க ஆரம்பித்தார். சார்பு ஆய்வாளர் செய்வது அறியாது திகைத்து நினறார். இன்ஸ்பெக்ட்டரைப் பார்த்து நான், "சார், நீங்க ஏன் சார் கூட்டுறீங்க..? விலக்குமார போட்டுட்டுப் போய் உட்காருங்க சார்!" என்றதும் சப் இன்ஸ்பெக்டர் முகத்தில் நிம்மதி தெரிந்தது.

இதில் நான் செய்தது நியாயம் இல்லை என்றாலும். அந்த இடத்திற்கு, அந்த நேரத்திற்கு அதுதான் நியாயமாக இருந்தது. இருக்கும் இடத்தைச் சுத்தமாக வைத்துக்கொள்வது அவரவர் கடமைதான். ஒரு சிலரை மட்டும் அந்த வேலையைச் செய்யச் சொல்வதும் தவறுதான்.

ஆனால், அதை எப்போதும் சிறை நிர்வாகத்தினர் நடைமுறைப்படுத்த இயலாது. வேலை செய்வதற்கும் அதற்குச் சிறிய சலுகைகள் பெறுவதற்கும் தயாராக இருக்கும் கைதிகளை வைத்துத்தான் மொத்த சிறையே இயங்குகிறது என்பதே எதார்த்தமாகும். தடாலடியாக அதை அமல்படுத்த இயலாது. அந்தக் காவலர்களின் நோக்கமெல்லாம், விசாரணைக் கைதிகளும் வேலை செய்ய வேண்டும் என்ற நோக்கமாக இருக்கவில்லை. பர்மா பாண்டியை நோகடிக்க வேண்டும் என்பது மட்டுமே அவர்களின் எதிர்பார்ப்பாக இருந்தது.

அதன் பிறகு, பர்மா பாண்டி என்னிடம் மனம் விட்டு நிறைய பேசினான். அவன் பேசியதிலிருந்து அவன் எவ்வளவு பெரிய சமூக விரோதி என்பது புரிந்தது. பகல் நேரங்களில் பூட்டி இருக்கும் வீடுகளில் நோட்டம் விட்டு, இரவுநேரங்களில் பூட்டை உடைத்து, வீடுகளில் கொள்ளை அடிப்பதை அவனும் அவன் தம்பியும் வழக்கமாக வைத்திருந்தனர். இருவரும் சேர்ந்தோ தனித்தனியாகவோதான் இந்தக் கொள்ளைகளில் ஈடுபட்டு வந்தார்களாம். பூட்டை உடைப்பதற்கு முன் கதவின் சாவியை ஜன்னல் ஓரங்களிலும், பூத்தொட்டிகளிலும், மூலையில் கிடக்கும் காலணிகளிலும் தேடிப் பார்த்தும் கிடைக்கவில்லை என்றால்தான் பூட்டை உடைப்பார்களாம். அப்படி ஒரு தொழில் தர்மத்தை கடைபிடித்ததை பெருமையாகச் சொன்னான்.

பூட்டை உடைப்பதும், கதவை உடைப்பதும் அப்படி ஒன்றும் கடினமான வேலை இல்லையாம். எப்படிப்பட்ட பூட்டாக இருந்தாலும் கதவின் கொண்டி கொஞ்சம்தான் தடுத்துக்கொண்டிருக்கும். கொண்டி பொருத்தப்பட்டு இருக்கும் இடத்தை சரியாக அடையாளப்படுத்திக் கொண்டு, அந்த இடத்தில் பலத்துடன் உதைத்தால், கொண்டி நழுவி வெளியே வந்து கதவு திறந்துகொள்ளும். பலத்த சத்தம் கேட்டு பக்கத்து வீடுகளில் இருந்து யாரும் பார்க்க மாட்டார்கள். அப்படியே அக்கறை இருக்கும் யாரும் வந்து எட்டிப் பார்க்க ஒரு சில நிமிடங்கள் ஆகலாம். கதவைத் திறந்தவுடன் வீட்டிற்குள் நுழைந்து கதவைச் சாத்திக்கொண்டு அமைதியாக கொஞ்சநேரம் பார்ப்பார்களாம், யாரும் வெளியே வந்து எட்டிப் பார்க்கிறார்களா என்று. பார்த்தவர்கள் அமைதியாகிவிட்டார்கள் என்பதை உறுதி செய்துகொண்ட பின்தான், வீட்டின் குபேர மூலையை நெருங்குவார்களாம். பீரோவையும் உடனே உடைக்கமாட்டார்களாம். குளிர்சாதனப் பெட்டியில் இருக்கும் இட்லி தோசை மாவு பாத்திரத்தில் கைவிட்டு சாவியைத் துலாவுவார்களாம். சீனி, பருப்பு, மிளகாய்ப் பொடி டப்பாக்களில் தேடிப் பார்த்து சாவி

கிடைக்கவில்லை என்றால்தான், அவர்களது தர்மப்படி பீரோ பூட்டை உடைப்பார்களாம்.

சிலசமயம், அடுத்த ஒரு சில நாட்களில் பிடிபட்டு, காவல் நிலையத்தில் உட்கார வைத்திருக்கும்போது, சில பெண்கள் வயிற்றெரிச்சலுடன் "டேய்! எனக்கு நகைகள் போனதுகூட பெருசு இல்லடா. பார்த்துப் பார்த்து அழகா செஞ்ச தேக்கு மரக் கதவை உடைச்சிட்டீங்களேடா..." என்று இவர்களைப் பார்த்துச் சொல்லும்போது, "அம்மா... நீங்க சாவியை வெளியில வச்சிட்டுப் போயிருந்தீங்கன்னா நாங்க ஏம்மா கதவ உடைக்கப் போறோம்" என்று கூலாகச் சொல்வார்களாம். "நீங்க நாசமாத்தாண்டா போவீங்க!" என்று பறிகொடுத்தவர்கள் சாபம் இட்டால், "நாசமா போனதாலதான கொள்ளையடிக்கிறோம். நல்லா இருந்தா இந்தப் பாவத்த ஏன் நாங்க செய்யப்போறோம்?" என்று பதிலுக்குச் சொல்லுவானாம்.

இப்படி அவனது பாவப் பராக்கிரமங்களைப் பட்டியலிட்டு கதைகதையாய்ச் சொல்லிக்கொண்டு இருந்தான். எந்த போதனையும் அவனை நெறிப்படுத்தாது என்று எனக்கு நன்றாகவே தெரிந்தது. இத்தனை மோசமான குணமுடையவன் எப்படி இத்தனை புத்தகங்களையும் படிக்கிறான். என்னிடம் உரையாடுவதற்கு எப்படி ஆர்வம் காட்டுகிறான் என்பதைப் புரிந்துகொள்ளவே முடியவில்லை. என்னிடம் எதையாவது கேட்டு உரையாடல்களை வளர்த்துக்கொண்டிருந்தான். இலக்கியம், வரலாறு, தத்துவம், அவன் அனுபவங்கள், என் அனுபவங்கள், திரைப்படங்கள்... என நிறைய பேசிக்கொண்டே இருந்தோம்.

அவனிடம் சில மாற்றங்களும் தென்படத் துவங்கின. பெரும்பாலும் தனிமைச் சிறையில் இருந்து விடுபட்ட ஒரு சில நாட்களிலேயே அவனிடம் மறைந்திருக்கும் கெட்ட குணங்கள் ஒவ்வொன்றாகத் தலைதூக்கும். அதன் பலனாக அடி, அதனால் ஏற்படும் காயங்கள், அவனாக ஏற்படுத்திக்கொள்ளும் காயங்கள், மீண்டும் தனிமைச் சிறை, இந்த சுழற்சி முறை வாழ்க்கைதான் அவனது சிறை வாழ்க்கை. ஆனால் இம்முறை அப்படி இல்லை. தனிமைச் சிறையில் இருந்து விடுபட்டு இரண்டு மாதங்களுக்கு மேலாக எந்தச் சிறைக்குற்றச் செயல்களும் செய்யாமல் இருந்தது ஆச்சரியமாக இருந்தது. சில இளம் காவலர்கள் வேடிக்கையாக இப்படிச் சொல்வார்கள்... "எவ்வளவோ அடிகள், நிர்வாணமா விலங்கு போட்டு திருந்தாத இவன் உங்க பேச்சு கேட்டு திருந்தி இருக்கிறான்னா, உங்க பேச்சுதான் பெரிய சித்திரவதையா

இருந்திருக்கு. அதுதான் அவன மாத்தி இருக்கு!" எனக்கு அவன் அவ்வாறு திருந்திவிட்டான் என்ற திருப்தி ஏற்படாமல் இருந்தது.

ஒவ்வொரு வழக்காக ஜாமின் பெற்று, ஒரு வழியாக விடுதலை பெற்று வெளியே சென்று விட்டான். கொஞ்சநாள் கழித்து பத்திரிகையில் அந்தச் செய்தியைப் பார்த்துப் பதபதைத்துப் போனேன். படுபாதக செயல் ஒன்றைச் செய்து, அவனும் அவன் தம்பியும் இன்னும் இரண்டு இளைஞர்களும் கைதானதாக அந்தச் செய்தி இருந்தது.

அவர்கள் செய்த, மன்னிக்கவே கூடாத அந்தச் செயல், செங்கல் சூளையில் வேலை செய்த ஒரு பெண் அங்கேயே குடிசையில் தன் 13 வயது மகளுடன் வாழ்ந்து இருக்கிறாள். அந்தப் பெண் மீது கண் வைத்திருந்த இந்த கும்பல் இரவுநேரத்தில் அந்தப் பெண்ணைத் தூக்கி காரில் கடத்திப் போய் பலாத்காரம் செய்யும் நோக்குடன் நெருங்கி இருக்கிறது. உள்ளே இருந்த சிறுமியைப் பார்த்தவுடன் அந்தப் பெண்ணை தலையில் கட்டையால் தாக்கிவிட்டு, சிறுமியை காரில் கடத்திச் சென்ற அந்தக் கும்பல் குடிவெறியுடன் மட்டும் இருக்கவில்லை... அதன் சகல துணை வெறிகளுடன், அந்தச் சிறுமியைச் சீரழித்து, நிர்வாணக் கோலத்தில் காரில் இருந்து இறக்கி விட்டுச் சென்றுவிட்டது.

இந்தச் செய்தியைப் படித்துவிட்டு, ஒரு சில நாட்கள் கழித்து சிறையில் புதிதாக வரும் கைதிகளை அனுமதி எடுக்கும் பணியில் இருந்தேன். சிறையின் வாயில் அருகே போலீஸ் வேன் ஒன்று வந்து நின்றது. அதிலிருந்து கைகளிலும் கால்களிலும் மாவுக்கட்டு போடப்பட்ட நான்கு பேர் கையில் எக்ஸ்ரேக்களுடன் நொண்டி நொண்டி அழைத்து வரப்பட்டனர். ஆம், அதே பர்மா பாண்டி, பர்மா செல்வம் குழுவேதான். அவர்கள் இருவருக்கும் மாறு கால் மாறு கை உடைக்கப்பட்டிருந்தன. மற்ற இருவருக்கும் கைகள் மட்டும் உடைக்கப்பட்டிருந்தன. அவர்களை நான் அருவெறுப்பாகப் பார்த்தேன். அவர்கள் பெயர்களைப் புதிதாகக் கேட்டு எழுதுவது போல் எழுதினேன். பர்மா பாண்டி என் முகத்தைப் பார்ப்பதைத் தவிர்த்தான். வழக்கமாக கைதிகளிடம் கேட்கும் சில கேள்விகளைக்கூட கேட்காமல் அனுமதி எடுத்து உள்ளே அனுப்பினேன்.

சிறையில் அவர்கள் குணமடைய பல நாட்களானது. சிறையில் நான் சுற்று செல்லும்போதோ, அவர்கள் இருக்கும் பிளாக்கில் பணி இருக்கும்போதோ, என்னைப் பார்ப்பதைத் தவிர்த்தே வந்தான் பர்மா

பாண்டி. நானும் அவனை ஒரு விஷ ஜந்து என நினைத்து விலகியே செல்வேன். சிறையில் அவன் இம்முறை வந்து ஆறு மாதங்களுக்கு மேலாகியும் வேறு எந்தக் குற்றச் செயல்களிலும் ஈடுபடாமல் தான் இருந்தான். அவன் அப்போதெல்லாம் புத்தகம் படிக்கிறானா, என்ன செய்கிறான் என்பதை எல்லாம் நான் அறிந்துகொள்ள விருப்பமில்லாதவனாக இருந்தேன். 'திருந்தாத உள்ளங்கள் இருந்தென்ன லாபம். வருந்தாத உள்ளங்கள் வாழ்ந்தென்ன லாபம்' என்ற விரக்தியும்,வெறுப்புமான மனநிலையே இருந்தது, அவன் படித்த புத்தகங்கள், அவனுடன் நடத்திய உரையாடல்கள் எல்லாமே வீணாகவே போய்விட்டனவே என்று.

இளம் குற்றவாளிகள் இருக்கும் பிளாக்கில் எனக்குச் சில நாட்கள் பணி நியமனம் செய்யப்பட்டு இருந்தது. அங்கு தவறு செய்த சில இளம் குற்றவாளிகளை அடிக்கவேண்டிய கட்டாயம் ஏற்பட்டு அடுத்ததில், ஒரு கையில் ரத்தக்கட்டும், சிறுகாயமும் ஏற்பட்டுவிட்டது. அடிபட்ட இளம் குற்றவாளிகளை மருத்துவமனைக்குச் சென்று கையில் மருந்து போட்டு கட்டு போட்டு வரும்போது மருத்துவமனை வளாகத்தில் அவனிடம் பர்மா பாண்டி நீண்ட நேரம் பேசிக்கொண்டிருந்தான். நான் தூரத்தில் இருந்து அதைக் கவனித்தேன்.

அந்த இளம்சிறைவாசி பிளாக் வந்ததும் "அந்தக் கேடுகெட்ட நாயோட உனக்கு என்னடா பேச்சு. சீக்கிரம் வர வேண்டியது தானடா" என்று கடிந்தேன்.

"ஐயா, அந்த அண்ணன் உங்களப்பத்தி ரொம்ப பெருமையா சொன்னாருய்யா. அவரு அடிச்சா நல்லதுக்குத் தாண்டா அடிப்பாரு. அவரு பேச்சைக் கேட்டு ஒழுங்கா நடந்துக்கணும்டா. அவர் பேச்சைக் கேட்டு நான் நடந்திருந்தா இப்போது பண்ணுன பாவத்தை நான் செஞ்சிருக்க மாட்டேன். எனக்கு சாகுற வரைக்கும் இனி ஜெயிலுதாண்டா. அவர் முகத்தை பார்க்கவே முடியலடா. அவரு முன்னால நிக்கவே அசிங்கமா இருக்கு. அவர் பேச்சைக் கேட்டு நடந்துக்கோன்னு சொன்னாருய்யா அந்த அண்ணேன்."

"அவன உனக்குத் தெரியுமா?"

"தெரியாதையா அவரா வந்துதான் பேசினாரு" என்றான் இளம் சிறைவாசி. காலம் கடந்த ஞானோதயம். வந்து என்ன பிரயோஜனம் என்று தோன்றினாலும், என்றைக்கோ அவனிடம் நடத்திய உரையாடல், 'பருவம் தப்பிய பயிராக' வளரத்தான் செய்திருக்கிறது.

குருதியில் நனைந்த அதிகார மையங்கள்

"நீ தாங்கிய உடையும் ஆயுதமும்
பல சரித்திரக் கதை சொல்லும் சிறைக் கதவும்..."

என்று பட்டுக்கோட்டை கல்யாணசுந்தரம் ஒரு பாடலில் எழுதியிருப்பார். அப்படி சரித்திரக் கதைகளைச் சொல்லும் சிறைக்கதவுகள் எல்லா மத்தியச் சிறைகளிலும் இருக்கலாம். பழைய மத்தியச் சிறைக்கதவுகள் பெரும்பாலும் பெரிய கனமான, பழைய கோயில் கதவுகள்போல்தான் இருக்கும். ஒரு மூத்த தலைமைக் காவலர், அப்படி ஒரு கனமான பெரிய மரக்கதவைச் சுட்டிக்காட்டி, ஒரு இளம் காவலரிடம், "இத்தனைக் கனமான மரங்களைச் சேர்த்துக் கதவு செஞ்சாங்களே, அதற்குக் காரணம் என்ன தெரியுமா...?" என்று கேட்டுவிட்டு விளக்கம் சொல்ல ஆரம்பித்தார்.

"ஒரு பிரச்னைனு வந்துட்டா வெளியில இருந்து கலவரக்காரங்க துப்பாக்கியால சுட்டா துப்பாக்கிக் குண்டுகள் மரக்கதவுகளைத் தாண்டி உள்ளே வராமல் கதவுக்குள்ளேயே நின்றிடும்" என்ற அரிய தகவலைச் சொன்னதாக நினைத்து அவராகப் பெருமைப்படுவதற்குள், அந்த இளம் காவலர் கேட்டார்,

"மரக்கதவுகள நெருப்ப வச்சு எரிச்சுப்புட்டா" அந்த மூத்த காவலர் முகத்தில் அசடு வலிய நின்றார்.

இந்த அத்தியாயத்தில் பெரும் சரித்திரங்களைத் தன்னுள் மூடி வைத்திருக்கும் மத்தியச் சிறைகளைப் பற்றிப் பேசப் போவதில்லை. சில கிளைச் சிறைகளும் பெறும் வரலாறுகளைத் தன்னுள் வைத்திருக்கவே செய்கின்றன. உதாரணமாக, விடுதலைப் போராட்டக் காலத்தில் திருவாடனை கிளைச் சிறையை உடைத்து விடுதலைப் போராட்ட வீரர்களை விடுவித்த உள்ளூர் மக்கள் எழுச்சியுடன் நடத்திய வரலாற்றைச் சொல்லலாம். இது குறித்து தோழர் சு.பொ.

அகத்தியலிங்கம் தனது 'விடுதலைத் தழும்புகள்' என்ற நூலில் விரிவாக எழுதியிருக்கிறார்.

விடுதலைக்கு முன்பாக கம்யூனிஸ்ட் கட்சி தடை செய்யப்பட்டிருந்த காலத்தில், தோழர் பாப்பா உமாநாத் அவர்களின் தாயார் அன்னை லட்சுமி, தங்களை அரசியல் கைதிகளாக நடத்த வேண்டும் என்ற கோரிக்கையுடன் உண்ணாவிரதம் இருந்து இறந்தார். அந்தச் சிறையில்தான் தோழர் பாப்பா உமாநாத்தும் இருந்தபோது, அன்னையைப் பார்க்க சிறை நிர்வாகம் அனுமதிக்கவில்லை. அன்னை லட்சுமிக்கும் தன் மகளைப் பார்க்க வேண்டுமென்ற ஆசை இருந்தது. ஆனால், அதற்கு 'கம்யூனிஸ்ட் கட்சியை விட்டு விலக வேண்டும்', 'தலைமறைவாக உள்ள தலைவர்களைக் காட்டிக்கொடுக்க வேண்டும்' என இரக்கமற்ற நிபந்தனைகளை விதித்தபோது, தாயும் மகளும் கட்சித் தலைவர்களைக் காட்டிக்கொடுக்காமல் காட்டிய லட்சிய உறுதி, காவியங்களை மிஞ்சிய தியாக வரலாறு. அந்த சரித்திரத்துக்குச் சான்றாக சைதாப்பேட்டை கிளைச் சிறை உள்ளது.

தோழர் சங்கரய்யா போன்ற தலைவர்கள் சுதந்திரப் போராட்டக் காலத்தில் தஞ்சாவூர் கிளைச் சிறையில் இருந்ததாக பல நூல்களில் பதிவு செய்யப்பட்டுள்ளன. அது போன்ற பெருமைமிக்க வரலாறுகள் வேறு பல கிளைச்சிறைகளில் நடந்திருக்கலாம். ஆனால், இந்த அத்தியாயத்தில் சொல்லப்போவது பெருமையான நிகழ்வுகள் நடந்த கிளைச் சிறைகளைப் பற்றியல்ல என்பதை முதலிலேயே சொல்லிவிட்டுத் தொடரலாம்.

நாகர்கோவில் கிளைச் சிறை வளாகம். அங்கே இரண்டு வருடங்களுக்குள் அடுத்தடுத்து நடக்கக் கூடாத அதிபயங்கரமான நிகழ்வுகள் நடந்தேறியுள்ளன. நாகர்கோவில் கிளைச் சிறை, கன்னியாகுமரி மாவட்ட ஆட்சியர் அலுவலகம், மாவட்ட நீதிமன்றம் எல்லாம் ஒரே வளாகத்தில்தான் அமைந்திருந்தன.

ஒரே வளாகத்தில் அமைந்திருந்த அந்த மூன்று அலுவலகங்களிலும் 1995-96ஆம் ஆண்டுகளில் நடந்த அதி பயங்கரமான கொலைகள் தமிழகத்தையே உலுக்கின.

ரஜினிகாந்த் நடித்த 'பாட்ஷா' படத்தில் பாட்ஷாவுடன் வரும் ரவுடி பட்டாளம் சீருடை அணிந்து வரும். அந்தப் படம் வருவதற்கு முன்பே குமரி மாவட்டத்தில் அப்படி ரவுடி ராஜ்ஜியம் நடத்தியவன் லிங்கம். வெள்ளைச் சட்டை, கருப்பு பேண்ட் அணிந்த கூலிப்படை

புடை சூழ வலம் வந்த ரவுடி லிங்கம், தனது காருக்கும் சைரன் பொருத்தியிருந்ததுதான் அராஜகத்தின் உச்சம் எனலாம். அது ஒன்றே போதும் அவன் சாம்ராஜ்யம் எவ்வளவு வலிமையுடன் இருந்தது என்பதற்குச் சான்று சொல்ல.

குமரி மாவட்டத்தில் ஆதிக்கம் செலுத்திய இரண்டு பெரும் ரௌடி குழுக்களைச் சேர்ந்தவர்களும் ஒரே சாதியைச் சேர்ந்தவர்களாகவே இருந்தனர். இரண்டு குழுக்களுக்கும் இடையே ஒரு தலித் ரவுடியும் வளர்ந்து வந்தான். அவன் பெயர் பாரதி.

பாரதி ஒரு வங்கி அதிகாரியை வெட்டிய வழக்கில் காவல்துறையால் தேடப்படும் குற்றவாளியாக இருந்தான். மாவட்டம் முழுவதும் பாரதியை போலீஸ் தேடி ஓய்ந்திருந்த சில நாட்கள் கழித்து…

நாகர்கோவில் கிளைச் சிறை வாயிலின் முன் பாரதி, செந்தில், ராஜ் என மூன்று பேர் காத்திருந்தனர். பழம், பீடிக் கட்டுகள், பிஸ்கட் பாக்கெட்டுகள் இருந்த பிளாஸ்டிக் பையை செந்தில் வைத்துக் கொண்டிருந்தான். மெயின் கேட்டின் உள்ளே இருந்து வந்த சிறைக்காவலர் மனு பேப்பரை ஒரு அட்டையில் வைத்துக்கொண்டு பாரதியைப் பார்த்து, ''யாரைப் பார்க்கணும்?'' எனக் கேட்டார்

''லட்சுமி காந்தனைப் பார்க்கணும் சார்'' என்றான். மனு பேப்பரில் பெயர், அப்பா பெயர், ஊர் என்ன வழக்கு போன்ற விவரங்களை எல்லாம் கேட்டு பதிவு செய்துவிட்டு,

''பார்க்க வந்தவங்க பேர்களச் சொல்லு?'' எனக் கேட்டார் காவலர்.

''பாரதி, ராஜ் , செந்தில்'' என பதிவு செய்யப்பட்டது. பார்ப்பதற்குப் பசை உள்ளவன்போல் தெரிந்ததால் படிவத்தை பாரதியிடம் நீட்டினார் காவலர். அதில் கையெழுத்துப் போட்டு மனுவைக் கொடுக்கும்போது 100 ரூபாய் நோட்டை எடுத்து சேர்த்துக் கொடுத்தான் ராஜ். வாங்கிக் கொண்ட காவலர் அவர்களை உள்ளே அனுமதித்தார்.

பெரிய இரும்புக்கதவுகள் அதில் ஒன்றில் ஒரு ஆள் மட்டும் செல்லக்கூடிய சிறிய கதவு. அதன் வழியாக சிறைக்குள்ளே சென்று தான் நேர்காணல் அறையில் சிறைவாசிகளைப் பார்க்க இயலும்.

பாரதியும் அவன் கூட்டாளிகளும் வாயிலுக்குள் நுழைந்த பிறகு, ஆட்டோ ஒன்று கேட் அருகே வந்து நிற்பதைப் பார்த்த காவலர் கேட்டைத் திறந்தார். போலீஸ் ஏட்டு தங்கராஜ், ஒரு கைதியை அட்மிஷன் செய்வதற்குக் கொண்டு வந்தார். உடன் ஒரு காவலரும்

வந்திருந்தார். ரவுடிகளுக்கு சிம்ம சொப்பனமாக இருந்தவர் தங்கராஜ் ஏட்டையா. கண்டிப்பும், கடமை உணர்வும் மிக்கவர். உடல்வாகும் காக்கிச் சீருடைக்கு மிகப் பொருத்தமாக அமைந்திருந்தது. அவரை ஒரு நாற்காலியைக் காட்டி உட்காரச் சொன்னார் ஜெயில் ஏட்டு. உட்கார்ந்து கொண்டார் போலீஸ் ஏட்டு.

கொண்டு வந்த கைதியை ஜெயில் ஏட்டையா முன் நிறுத்தி வாரன்ட்டைக் கொடுத்தார் காவலர். அங்க அடையாளங்களைச் சரிபார்த்த பின் பதிவுகள் செய்து கைதியைத் தன் பொறுப்பில் எடுத்துக் கொண்ட ஜெயில் ஏட்டையா, வழிக்கடவுச்சீட்டில் கையெழுத்திட்டு சீல் வைத்து, போலீஸ் ஏட்டையாவிடம் நீட்டினார். அதனை வாங்கிய தங்கராஜ் ஏட்டையா ஒரு சல்யூட் அடித்துவிட்டுத் திரும்பும்போது, தற்செயலாக பார்வையாளர் அறைப் பக்கம் பார்வையைத் திருப்பினார்.

உள்ளே பாரதி பேசிக்கொண்டிருந்தவன் ஏட்டையாவைப் பார்த்ததும் தலையை உள்ளே இழுத்துக் கொண்டு தன்னை மறைக்க முயல்வதைப் பார்த்துவிட்டார் தங்கராஜ். பதட்டம் ஏதும் இல்லாமல் சிறைக் காவலரிடம் கேட்டார்,

''உள்ள இருக்கவன் பாரதி தானே?''

''ஆமா ஏட்டையா. பாரதின்னுதான் பேரைச் சொன்னான்.''

கடமை உணர்வு கண் விழிக்க தன்னுடன் வந்த காவலரிடம்,

"வான்டட் அக்கியூஸ்ட் பாரதி உள்ள இருக்கான். நீ ஸ்டேஷனுக்கு போன் போட்டு எஸ்.ஐ. அய்யாவ உடனே வரச் சொல்லு. நான் அவனை வெளியே ஓட விடாம பாத்துக்கிறேன்'' என்றார் தங்கராஜ் ஏட்டையா.

அவரைப் பார்த்துவிட்டு தைரியமாக வாயில்பகுதிக்கு வந்தான் பாரதி.

''ஏட்டையா, இன்னும் ஒரு வாரத்தில் நானே சரண்டர் ஆயிடுவேன். கொஞ்சம் பணம் வர வேண்டியிருக்கு. அதை வாங்குன பிறகு சரண்டர் ஆகலாம்னு இருக்கேன்'' என்றான்.

''யாரு காதுலடே பூ சுத்துற..? நீயாவது சரண்டர் ஆகிறதாவது. மரியாதையா என்கூட வந்திடு.'' தங்கராஜ் ஏட்டையா விடாப்பிடியாகச் சொன்னார். பாரதி ஜெயில் ஏட்டிடம் சத்தமாகச் சொன்னான்.

''ஏட்டையா, நான் இப்போ உங்க கைதி இல்ல. என்ன வெளியே போக விடுங்க. இங்கே என்னப் பிடிக்க நீங்க விடக்கூடாது!''

ஜெயில் ஏட்டையா, போலீஸ் ஏட்டையாவிடம், "நீங்க முதல்ல வெளியே போங்க ஏட்டையா. வெளியில என்ன வேணாலும் செஞ்சுக்கோங்க. இது எங்க இடம். இங்கே நீங்க அவனை பிடிக்கக்கூடாது. வாரன்ட்டோட வந்தாதான் அவன் எங்களுக்குக் கைதி. இல்லன்னா சாதாரண பப்ளிக்தான்!" என்று சட்ட விளக்கம் தந்தார்.

‘‘வெளியிலதான பிடிக்கணும். அவன் எப்படி வெளில வாரான்னு பார்த்துக்கிறேன்’’ என்று சொன்ன தங்கராஜ், வெளியே வந்து ஒரு ஆள் மட்டும் வெளியே வந்து செல்லும் அளவில் இருந்த சிறிய கதவில், இருபுறமும் கையை வைத்து மறித்தபடி நின்று கொண்டார். பாரதியும் அவன் சகாக்களும் எப்படியும் வெளியில் சென்றுவிட வேண்டும் என்ற பதட்டத்தில் இருந்தனர். மீண்டும் ஏட்டு தங்கராஜை எச்சரிக்கை செய்தான் பாரதி.

"ஏட்டையா, பேசாம வழிய விடுங்க. நீங்க வந்த வேலையை முடிச்சுட்டுப் போக வேண்டியதுதானே. என்னப் பிடிக்கிறது இப்போ உங்க டூட்டி இல்ல!"

"எனக்கு டூட்டி சொல்ல நீ யாருடே? என்னோட சர்வீஸ்ல உன்ன மாதிரி எத்தனை ரௌடி நாய்கள நான் பார்த்திருப்பேன். உன்னைப் பிடிக்காமல் விடமாட்டேன்டே!"தங்கராஜ் ஏட்டையாவும் அசரவில்லை.

நேரமாகிக் கொண்டிருந்தது. போலீஸ் கையில் சிக்கினால் நிச்சயம் என்கவுண்டர் சாவுதான் என நினைத்தான் பாரதி. எப்படியும் தப்பியே ஆக வேண்டும். ஜெயில் காவலர்கள் தங்கராஜிடம் கேட்டை மறிக்க வேண்டாம் என சொல்லிக்கொண்டிருந்த நேரத்தில் ராஜீவும் செந்திலும் வெளியே செல்ல முயன்றனர். தங்கராஜ் அவர்களைத் தடுக்கவில்லை. வழிவிட்டார். அவர்கள் இருவரும் வெளியில் சென்றதும் பாரதியும் அவர்களைப் பின்தொடர்ந்தான். தடுத்தார் தங்கராஜ். திமிரினான் பாரதி. அவன் சட்டையைப் பிடித்து இழுத்து சரமாரியாகத் தாக்கினார் தங்கராஜ். வெளியில் வந்து தடுக்க முயன்றனர் சிறைக் காவலர்கள். அதற்குள் பாரதியின் கையில் நீளமான கத்தி ஒன்று மின்னியது. எப்படி எடுத்தான் எங்கிருந்து எடுத்தானெனத் தெரியவில்லை.

தங்கராஜ் ஏட்டையா பிடியை விடாமல் ஒரு கையால் இறுக்கிப் பிடித்து, மறு கையால் கத்தியைத் தடுக்க முயன்றார். கையைத் தாண்டி காக்கி உடையைத் துளைத்தது பாரதியின் கத்தி. இரண்டு குத்துகளில்

அவர் பிடிதளர, விடுபட்ட பாரதி, மேலும் ஒருசில குத்துகள் குத்திவிட்டு, அதிர்ச்சியில் விலகி நின்ற சிறைக் காவலர்களைக் கத்தியைக் காட்டி எச்சரித்துவிட்டு ஓடி மறைந்தான் பாரதி.

தடுமாறிய தங்கராஜ் கேட்டில் மோதினார். "தண்ணீ... தண்ணீ" என்று கதவைத் தட்ட உள்ளே இருந்த பெண் சிறைக்காவலர் கதவைத் திறக்கவும் சிறையில் உள்ளே வந்து விழுந்துவிட்டார் தங்கராஜ் ஏட்டையா. சில நொடிகளுக்கு முன்பு சவால் விட்டு வெளியில் சென்று தூண்போல் நின்றவர் சல்லடையாக்கப்பட்டு உள்ளே சரிந்து விழுந்து கிடந்தார். அவர் துடித்ததில் உடம்பில் பல இடங்களில் இருந்து வழிந்த ரத்தம் அந்த வாயில் முழுக்கப் பரவியது.

செய்வதறியாது திகைத்து நின்ற சிறைக் காவலர்கள், புத்திசாலித்தனமாக நடந்துகொள்வதாக நினைத்து பொறுப்பில்லாமல் நடந்துகொண்டனர். குற்று உயிராய்க் கிடந்த ஏட்டையாவை கையையும் காலையும் பிடித்துத் தூக்கி கேட்டுக்கு வெளியே போட்டு விட்டு கேட்டை மூடிக்கொண்டனர்.

வாளிவாளியாக தண்ணீரைக் கொட்டி, கேட்டின் உட்புறம் படிந்த ரத்தக் கரையைக் கழுவிவிட்டால் தாங்கள் தப்பித்துக் கொள்ளலாம் என நினைத்து தப்புக் கணக்குப் போட்டுவிட்டனர். ரத்தக் கரையைத்தான் அவர்களால் கழுவ முடிந்தது சிறைத்துறை மீது படிந்த களங்கத்தைத் துடைக்க அவர்கள் முடியவில்லை.

குமரி மாவட்டக் காவல்துறையினர் குமுறி எழுந்தனர். பாரதியைத் தேடிப் பறந்தன போலீஸ் படைகள். பாரதியின் கூட்டாளியான ராஜ் 3 நாளில் சிக்கினான். அவன் வாழ்ந்த தலித் பகுதியில், ஆதிக்க சாதியினர் சாராயம் விற்றதை எதிர்த்து, பாரதி துணையுடன் அவர்களை முறியடித்து, ராஜுவே அந்தப் பகுதியில் சாராய வியாபாரியாய் வளர்ந்தவன்.

முழு நிர்வாணமாகக் கடத்தப்பட்டு இருந்த ராஜுவை போலீஸ் உயர் அதிகாரிகள் எல்லாம் வந்து பார்த்துவிட்டுச் சென்றனர். வந்தவர்களில் பலர் நடிப்பு திலகங்களாக இருந்தனர். ஆறுதல் சொல்லியும், தைரியம் சொல்லியும், நம்பிக்கை அளித்தும் சென்றனர். ஒரு டவுசரை மட்டும் அணியச் செய்து விலங்கு பூட்டி வேனில் ஏற்றும்போதுதான் தனக்கு முடிவு நெருங்கிவிட்டதை உணர்ந்தான் ராஜ். தன் மனைவி குழந்தைகளின் நினைவுகளுக்கு மத்தியில் தன் நண்பன் பாரதியின் முகமும் அடிக்கடி வந்து போனது. பாரதியை

அவன் பயன்படுத்திக்கொண்டது தவறா? பாரதியின் போக்கில் அவன் போனது தவறா? காலங்கடந்து சிந்தனை தோன்றியது. மிரட்சியுடன் அங்கு ஒவ்வொருவரையும் பார்த்துக் கலங்கினான். வேன் போன பாதை அவனுக்குப் பழக்கப்பட்ட பாதையாக இருந்தபோதும், அது எந்த இடம் என்பதை யூகிக்க அவன் மனநிலை இடம் கொடுக்கவில்லை. ஆள் அரவமற்ற இருட்டுப் பிரதேசத்தில் வேன் வந்து நின்றது. இனி உயிர் தப்ப எந்த ஒரு அதிசயமும் நடக்கப் போவதில்லை என்பதை உணர்ந்தான்.

மறுநாள் செய்தித்தாள்களில், 'போலீஸ்காரர் தங்கராஜைக் கொலை செய்த ரவுடிகளில் ஒருவன் சுட்டுக்கொலை!' என்ற தலைப்பில் இருந்த செய்திகளில் ராஜுவின் முடிவு எழுதப்பட்டிருந்தது. 'கொலைக்குப் பயன்படுத்திய கத்தியைக் கைப்பற்ற அழைத்துச் சென்றபோது, அந்தக் கத்தியை எடுத்துத் தாக்கிவிட்டுத் தப்பிக்க நேர்ந்தபோது சுட்டுக் கொல்லப்பட்டான்' என்று இருந்தது அந்தச் செய்தி.

பாரதியின் முடிவு சற்று வித்தியாசமாகவே முடிந்தது. போலீஸ் ஒத்துழைப்புடன் அங்கு ஆதிக்கம் செலுத்திய ஒரு ரவுடிக் கும்பல் பாரதியின் கதையை முடித்து போலீசின் பணிச்சுமையைக் குறைத்தது.

ஜெயிலில் இருந்து ஜாமினில் வெளிவந்த லிங்கத்தின் எதிரி அய்யாவு, பாதுகாப்புக்கு ஆட்கள் இல்லாமல் எங்கும் போவதில்லை. தனக்கு எந்த இடத்திலும் எந்த நேரத்திலும் ஆபத்து என்பதைச் சரியாகவே கணித்திருந்தான். தன் நெருங்கிய நண்பர் ஐயப்பனை லிங்கம் கொலை செய்ததிலிருந்து தான் மட்டுமே இப்போது எஞ்சி இருப்பதாக எண்ணினான்.

ஒரு முறை இந்தப் பட்டியலை மனதுக்குள் நினைத்துக் கொண்டான் ஐயப்பன், வக்கீல் தேவராஜன், ராதாபுரம் பேராசிரியர், பிரபு போன்ற பெரும் புள்ளிகளின் வாழ்க்கைக்கு முற்றுப்புள்ளி வைத்தக் காட்சிகள் மனதுக்குள் ஓடியது...

லிங்கத்தின் சாம்ராஜ்ய பலம் அவன் தளபதிகளிடம் இருந்தது. அவனுடைய முப்பெரும் தளபதிகளுக்கு ஈடாக தங்கள் பக்கம் ஒருவர் கூட இல்லை என நினைத்தபோதுதான் அய்யாவுக்கு உடம்பு நடுங்கியது. இனி தாக்குதலுக்குத் சாத்தியம் இருப்பதாகத் தெரியவில்லை. தாக்குதல் முயற்சியைக் கைவிட்டு தற்காப்பு பலத்தை வலுப்படுத்தினால்தான் இனி ஜீவிக்க முடியும் என்ற எதார்த்தத்தை உணர்ந்து, அடுத்த நாள் வாய்தாவுக்குப் போவதற்குப் போதுமான

மத்தியச் சிறைக் கண்காணிப்பாளர், கிளைச் சிறைக் கண்காணிப் பாளரைக் கடுமையாக எச்சரித்து, "அவன சப் ஜெயில்ல வச்சிருக்க முடியாதுன்னா, காக்கிச்சட்டையக் கழட்டி வெச்சிட்டு, வேலையை ராஜினாமா பண்ணிட்டுப் போயா!" என்றார். அதன் பிறகே லிங்கத்தை கிளைச்சிறையில் அனுமதிக்க வேண்டிய கட்டாயம் ஏற்பட்டது.

நாகர்கோவில் கிளைச் சிறைக்கு காலை 10 மணிக்கெல்லாம் ராஜா சிங் என்ற லிங்கத்தின் அடியாள் ஒருவன் வந்துவிட்டான். தினசரி லிங்கத்தைப் பார்க்க வருபவர்களில் ராஜா சிங்கும் ஒருவன். வழக்கத்திற்கு மாறாக நேர்காணலுக்கு மனு எழுதிக் கொடுத்திருந்தான். நேர்காணல் பதிவேட்டில் பதிவுசெய்து, கையெழுத்து வாங்கிக் கொள்ளுமாறு ஏட்டையாவிடம் வற்புறுத்தினான். தினமும் காலையிலிருந்து மாலை வரை லிங்கத்தைப் பார்க்க எத்தனையோ பேர் வந்தாலும் பெயருக்கு ஒரே ஒரு மனு மட்டும்தான் எழுதி பதிவு செய்து வந்தார்கள். ஆனால், அவனாகவே வந்து பெயரை எழுதி, பதிவுசெய்ய சொல்லும் காரணம் விளங்கவில்லை ஏட்டையாவுக்கு. இருப்பினும் பார்வையாளர் பதிவேட்டில் பதிந்து கையெழுத்தைப் பெற்றுக் கொண்டார்.

லிங்கம்கூட அன்று மகிழ்ச்சியுடன் காணப்பட்டான். ராஜா சிங் ஏதேதோ சொல்ல லிங்கம் முகம் பிரகாசம் அடைந்தது. கேட்டில் பாராவில் இருந்த காவலருக்குப் பெரிய தொல்லையாக இருந்தது. ராஜா சிங் அடிக்கடி வெளியே போவதும் வருவதுமாக இருந்தான். ஒவ்வொரு முறையும் வெளியே சென்று கலெக்டர் அலுவலகத்தைப் பார்த்துவிட்டு வந்து எதையோ சொல்லிக்கொண்டிருந்தான். கடைசியாக ராஜா சிங் வெளியே சென்று பதைப்பதைப்புடன் வந்து லிங்கத்திடம் ஏதோ சொன்னான். லிங்கம் "சபாஷ் மக்கா" என்று சந்தோசமாகச் சொல்லிச் சிரிக்க, அதேநேரத்தில், கேட்டுக்கு வெளியில் பெரும் கூச்சலாகக் கேட்டதும், காவலர் வெளியே சென்று பார்த்துவிட்டு பதற்றத்துடன் கதவைப் பூட்டி, ஏட்டையாவிடம், "கலெக்டர் ஆபீஸ் பக்கம் யாரையோ வெட்டிப் போட்டாங்களாம். ஒரே கூட்டமாக இருக்கிறது!" என்றார்.

"ஏட்டையா, இவனை வெளியே அனுப்பிவிட்டு என்ன செல்லுல பூட்டுங்க" என்று தானாக முன்வந்து சொன்னான் லிங்கம். மற்ற நாள்களில் பகல் நேரங்களில் எல்லாம் செல்லுக்கு வெளியே நேர்காணல் அறையில்தான் இருப்பான் லிங்கம்.

மனு எழுதி, வலிந்து பதியச் சொன்ன மர்மம் அப்போதுதான் புரிந்தது. கொலை நடந்த நேரத்தில் ராஜா சிங், சப் ஜெயிலில் இருந்தான் என்ற ஆதாரம் அவனுக்குத் தேவைப்பட்டது. ஒரு கொலையை லிங்கத்திற்கு நேர்முக வர்ணனை செய்த ராஜா சிங்கை வெளியே அனுப்பிவிட்டு, லிங்கத்தைப் பூட்ட வந்த ஏட்டையா,

"என்ன லிங்கம் உங்க ஆளுக வேலைதானே?" என்றார்.

"ஆமா ஏட்டையா, ரொம்ப நாளா தப்பிச்சிட்டு இருந்தான். என்னைய போட்டுத்தள்ள சவால்விட்டவன் கதைய நம்ம ஆளுக முடிச்சுட்டானுக. இன்னைக்கு நான் நிம்மதியா தூங்குவேன்" என்று சொல்லிவிட்டு சந்தோஷத்துடன் செல்லுக்குள் நுழைந்தான் லிங்கம்.

அடுத்த நாள், நாளிதழ்களிலும் அந்த வார புலனாய்வுப் பத்திரிகைகளிலும் நாகர்கோவிலில் நடந்த கொலைகள் பற்றி செய்திகள் வெளியாகிக்கொண்டிருந்தன.

'நடுங்க வைக்கும் நாகர்கோவில் கொலைகள்!'

'கொலைக் களங்களாகும் குமரி மாவட்ட அரசு அலுவலகங்கள்!'

போன்ற தலைப்புகளில் செய்திகள், கட்டுரைகள் தீட்டப்பட்டன. சப் ஜெயிலில் போலீஸ் ஏட்டு கொலை, நீதிமன்றத்தில் அய்யாவு கொலை... அவை எல்லாமே அடுத்தடுத்து வரிசையாக உள்ள அரசு கட்டடங்களிலேயே பட்டப்பகலில் நடந்தவை. அவற்றை முறியடிக்கும் விதமாக இரவிலும் அங்கே ஒரு பங்கரம் நடந்தேறியது.

கலெக்டர் அலுவலகத்தின் பின்புற வழியாக எல்லா விளக்குகளையும் அணைத்துவிட்டு ஓசை இல்லாமல் நுழைந்தது அந்த வேன்.

கலெக்டர் அலுவலகத்திற்கும், சப் ஜெயிலுக்கும் இடையில் ஒரு சுற்றுச்சுவர்தான் இருந்தது. பொதுவாக சிறைகளின் சுற்றுச்சுவர்களை ஒட்டி உட்புறமாகவோ வெளிப்புறமாகவோ எந்தக் கட்டடங்களும் கட்டக்கூடாது என்பது விதி. ஆனால், கலெக்டர் அலுவலக பணியாளர்களுக்கான கழிப்பறையானது கிளைச் சிறை சுற்றுச்சுவருடன் சேர்த்து கட்டப்பட்டிருந்தது. மாவட்ட அதிகார மையத்தின் அத்துமீறலை சிறை நிர்வாகத்தால் எப்படித் தடுத்திருக்க முடியும். பின்னோக்கி வந்த வேன் கழிப்பறையை ஒட்டி நிறுத்தப்பட்டது. வேனில் மொத்தம் 23 பேர் இருந்தனர். கழிப்பறையின் மேற்கூரையில் ஏறினால் சுற்றுச்சுவரை எட்டிப் பிடித்துவிடலாம். சுற்றுச்சுவரில் ஏறுவதற்கு ஏணி தேவைப்படவில்லை. ஆனால் ஏணி இல்லாமல் உள்ளே இறங்க முடியாது.

வேனிலிருந்து இறங்கியவர்கள் ஒவ்வொருவராக கழிப்பறை மேல் ஏறினார்கள். வேனில் கொண்டுவந்த ஆயுதங்கள் ஒவ்வொன்றாக கழிப்பறையின் கூரைக்கு மேல் ஏற்றப்பட்டன. சுற்றுச்சுவரை எட்டிப் பிடித்து ஏறிய வாசு, சுவரில் நின்றவாறு, கைகொடுத்து மோகனை மேலே ஏற உதவி செய்தான். அதன் பிறகு மாதவன் ஏறி வந்தான். வரிசையாக இருந்த செல்களின் கடைசி இரண்டு செல்கள் மட்டும் சுற்றுச்சுவரிலிருந்து பார்வைக்குப்பட்டது. செல்லுக்குள் படுத்திருந்தவன் எவனோ கைவிசிறிகொண்டு விசிறி கொண்டிருந்தான். அவன் திரும்பிப் படுக்கும்போது, அவன் லிங்கம்தான் என்பதை ஊர்ஜிதம் செய்துகொண்டு மீண்டும் கழிப்பறை கூரைக்குமேல் இறங்கினார்கள்.

யாரும் பேசிக்கொள்ளவில்லை, ரகசிய குரலிலும் சைகையிலும் மட்டுமே பேசிக்கொண்டார்கள். கொஞ்சநேரம் கழித்து மீண்டும் வாசு, காம்பவுண்ட் சுவரில் ஏறி நின்று பார்த்தான். விசிறிக்கொண்டு இருந்தவன் கையில் இருந்த விசிறி நழுவி இருந்தது. அவன் தூங்கிவிட்டான் என்பதை உறுதி செய்து, கொண்டுவந்த ஏணியை எடுத்துத் தருமாறு சைகை காட்டினான்.

ஏணியை சப்ஜெயிலின் உள்ளே இறக்கி சுவரில் சாய்த்து நிறுத்தினான் வாசு. மேலே இருந்தவர்களை ஒவ்வொருவராக கை கொடுத்து மேலே தூக்கிவிட்டு, ஏணி வழியாக உள்ளே இறங்கச்செய்தான் வாசு. சுவரோரமாக பதுங்கிச் சென்று, செல்களை நெருங்கிச் சென்று பார்த்துவிட்டு வந்தான் வாசு. அதற்குள் மாதவனும் மோகனும் இறங்கி சுவரோரமாக நின்று கொண்டனர்.

மேலே இருந்து கொடுத்த அரிவாள்களையும், ஆப்புகளையும் சம்மட்டிகளையும் கீழே வாங்கி வைத்துக் கொண்டனர். வேன் டிரைவர் மட்டும் தயார் நிலையில் வெளியே வேனில் இருந்துகொண்டான்.

மோகன் துப்பாக்கியில் தோட்டாவைப் போட்டுத் தயாராக வைத்துக் கொண்டான். மற்றவர்கள் அரிவாள்களை எடுத்துக் கொண்டு ஆயத்தமானார்கள். ஆப்புடனும் சம்மட்டியுடனும் இரண்டு பேர் தயாரானார்கள். நிதானமாக 'கேட் வாக்கில்' (பூனை நடையில்) கால்களை எடுத்து வைத்து கிளைச் சிறையின் பின் வாசல் வழியாக ஒவ்வொருவராக உள்ளே நுழைந்தனர்.

நடுவில் நடைபாதை. இரண்டு பக்கமும் வரிசையாக அறைகள். பல்வேறு விதமான குறட்டைச் சத்தங்கள் இரண்டு பக்கமும் கேட்டன.

மாதவன் எட்டாம் எண் அறை முன்னின்று உள்ளே கைநீட்டிக் காட்டினான். எல்லாரும் அந்தச் செல்லின் முன் நின்றுகொண்டனர். எல்லாரும் வந்தபிறகு, ஆப்பு, சம்மட்டியுடன் வந்தவர்களை அருகே அழைத்துக்கொண்டான் மோகன். முன்னதாகப் பேசி வைத்தபடி ஒவ்வொரு செல்லுக்கும் முன்பாக இரண்டு இரண்டு பேராக அரிவாள்களுடன் நின்றுகொண்டனர். மெயின் கேட்டுக்குப் போய்ப் பார்க்க மாதவனை அவசரப்படுத்தினான் மோகன். மாதவனை மூன்று பேர் அரிவாளுடன் பின் தொடர்ந்தனர். மாதவன் அன்று மாலைதான் அதே சிறையில் இருந்து ஜாமினில் வெளியே போனவன்.

அதுவரைக்கும் செல்லுக்குள் இருந்த கைதிகள் யாரும் கண் விழிக்கவில்லை. நிழலாக ஆட்களின் நடமாட்டத்தை அரைகுறைத் தூக்கத்தில் இருந்தவர்கள் ஒவ்வொருவராக எழுந்து உட்கார்ந்தனர். அவர்களை அரிவாள்களையும், துப்பாக்கிகளையும் காட்டி மிரட்ட அவர்கள் வாயை பொத்திக்கொண்டு புரண்டு படுத்தனர்.

கிளைச்சிறையின் முன் பகுதியில் 3 காவலர்கள் கண்ணயர்ந்து தூங்கிக்கொண்டிருந்தனர். அரிவாள்களை அவர்கள் கழுத்தில் வைத்தவாறு மூன்று பேர் நின்றுகொண்டனர். சுவாரில் இருந்த சாவி, பெட்டியின் கண்ணாடிக்கதவை அரிவாளால் அடித்து உடைத்த சத்தத்தில் காக்கி அணிந்த கடமை வீரர்கள் பதறிக் கண்விழித்தனர். திமிறி எழுந்த தலைமைக் காவலரின் தோளில் வெட்டி அடக்கினான் ஒருவன். மறுமுறை ஓங்கி மிரட்டி பூட்டப்பட்டிருந்த மெயின் கேட்டின் சாவியை வாங்கிக்கொண்டான்.

தூக்கக்கலக்கத்தில் இருந்த ஏட்டு, மாதவனைப் பார்த்துவிட்டு ‘பூட்டிய சொல்லுக்குள் இருந்து இவன் எப்படி வெளியே வந்தான்?’ என்று குழம்பிப் போனார், மாலையில்தான் அவன் ஜாமினில் விடுதலையானவன் என்பது உடனடியாக அவர் நினைவுக்கு வரவில்லை.

அந்தப் பெரிய இரும்பு ஆப்பை எடுத்து பூட்டில் வைத்து சம்மட்டியால் அடிக்க குறிபார்ப்பதற்குள் சாவியுடன் வந்தான் மாதவன். சம்மட்டி வீரர்கள் ஒதுங்கிக்கொள்ள பூட்டைத் திறந்தான். பூட்டு பூவாகத் திறந்ததுகொண்டது.

அதற்குள் எல்லா செல்களிலும் ஏறக்குறைய எல்லோரும் விழித்து விட்டனர். கையில் இருந்த தோட்டாவை அடிதண்டா குழியில் வைத்து விட்டு, மோகன் அடிதண்டாவை நீக்கி கதவைத் திறப்பதற்கு முன்,

லிங்கம் எங்கே இருக்கிறான் என மங்களான வெளிச்சமாக இருந்த செல்லுக்குள் தேடினார்கள்.

கதவைத் திறந்த உடன் தாக்கிவிட்டுத் தப்பிவிடலாம் என்ற திட்டத்துடன் தயாராய் கதவோரம் பதுங்கி இருந்தவனை வாசுவும், மோகனும் பார்த்துவிட்டனர். மாதவன் அடிதண்டாவை நீக்கி கதவைத் திறந்த வேகத்தில், வெளியே பாய்ந்துவிடப் பார்த்தான் லிங்கம். கழுத்துக்குக் குறி வைத்து வீசிய வாசுவின் அரிவாளுக்கு தப்புவதற்காக குனிந்த லிங்கத்தின் முகத்தில் குறுக்காக வெட்டு விழுந்தது. முகத்தில் பதிந்திருந்த அறிவாளை இறுக்கமாகப் பிடித்துக்கொண்டான் லிங்கம். லிங்கத்தின் கூட்டாளி ஒருவன் எதிர்த்துச் சண்டையிட்டுக் கொண்டிருந்தான்.அவனை வெட்டி வீழ்த்திவிட்டார்கள் மற்றவர்கள்.

லிங்கத்தின் பிடியில் இருந்த அரிவாளைப் பிடுங்க வாசு போராடிக் கொண்டிருந்தான். மோகன் துப்பாக்கியால் குறி வைத்து குதிரையைத் தட்டிவிட லிங்கம் லேசாக விலகிக்கொள்ள 'டமார்' என்ற பெரும் சத்தத்துடன் சுவரில் பட்டுத்தெரித்தது தோட்டா. அந்த அதிர்வில் அனைத்து மின் விளக்குகளும் அணைந்து போயின.

ஒரே இருட்டு. பக்கத்தில் இருப்பவரைக்கூட பார்க்க முடியவில்லை. அங்கங்கே எழுந்த ஒரு சில அழுகைச் சத்தமும் அடங்கிப்போனது. துப்பாக்கிக் குண்டு வெடித்த சத்தத்துடன் அரிவாளை விட்டுவிட்டு அதே செல்லுக்குள் இருந்த கழிப்பறை மூளைக்கு ஓடிய லிங்கம் பெரிய பிளாஸ்டிக் வாலியை எடுத்து கையில் வைத்துக்கொண்டு பதுங்கினான். திடீரென உருவான கடும் இருட்டில் இருண்டுபோயிருந்த கண்களுக்கு எல்லாம் உணர சில நொடிகள் ஆனது.

அடுத்தத் தோட்டாவை அடிதண்டா குழியில் வைத்துவிட்டதால், தோட்டா இல்லாத துப்பாக்கியை வாசுவின் கையில் கொடுத்துவிட்டு அவனிடம் இருந்த அறிவாளை வாங்கினான் மோகன். செல்லில் இருந்த மற்ற கைதிகள் பயந்து ஒதுங்கி உட்கார்ந்தபடி கண்களை மூடிக்கொண்டனர்.

வீரம் பேசி வீச்சரிவாளுடன் வந்தவர்கள் எல்லாம் அடிபட்ட வேங்கைபோல் சிலிர்த்து நிற்கும் லிங்கத்தை நெருங்காமல் எட்டடி தூரத்தில் நின்றபடி அரிவாளை ஓங்குவதும், வீசுவதும், பின்வாங்குவதுமாக இருந்தனர். மோகன் மட்டுமே முன்னேறி அவனை நெருங்கினான்.

மோகன் லிங்கத்தின் கழுத்துக்குக் குறி வைத்து அரிவாளை ஓங்க வாளியால் அதை தடுத்துவிட்டு, அங்குமிங்கும் அசைந்துகொண்டு இருந்தான் லிங்கம். சரியான வாட்டத்திற்காக மோகன் அரிவாளை ஓங்கி ஓங்கி குறி பார்த்துச் சரியான இடைவெளியில் வீசினான். லிங்கத்தின் கழுத்தில் பாதிக்கு மேல் பதிந்தது அரிவாள். கையில் பிடித்திருந்த பிளாஸ்டிக் வாளி நழுவி கீழே விழுந்தது. ‘எல்லாம் முடிந்து விட்டது’ எனச் சொல்வதுபோல் இரண்டு கைகளையும் தூக்கிக் காட்டி, சுவரில் சாய்ந்தபடியே சரிந்து உட்கார்ந்தான். லிங்கம் தலை கவிழ்ந்து உட்கார்ந்து கீழே விழுந்த வாளியை அணைத்தபடியே இருந்தான். வாளியில் ரத்தம் நிரம்பிக் கொண்டிருந்தது.

அரிவாள்களுடன் நெருங்கிய மற்றவர்களைத் தடுத்துவிட்டு, பிடரி வரை வளர்ந்திருந்த தலைமுடியை இடது கையால் கொத்தாகப் பிடித்துத் தலையை நிமிர்த்தி, வலது கையில் இருந்த அரிவாளால் கருதறுப்பதுபோல் கழுத்தை அறுத்து, தலையைத் தனியே எடுத்தான். தலையுடன் வெற்றிக் கழிப்பில் செல்லின் வாசலுக்குத் திரும்பியவர்களின் பாதங்களில் ஒரே ரத்த பிசுபிசுப்பு. லிங்கத்தின் ஆள் ஒருவன் ஏற்கெனவே வெட்டப்பட்டு வீழ்ந்து கிடந்தான். உட்கார்ந்த நிலையில் தலையில்லாத முண்டமாக இருந்த லிங்கத்தின் படம் பத்திரிகைகளில் அடுத்த நாள் பிரசுமாகியிருந்தன. கழுத்தில் இருந்து ஆட்ரீசியன் ஊற்றுபோல் பீச்சியடித்த ரத்தம், பல நாட்களாக மேல் சுவரில் வினோதமான நவீன ஓவியம் போல் உலர்ந்து இருந்தது.

இத்தனைக் கொடூரமான கொலைவெறி சம்பவங்கள் நடந்த நாகர்கோவில் பழைய கிளைச் சிறை இடிக்கப்பட்டு இப்போது புதிதாக மாவட்டச் சிறையாகக் கட்டப்பட்டுள்ளது.

அவர்... அவனல்ல.

மதுரை மத்தியச் சிறையில் புதுப்பிக்கப்பட்ட 'ஏ', 'பி' செல்களின் தொகுதிகளில் 'ஏ' செல் தொகுதியில் ஒரு தனி அறையில் பாளையங்கோட்டை மத்தியச் சிறையிலிருந்து மாறுதலில் வந்த ஆயுள் தண்டனைச் சிறைவாசி மணி பூட்டப்பட்டிருந்தார். 'ஏ' செல், 'பி' செல் பகுதிகளில் ஒரு காலத்தில் மரணதண்டனைக் கைதிகளும், மனநோய் கைதிகளும், சிறைக்குற்றம் புரிந்த கைதிகளும் பூட்டப்படுவதே வழக்கமாக இருந்தது.

தொகுதிகள் புதுப்பிக்கப்பட்ட பின் 'பி' தனியறை தொகுதியில் மட்டும் மனநோய் சிறைவாசிகளும், சிறைக்குற்றம் புரிந்த கைதிகளும் பூட்டப்பட்டு இருந்தனர். இரண்டு தொகுதிகளும் 24 தனி அறைகள் கொண்ட நீண்ட தொகுதிகள் 'ட' வடிவில் அவை அமைந்திருந்தன. 'ஏ' செல் தொகுதியில் உள்ள தனி அறைகள் மிகுந்த செல்வாக்கோடு இருந்த கைதிகளுக்கு மட்டுமே ஒதுக்கப்பட்டு இருந்தன. ஒரு தனி அறையில் அதிகபட்சம் மூணு பேர் மட்டுமே அனுமதிக்கப்படுவர். மூவரும் ஒத்திசைவுடன் இருந்தால் மட்டுமே ஒரே அறையில் பூட்டப்படுவர். அதிலும் அதிகபட்ச செல்வாக்கும் பணபலமும் உள்ளவர்களுக்கு மட்டுமே ஒருவராகத் தங்கிக்கொள்ள அனுமதிக்கப்பட்டது.

மணிக்கு அவ்வளவு பண வசதியோ, செல்வாக்கோ இருந்த மாதிரி தெரியவில்லை. ஆனால், அவர் பாளையங்கோட்டை மத்தியச் சிறையில் இருந்து மாறுதலில் வந்த அன்றே 'ஏ' தனியறை ஒதுக்கப்பட்டது மர்மமாகவே இருந்தது. மணி எல்லோரிடமும் நெல்லைத் தமிழில் அன்பாகப் பேசிப் பழகி வந்தார். அது தற்காலிகமாக அவரிடம் இருந்த நற்குணம்போல் தெரிந்தது. அவர் இருந்த அறையை மிகவும் சுத்தமாக வைத்திருப்பார். அத் தொகுதியின் மற்ற சிறைவாசிகள் சிறை முழுவதும் சுற்றி வந்தாலும் அவர் அந்த வளாகத்தை விட்டு வேறு எங்கும் போகாமல் இருந்தார். தண்டனைக் கைதிகளின் சீருடையான

வெள்ளை கால்சட்டை, மேல்சட்டை அணிந்திருப்பார். சிலசமயம் ஒரு காவி வேட்டிமட்டும் அணிந்திருப்பார்.

இதுவெல்லாம் கொஞ்ச நாட்கள்தான்

பாளையங்கோட்டை மத்தியச் சிறையிலிருந்து அமைதிப் புறாவாக வந்த மணி, சில நாட்களிலேயே சண்டைக் கோழியாக மாறினார். மணி கைதிகளிடமும், காவலர்களிடமும் அடிக்கடி தகராறில் ஈடுபட்டு வந்தார். மற்றக் கைதிகள் தனியறைச் சலுகையைத் தக்கவைத்துக்கொள்ள வேண்டும் என்பதற்காக எல்லாவற்றையும் சகித்துக்கொண்டே இருந்தனர். சிலசமயம் மட்டும் சிலர் மணியுடன் பதிலுக்குச் சண்டைபோட்டு ஒரு அளவோடு நிறுத்திப் பின்வாங்கி விடுவார்கள்.

ஓர் இளம் காவலரிடம் மணி அலட்சியமாகப் பேச, அந்த இளம் காவலர் அவரை எச்சரித்தார். அதையும் மீறினார் மணி. அந்த இளம் காவலர் அவரை அடித்துவிட்டார். நெல்லைத் தமிழில் உள்ள கெட்ட வார்த்தைகளில் அர்ச்சனை செய்தார் மணி. அந்தக் காவலரோ நிஜத்தில் செய்ய முடியாதவற்றையெல்லாம் செய்துவிடுவதாக மிரட்டும் மதுரைத் தமிழில் திட்டினார். அதன் பிறகு மணி மேலும் ஆவேசமடைந்து,சொன்ன வார்த்தைகள் வில்லங்கமானவையாக இருந்தன.

"என் பேரு மணியே இல்ல. என் பேரு சிவகுமார். உண்மையான மணி வெளியிலே சுத்திக்கிட்டு இருக்கான். பண பலத்தோடு அரசியல் பலத்தோடு இருக்கிற எங்க அக்கா மகன்தான் மணி. எம்பேரு சிவகுமாரு. அவன் எனக்கும் என் குடும்பத்திற்கும் எதுவும் செய்யாம ஏமாத்திட்டான். உன்கிட்ட அடி வாங்கிட்டு இப்படியே போயிருவேன்னு நினைக்கிறியா. ஆயுள் தண்டனைக் கைதிய ஆள மாத்தி அட்மிஷன் எடுத்திருக்கீங்க. வேணும்னா வாரண்ட் எடுத்து பாருங்கலே. மணியோட அங்க அடையாளம் ஒன்னுகூட எனக்கு இருக்காது. இதுக்கெல்லாம் உங்க டிபார்ட்மெண்ட் பதில் சொல்ல வேண்டி இருக்கும். இப்ப நீ என்னை அடிச்சது உங்க டி.ஐ.ஜி.க்கு தெரிஞ்சா உன்ன எந்த ஊருக்குப் பந்தாடுவார்னு தெரியாது. இத உங்க அதிகாரிங்ககிட்டப் போய்ச் சொல்லு!''

ஏதோ கோபத்தில் மணி வாய்க்கு வந்ததை எல்லாம் உளறிக் கொண்டிருப்பதாகத்தான் முதலில் எல்லோரும் நினைத்தனர்.

தொடர்ந்து இரண்டு மூன்று நாட்களாக இதையே எல்லோரிடத்திலும் சொல்லிக்கொண்டிருந்ததை அவ்வளவு எளிதாக எடுத்துக்கொள்ள இயலவில்லை.

தண்டனைப் பிரிவு அலுவலகத்தில் வேலை செய்த ஒரு கைதியின் காதுக்கும் இந்தச் செய்தி போய்ச்சேரவும், மணியின் வாரண்ட்டை எடுத்துப் பார்த்து அதில் இருக்கும் மூன்று அங்க அடையாளங்களை குறித்து வைத்துக்கொண்டார். அந்தக் கைதியே தன்னிச்சையாக வந்து மணியின் அங்கத்தில் அடையாளங்களை ஒப்பிட்டுப் பார்த்தார். மணி சொன்னது சரியாகவே இருந்தது. சிறை நிர்வாகம் பதட்டம் அடைவதற்கு முன்பாக அந்தக் கடமை உணர்வுள்ள கைதிதான் முதலில் பதட்டமடைந்தார்.

மூன்று அடையாளங்களில் இரண்டு சந்தேகத்துக்கு இடம் இன்றி ஒத்துப் போகவில்லை. மூன்றாவது அடையாளம் முற்றிலும் இல்லாமல் இருந்தது. வலது கையில் தீக்காயத் தழும்பு என்று இருந்தது. அது இல்லாமல் போகவே, அந்தக் கைதியே இதை அதிகாரிகள் கவனத்திற்குக் கொண்டு சென்றார். அதன்பிறகே ஜெயிலருக்கும், கண்காணிப்பாளருக்கும் இந்த உண்மை தெரிந்தது. ஏதோ தவறு நடந்திருக்கிறது. அனுமதி எடுத்த அலுவலர் யார் என்று பார்த்து விசாரிக்கத் தொடங்கினார்கள். ஒரு கட்டத்தில், அதிகாரி ஒருவர் 'நெஞ்சில் சிகரெட்டால் சுட்டு ஒரு தீக்காயத்தை உருவாக்கினால் என்ன' என்ற ஆலோசனையைச் சொன்னார். இதர அதிகாரிகள் அதை ஆலோசித்து அந்த அபத்த யோசனையை நிராகரித்தனர்.

இந்தப் பிரச்னை சிறைத்துறை டி.ஐ.ஜி. கவனத்திற்கும் போனது. அவர் இந்தப் பிரச்னையை பெரிதாக்க வேண்டாம். ''அவன் அப்படியே இருக்கட்டும்'' என்று அவர் சொன்னபோதுதான், அனுமதி எடுத்த அலுவலருக்கு என்ன நடந்தது என்பது நினைவுக்கு வந்தது.

பாளையங்கோட்டை மத்தியச் சிறையில் இருந்து மதுரை சிறைக்கு இந்தக் கைதியை கொண்டு வந்த போது டி.ஐ .ஜி.யே தொலைபேசியில் அழைத்து, "ஏன்பா, பாளையங்கோட்டை ஜெயில்லயிருந்து வந்த கைதிய எடுக்க ஏன் இவ்வளவு நேரம். நம்ம ஜெயில்ல இருந்து வாரண்ட்டோடுதான வந்திருக்கான். உடனே எடுத்து எஸ்கார்டு போலீச அனுப்பி வைப்பா" என்று சொன்னதையடுத்து, அங்க அடையாளங்களை அவசரக் கோலத்தில் பார்த்தும் பார்க்காததுமாக எடுத்தது நினைவுக்கு வந்தது.

நாம் இதுவரை மணி என்று குறிப்பிட்டவரை, இனி அந்தப் பெயரில் கைதியாக இருந்த சிவகுமாரை 'சிவகுமார்' என்று குறிப்பிடுவதே சரியாக இருக்கும்.

அதே சமயத்தில், இந்த சிவகுமாருக்குச் சாதகமாக ஒரு விஷயமும் நடந்தது. உண்மையான குற்றவாளி சிறையில் இருந்துவருவதாக நினைத்திருந்த, கொலை செய்யப்பட்டவரின் உறவினர்களின் கண்களில் ஒரிஜினல் மணி அடிக்கடி தென்பட்டார். அவரின் உறவினர்களின் ஒருவர் வழக்கறிஞராக இருந்தார். அவர் நீதிமன்ற ஆவணங்களைச் சரிபார்த்து அதன்படி, மணி, ஆயுள்தண்டனைக் கைதியாக சிறையில் இருப்பதாகத்தான் இருந்தது.

அவர் உடனே நீதிமன்றத்தில் ஒரு வழக்கு தாக்கல் செய்தார். 'சிறையில் ஆயுள்தண்டனைக் கைதியாக இருப்பவர் மணி அல்ல. மணி வெளியில்தான் இருக்கிறான்' என்று. காவல்துறை உயர் அதிகாரிகளுக்கும், சிறைத்துறைக்கும் புகார் மனுக்களும் அனுப்பி வைக்கப்பட்டன.

நீதிமன்றத்தில் சிவகுமார் நிறுத்தப்பட்டார். அவர் மீது ஆள்மாறாட்ட வழக்கும் பதிவுசெய்து மதுரை சிறைக்கே அனுப்பி வைக்கப்பட்டார்.

மணி என்ற பெயரில் ஆயுள் தண்டனைக் கைதியாகவும், சிவகுமார் என்ற பெயரில் விசாரணை கைதியாகவும் ஒரே நபர் சிறையில் இருந்து வந்த வினோதம் சிறைத்துறைக்கு புதிதாக இருந்தது. விசாரணைக் கைதியாக ஒவ்வொரு வாய்தாவுக்கும் சிவகுமார் வெளியே நீதிமன்றத்திற்குச் சென்று வந்தார். ஆயுள் தண்டனைக் கைதியாக தண்டனைப் பகுதியில் அடைக்கப்பட்டார்.

சிவகுமார் மகிழ்வான மனநிலையில் இருக்கும்போது, அவரது வழக்கு விபரம் குறித்துக் கேட்கும்போதுதான் அவர் சொன்னது ஆச்சரியத்தை ஏற்படுத்தியது.

மணிக்கு மாமா உறவுதான் சிவகுமார். தென் தமிழகத்தின் ஒரு ஆதிக்க சாதியைச் சேர்ந்தவன் மணி. ஒரு கொலை வழக்கில் கைதாகி ஜாமினில் வெளிவந்தவன். பின் அந்தக் கொலை வழக்கில் மணிக்கு நெல்லை மாவட்ட அமர்வு நீதிமன்றம் ஆயுள் தண்டனை விதித்தது. பணபலமும் ஆள்பலமும், அரசியல் செல்வாக்கும் உள்ள மணி ஆயுள் தண்டனையை எதிர்த்து உயர்நீதிமன்றத்தில் மேல்முறையீடு செய்திருந்தான். அதன்படி சில மாதங்களில் உயர் நீதிமன்றம் வழங்கிய ஜாமினில் விடுதலையாகி வெளியே சென்றுவிட்டான்.

இரண்டாவது முறையாக அதிமுக ஆட்சி அமைந்தபோது திருநெல்வேலியைச் சேர்ந்த மணியின் உறவினர் ஒருவர் அமைச்சராகி இருந்தார். மணி அந்த அமைச்சருக்கு நெருக்கமாக இருந்திருக்கிறான். அமைச்சருக்கு சிறைத்துறை மதுரை சரக டி.ஐ.ஜி. நெருக்கமாக இருந்தார். அவரது அதிகார எல்லைக்குட்பட்டதே பாளையங்கோட்டை மத்திய சிறை. அந்த டி.ஐ.ஜி. அதற்கு முன்பு பாளையங்கோட்டை மத்திய சிறையில் நீண்ட காலமாக கண்காணிப்பாளராக இருந்தபோதே அமைச்சருக்கு நெருக்கமாக இருந்ததாகச் சொல்லப்படுகிறது.

அதே காலத்தில்தான், உயர் நீதிமன்றத்தில், மணி செய்த மேல்முறையீடு வழக்கில், அமர்வு நீதிமன்றம் வழங்கிய ஆயுள் தண்டனையை உறுதி செய்து தீர்ப்பு வழங்கப்பட்டது. மணி அதிகார வர்க்கத்தோடு நெருங்கிப் பழகி உல்லாசப் பறவையாக ஊர் சுற்றி வந்தவன்.

அவன் தனது மாமா குடும்பத்தினரிடமும் நெருங்கிய உறவினர்களிடம் ஒரு ஒப்பந்தம் செய்துகொண்டான். மணி என்ற பெயரில் எப்படியாவது சிவகுமார் ஆயுள் தண்டனை கைதியாக சிறைக்கு அனுப்புவது, அதுவும் சில நாட்கள் மட்டும் சிறையில் இருந்தால் போதும். அதற்குள் உச்ச நீதிமன்றத்தில் மேல்முறையீடு செய்து ஜாமினில் சிவகுமாரை வெளியே எடுத்து விடுவதாகவும், சிவகுமார் குடும்பத்திற்கு மிகப்பெரிய தொகையைத் தந்து விடுவதாகவும் மணி உறுதியளித்தான். மணிமீதிருந்த பாசத்தில் சிவகுமாரும் உருகியிருந்தார். அனைவரும் மணியின் திட்டத்திற்கு உடன்பட்டனர். சிவகுமார் வேலைக்கு எங்கும் போகாமல் வெறும் ஆளாக வீட்டில் இருந்ததால் தாரளமாக விட்டுக் கொடுக்கத் தயாரானது அவரது ரத்த உறவுகள். சிவகுமாரும் மாப்பிள்ளைக்காக எதையும் செய்வேன் என்று சத்தியம் செய்தார்.

சிவகுமாரின் குடும்பத்திற்கு பெரும் தொகையைக் கொடுத்துவிட்டு, உச்சநீதிமன்ற மேல்முறையீட்டுக்கும் ஜாமினுக்கும் வேண்டிய ஏற்பாடுகளைச் செய்துவிட்டு, மணி வெளிநாடு போவதுதான் திட்டம் என்பதையும் உறவினர்களுக்குச் சொல்லி இருந்தான்.

மணிக்குப் பதிலாக, சிவகுமாரை ஆயுள்தண்டனைக் கைதியாக சிறைக்கு அனுப்ப அமைச்சரின் உதவியை நாடினான் மணி.

குற்றாலத்தில் ஒரு நல்ல விடுதியில் விருந்தோம்பலுடன் உபசரிக்கப் பட்டிருந்தார் பாளையங்கோட்டை மத்திய சிறைக் கண்காணிப்பாளர்.

அருவியில் குளிப்பதும் ஆனந்தமாகக் குடிப்பதுமாக உல்லாச வாழ்வில் திளைத்தார் சிறைக் கண்காணிப்பாளர்.

பாளையங்கோட்டை மத்தியச் சிறை முன்பு, இரவு நேரத்தில் இரண்டு மூன்று கார்கள் வந்து நின்றன. அந்தக் கார்களில் ஒன்றில் மணி உள்ளேயே உட்கார்ந்து இருந்தான். போலீஸ் அதிகாரிகள் புடைசூழ சிறை வாயிலுக்கு சிவகுமார் அழைத்து வரப்பட்டார். அதற்கு ஒரு சில நிமிடங்களுக்கு முன்புதான் குற்றாலத்தில் இருந்து சிறை கண்காணிப்பாளர் போன் செய்து இருந்தார்.

"மணி என்ற ஆயுள் தண்டனைக் கைதிய அட்மிஷன் கொண்டு வருவாங்க. மணி எனக்கு வேண்டியவன்தான். போலீஸ் ஆபீசர்கள ரொம்ப நேரம் காக்க வைக்காம அட்மிஷன் எடுத்து பாஸ்போர்ட்ட கொடுத்து விடு" என்று உத்தரவிட்டிருந்தார்.

போலீஸ் அதிகாரிகளுக்கு என்ன உபசரிப்போ தெரியவில்லை, அவர்களும் சிரத்தையாக சிவக்குமாரை சிறைக்குள் தள்ள முனைப்புக் காட்டினர்.

விசாரணைக்காக மணி சிறையில் இருந்தபோது இருந்த அங்க அடையாளங்கள்தான் அமர்வு நீதிமன்றம் வழங்கிய தீர்ப்பிலும் இருந்தது. அதே அங்க அடையாளம்தான் உயர்நீதிமன்ற தீர்ப்பாணையிலும் இருக்கும். மணி சிறையில் சில மாதங்கள் இருந்து சென்றது அப்போது பணியில் இருந்த பணியாளர்களுக்குத் தெரியவில்லை. மேலிடத்திலிருந்து உத்தரவு வேறு வந்துவிட்டதால், அங்க அடையாளங்களைச் சரிபார்க்காமல் அனுமதி எடுத்து பாஸ்போர்ட்டை கையில் கொடுத்து காவல் அதிகாரிகளை வெளியே அனுப்பிவிட்டனர். ஆள் மாறாட்டம் மிக எளிதாக நிறைவேறியது.

பாளையங்கோட்டை மத்தியச் சிறையில் மணி என்ற பெயரில் சிவகுமார் இருந்தால் கைதிகளுக்குத் தெரிந்துவிடும் என்பதால் சிவகுமாரை தனியாக சிறையில் வைத்திருந்து, சில நாட்கள் கழித்து மதுரை சிறைக்கு சிறை மாற்றம் செய்தனர்.

பாளையங்கோட்டை மத்தியச் சிறையில் ஆள்மாறாட்டம் செய்து சிறைக்குள் அனுப்பிட எந்த உத்தி கையாளப்பட்டதோ அதுபோலவே, டி.ஐ.ஜி., கண்காணிப்பாளருக்கு போன் செய்ய, கண்காணிப்பாளர் அனுமதி எடுக்கும் அதிகாரிக்கு போன் செய்தார். இதுவும் போதாதென்று டி.ஐ.ஜி.யும், அனுமதி எடுக்கும் அலுவலருக்கு ஃபோனில் வந்தார்.

அதே அவசரகதியில் அங்க அடையாளங்களைச் சரிபார்க்காமல் அனுமதி எடுத்து உள்ளே அனுப்பிவிட்டனர். அதன்படிதான் சிவகுமாருக்கு 'ஏ' தொகுதியில் தனியறை ஒதுக்கப்பட்டு இருந்தது.

சிவகுமார் ஆள்மாறாட்ட வழக்கிற்காக விசாரணைக் கைதியாக நீதிமன்றம் சென்று வந்தது, ஒரு மூத்த பத்திரிகையாளருக்குத் தெரிய வந்தது. அந்த மூத்த பத்திரிகையாளர் நீதிமன்ற பார் கவுன்சிலில் வழக்கறிஞராகப் பதிவுசெய்து அடையாள அட்டை வைத்திருந்தார். வழக்கறிஞர்களுக்கு சிறைவாசிகளைப் பார்ப்பதற்கு சிறையில் விசேஷ அனுமதி உண்டு. வேலை நாட்களில் மாலை 4 மணி முதல் 5 மணி வரையில் வழக்கு குறித்து நேரில் சந்தித்துப் பேச வாய்ப்பளிக்கப்படும். அந்த வாய்ப்பை வழக்கறிஞராகவும் இருந்த அந்த மூத்த பத்திரிகையாளர் சரியாகப் பயன்படுத்தி சிவகுமாரை சிறையில் சந்தித்தார். அவர் சொன்ன முழுத் தகவலையும் திரட்டி அந்த புலனாய்வுப் பத்திரிகையில் விரிவாக ஒரு கட்டுரை எழுதினார், அந்தப் பத்திரிகையாளர். அது நீதிமன்ற கவனத்திற்குச் செல்லவும், நீதிமன்றமே சிவகுமாரை விடுவித்து உண்மையான குற்றவாளி மணியைக் கைதுசெய்து சிறையில் அடைக்கவும் உத்தரவு இடப்பட்டது.

இப்போது உண்மைக் குற்றவாளியான மணி, ஆயுள்தண்டனைக் கைதியாக சிறையில் இருக்கிறார். சிவகுமார் சுதந்திரப் பறவையாக குடும்பத்துடன் சொந்த ஊரில் இருக்கிறார்.

அமைதிப் புறாக்களும், அக்கினிக் குஞ்சுகளும்!

அனைத்துச் சிறைகளிலும் பெரும் பிரச்னைகளாக காலம் காலமாக இருந்து வருபவை தற்கொலைகளும், தடை செய்யப்பட்டப் பொருட்கள் சிறைக்கு உள்ளே வருவதும்தான். தற்கொலைகள், பல ஆண்டுகளுக்கு முன்புவரை பெரிதாக எடுத்துக்கொள்ளப்படவில்லை. மனிதஉரிமைப் போராளிகளின் போராட்டங்கள்தான் ஒரு விழிப்புணர்வை ஏற்படுத்தின.

நீதித்துறை தலையீட்டின் காரணமாகவும், மனிதஉரிமை அமைப்புகளின் முன்னெடுப்புகளின் காரணமாகவும் சிறைகளில் தற்கொலைத் தடுப்புப் பிரிவு என ஒரு காவலர் குழு ஏற்படுத்தப்பட்டது. தற்கொலை மனோபாவத்துடன் இருக்கும் கைதிகளைக் கண்டறிந்து அவர்களை, மனஆற்றுப்படுத்துதலும், சிறையில் அமைதியின்மையை ஏற்படுத்தி கலவரங்களில் ஈடுபடும் கைதிகளிடம் உரையாடி, அவர்களையும் ஆற்றுப்படுத்தும் பணிதான் தற்கொலைத் தடுப்புப் பிரிவின் பணிகளாக இருந்தன.

அதன் தொடர்ச்சியாக, அரசுப் பணியாளர்களாக மனநல ஆலோசர்களும், உளவியலாளர்களும் புதிதாக சிறைத்துறையில் பணிநியமனம் செய்யப்பட்டனர்.

மதுரை மத்தியச் சிறையில் 2010ஆம் ஆண்டில் தற்கொலைத் தடுப்புப்பணிக்கு உதவி சிறை அலுவலராக என்னையும், எனக்கு ஒரு உதவியாளராக ஒரு காவலரையும் நியமித்தனர். எங்களுக்கு அதற்கான தனிப் பயிற்சி வகுப்புகளோ வழிகாட்டுதலோ இல்லாத போதும், நாங்கள் அந்தப் பணியை மேற்கொண்டபோது, அது நல்ல அனுபவமாகவே இருந்தது.

எவ்வளவு முரட்டு சுபாவமுள்ள மூர்க்கமான கைதிகளிடம்கூட சாந்தமாக உரையாடி, அவர்கள் சொல்வதை முழுமையாகக் கேட்டுக்

கொண்டிருக்கும்போதே அவர்களின் இறுகிப்போயிருந்த மனம் நெகிழ்வதைக் காண முடிந்தது. தொடர்ந்து இயன்ற வரை அவர்களின் எதிர்பார்ப்புகளைப் பூர்த்தி செய்ய எடுக்கும் சில நிகழ்ச்சிகளும் அவர்களுக்குப் பெரு நம்பிக்கை ஏற்படுத்திவிடுகின்றன என்பதையும் பார்க்க முடிந்தது.

தற்கொலை எண்ணம் இல்லாதபோதும், இதர சிறைவாசிகளை துன்புறுத்துவதும்,சிறையில் ஒழுங்கீனமாக நடந்துகொள்பவர்களிடமும் பேசி ஆற்றுப்படுத்தும் பணியிலும் ஈடுபட்டோம்.

சமூகம் எந்த அளவுக்குச் சீரழிந்து போய் உள்ளது என்பதற்கு சிறையில் இளம் குற்றவாளிகளின் எண்ணிக்கையை வைத்து முடிவு செய்யலாம். நான் பணியில் சேர்ந்த காலத்தில் 1985க்குப் பிறகான காலத்தில் விசாரணைப் பகுதியில் 20 வயதுக்குள் இருந்த சிறைவாசிகள் 15 பேருக்கு மிகாமல்தான் இருந்தனர். அங்கு அவர்களுக்கென்று 'மைனர் ப்ளாக்' என ஒரு சிறு ப்ளாக் ஒதுக்கப்பட்டிருந்தது. இப்போது மதுரை மத்தியச் சிறையில் நூறு பேருக்கு மேல் இளம் சிறைவாசிகள் இருக்கலாம். இந்த இளம் சிறைவாசிகளைத்தான் பெரும் ரவுடிக் குழுக்களில் உள்ளவர்கள் தங்களது எடுபிடி வேலைகளுக்கும், சிலரை ஓரினச்சேர்க்கைக்கும், சிலரை தங்கள் கூலிப்படைக்கும் தயார் செய்வார்கள். பெரும் ரவுடிகளின் எடுபிடி வீரராக இருக்க வேண்டும் என சில இளம் சிறைவாசிகளும் விரும்புவதுண்டு. இப்போது இருக்கும் பெரும் தாதாக்களில் பெரும்பாலோரும்கூட இப்படி வளர்ந்தவர்களே.

எனது பணிக்காலத்தின் இறுதிப் பத்தாண்டுகள் சிறைக்குற்றம் புரிந்தவர்களிடமும், இளம் சிறைவாசிகளிடமும்தான் எனது பணிகள் பெரும்பாலும் இருந்தன.

மதுரை மத்தியச் சிறையில் விசாரணைக் கைதிகள் தொகுதிகள் மூன்று இருந்தன. ஒவ்வொரு தொகுதியிலும் 200 முதல் 300 பேர் வரை இருப்பார்கள். இளம் சிறைவாசிகள் என்பவர்கள் 18 வயதில் இருந்து 20 வயதுக்குள் என தீர்மானிக்கப்பட்டது. சிறை நிர்வாகம் நீண்ட அனுபவங்களுக்குப் பிறகு ஒரு நல்ல முடிவு எடுத்தது. முதல்முறையாக சிறைக்கு வருபவர்கள் விசாரணைத் தொகுதி ஒன்றிலும், ஒன்றுக்கு மேற்பட்ட முறை சிறைக்கு வருபவர்கள் விசாரணைத் தொகுதிகள் இரண்டிலும், மூன்றிலும் பூட்டப்பட்டனர். விசாரணைத் தொகுதி ஒன்றில் அதாவது முதல் முறையாக சிறைக்கு வந்தவர்களின் தொகுதியில், 'மைனர் பிளாக்'காக ஒரு பிளாக் ஒதுக்கப்பட்டது.

அதில் சுமார் 30 இளம் சிறைவாசிகள் இருந்தனர். ஆனாலும் விசாரணைத் தொகுதி இரண்டிலும் மூன்றிலும் இருக்கும் பெரும் ரவுடிகள் இளம் சிறைவாசிகளுடன் தொடர்பை எடுத்திக் கொள்வதும், இளம் சிறைவாசிகள் தாங்களும் பெரிய தாதாவாக ஆக வேண்டும் என்ற லட்சியக் கனவோடும் வெறியோடும் அவர்களைத் தேடிச் செல்வதும் வழக்கமாகக் கொண்டிருந்தனர். இளம் சிறைவாசிகள் பிளாக்கில் இருப்பவர்கள் பெரும் தாதாக்களின் சீடர்களாக இருப்பதால் அந்த பிளாக்கில் இருக்கும் முதல்முறையாக வரும் சிறைவாசிகளுக்கு அச்சுறுத்தல் ஏற்படுத்துபவர்களாகவும் இருந்தனர். ரவுடிகளின் உலகத்தில் எதிர்கால நம்பிக்கை நட்சத்திரங்களாக இளம் சிறைவாசிகளில் பலர் வளர்ந்துகொண்டு இருந்தார்கள்.

இளம் சிறைவாசிகளில் பெரும்பாலும் ஏற்கெனவே கூர்நோக்கு இல்லங்களில் இருந்தவர்களாகவே இருந்தனர். 18 வயது பூர்த்தியானவர்களை கூர்நோக்கு இல்லங்களில் அனுமதிப்பதில்லை. அதனால், 18 வயது பூர்த்தியானதும் அவர்கள் மத்தியச் சிறைகளுக்கு அனுப்பப்படுவார்கள். இளம் சிறைவாசிகளில் பரிதாபத்துக்குரியவர்கள் போக்சோ வழக்கில் கைதாகி வருபவர்கள்தான். காதல் செய்த சிறுமி 18 வயதுக்குக் குறைவாக இருந்து வீட்டை விட்டு வெளியேறி இவனைத் தேடி ஓடிவந்தால் (ஓடிப்போனால்) அவர்கள் மீது போக்சோ சட்டத்தின் கீழ்தான் வழக்குப் பதிவு செய்யப்படுவது வழக்கம். இப்படி, சிறைக்கு வந்த இளம் சிறைவாசிகளும் கணிசமாக இருந்தனர். பொதுவாக இளம் சிறைவாசிகளின் குற்ற வழக்குகள் பெரும்பாலும் களவு,கொலை,கொலை முயற்சி, அடிதடி வழக்குகளாகத்தான் இருக்கும்.

சிறை நிர்வாகம் எங்களது ஆலோசனைகளை ஏற்று ஒரு நல்ல நடவடிக்கையை மேற்கொண்டது. தண்டனைச் சிறைவாசிகள் பகுதியில், சுற்றுச்சுவருடன் கூடிய ஒரு பெரிய பிளாக்கில் இளம் சிறைவாசிகளை வைத்திருப்பதென்று. இதனால் அந்த இளம் சிறைவாசிகளுக்கு, பெரும் ரவுடிகளிடம் தொடர்பு கொள்ள வாய்ப்பு இல்லாமல் போகும். அவர்களை புத்தகங்கள் படிக்க வைப்பதும், அவர்களுடன் உரையாடல் நடத்தி நல்வழிப்படுத்தவும் முயற்சிகள் மேற்கொள்ளலாம் என திட்டமிடப்பட்டது.

அதன்படி தண்டனைப் பகுதியில் இருந்த சுற்றுச்சுவருடன் கூடிய ஒன்றாம் தொகுதியில் இளம் சிறைவாசிகள் பூட்டப்பட்டனர். அப்போது அந்த பிளாக்கில் 40 பேர் வரையில் இளம் சிறைவாசிகள்

பூட்டப்பட்டிருந்தனர். சிறுவர்களுக்கே உரிய சேட்டைகளும், அவரவர் ஊர், தெரு பழக்க வழக்கங்களும் அவர்களிடம் இருந்தன. அங்கு காவல் பணிக்கு வரும் காவலர்களும் பல்வேறு குணம்படைத்த இளம் காவலர்களாகவே இருந்தனர். அப்படி அங்கு பணிக்குவரும் காவலர்களில் சிலர் அந்த இளம் கைதிகளைக் கெட்ட வார்த்தைகளால் திட்டுவது, விரட்டி விரட்டி அடிப்பது என இருந்துள்ளனர். அந்த இளம் கைதிகளோ தங்களைப் புதிய இடத்தில் அடைத்து வைத்திருக்கிறார்கள் என புழுங்கிக்கொண்டிருந்தனர். ஒருநாள் இதையே காரணம் காட்டி பிளாக்கிற்குள் இருந்த ஒரு மரத்தில் ஏறியும், பிளாக்கிற்கு வெளியே புதிதாக அமைக்கப்பட்ட ஜாமர் கோபுரத்தில் ஏறியும் இளம் கைதிகள் போராட்டம் நடத்தினர்.

மரத்திலும், ஜாமர் கோபுரத்திலும் ஏறியவர்கள், தங்கள் உடம்பில் பிளேடுகளால் கீறிக்கொண்டார்கள். ஜாமர் கோபுரத்தில் இருந்த கம்பிகளின் வழியே ரத்தம் வழிந்துகொண்டிருந்தது. மேலே இருந்து ரத்தம் சிவப்புச் சாரலாக தெறித்துக் கொண்டிருந்தது. சுற்றிலும் இருந்த தண்டனைக் கைதிகளும்

"டேய் தம்பிகளா... இறங்குங்கடா. உங்களுக்காக நாங்க பேசுறோம்'' என்று சொல்லிக்கொண்டிருந்தனர். சில அதிகாரிகள் மிரட்டிப்பார்த்தனர். கோபுரத்தில் ஒரு கம்பியைப் பிடித்துத் தொங்கிக்கொண்டிருந்தான் ஒரு இளம் கைதி. தொங்கி ஊஞ்சலாடிக் கொண்டிருந்த அந்த இளம் கைதியின் உடம்பிலிருந்தும் ரத்தம் வழிந்துகொண்டிருந்தது. கீழே இருந்த பலரின் கூச்சலுக்குப் பிறகு தொங்கியவன் பக்கத்து கம்பியில் கால் வைத்து ஆசுவாசப்படுத்திக் கொண்டான். அவன்தான் அந்த போராட்டத்திற்குக் காரணமானவர்களில் முக்கியமானவர் என சொல்லப்பட்டது.

அவன் பெயர் கருவாயன் என்ற ராஜேஷ் கண்ணன். கொலை வழக்குக் குற்றவாளி. அவன் கொலை செய்தது ஒரு இளம் டாக்டரை. கருப்பாயூரணி பகுதியில் டாக்டரின் வீட்டருகே கஞ்சா விற்பது, கஞ்சா குடிப்பது என அட்டகாசம் செய்த கருவாயன் என்ற ராஜேஷ் கண்ணனை அடித்து விரட்டியதால் கூட்டாளியுடன் வந்து வீட்டுக்குள் நுழைந்து டாக்டரை வெட்டிக் கொன்ற கொடூர சம்பவம் செய்தவன்தான் ராஜேஷ் கண்ணன்.

ஒரு வழியாக சமாதானம் செய்து இறக்கிவிடப்பட்ட கைதிகளுக்கு மருத்துவச் சிகிச்சையும், வழக்கமான 'இதர சிகிச்சையும்' வழங்கி அதே பிளாக்கில் பூட்டப்பட்டனர். சில நாட்கள் அமைதியாக

ஓடின. ஆனால், அந்த பிளாக்கில் கைதிகள் எண்ணிக்கை 80, 90 என ஆகிக்கொண்டிருந்தன. இளம் சிறைவாசிகளுக்கு அன்றாடம் ஆற்றுப்படுத்துதல் முயற்சிகள் மேற்கொள்ளப்பட்டன. விளையாட்டு, ஓவியம், புத்தக வாசிப்பு என அவர்களின் பொழுதுகள் பயனுள்ள பாதைகளில் போய்க்கொண்டிருந்தன. ஒரு தொண்டு நிறுவனம் அதற்கான ஏற்பாடுகளைச் செய்து இருந்தது.

தொண்டு நிறுவனத்திலிருந்து அவ்வப்போது அந்த இளம் சிறைவாசிகளிடம் உரையாடுவதற்குப் பல கல்வியாளர்கள் வந்து உரையாடினர். ஒருசில விளையாட்டுகளைச் சொல்லிக்கொடுத்து, கலகலப்பு ஊட்டி உற்சாகப்படுத்துவது போன்ற முயற்சிகள் மேற்கொள்ளப்பட்டன. இதனால், இளம் சிறைவாசிகள் மத்தியில் சில மாற்றங்கள் தென்படத் துவங்கின.

அந்த ப்ளாக்கின் சுற்றுச்சுவர்களிலும் கண்ணில் படும் இடங்களில் எல்லாம் அழகான எழுத்துகளில் அசத்தலான பொன்மொழிகளும், கவிதை வரிகளும் எழுதி வைக்கப்பட்டன. அவற்றை, நானே தூரிகைப் பிடித்து எழுதியதை இளம் சிறைவாசிகள் ஆச்சரியத்துடன் பார்த்து உடனிருந்து உதவிகளும் செய்தனர்.

எழுதியவற்றில் சில வரிகள்...

‘தவறு என்பது தவறிச் செய்வது
தப்பு என்பது தெரிந்து செய்வது
தவறு செய்தவன் திருந்தியாகணும்
தப்பு செய்தவன் வருந்தியாகணும்...’

என்ற கவிஞர் வாலியின் வரிகளும்,

‘ஊருக்கு உழைத்திடல் யோகம்
நலம் ஓங்கிடவே வருந்துதல் யாகம்...’
‘குன்றென நிமிர்ந்து நில்
கூடித் தொழில் செய்...’

போன்ற மகாகவி பாரதியின் வரிகளையும்,

‘அறிவை விரிவு செய், அகண்டமாக்கு
விசாலப் பார்வையால் விழுங்கு மக்களை
மானுட சமுத்திரம் நானென்று கூவு...’

என்ற பாவேந்தரின் வரிகளும் முழுமையாக எழுதப்பட்டன.

'படிப்புத் தேவை... முன்னேற உழைப்புத் தேவை...'

'உண்மை தெரியும்... உலகம் தெரியும் படிப்பாலே
நம் உடலும் வளரும்... தொழிலும் வளரும் உழைப்பாலே...'

என்ற பட்டுக்கோட்டையாரின் வரிகளெல்லாம் அந்தச் சுவர்களில் எழுதப்பட்டன.

அதை வாசித்துவிட்டு அவர்கள் என்னிடம் கேட்ட கேள்விகளும், அதற்கு நான் அளித்த பதில்களும் மிகச் சிறப்பாக அமைந்தன.

எல்லாருடைய கண்களிலும் நன்கு படுகிற மாதிரி விசேஷமாக எழுதப்பட்ட அரேபிய பழமொழி ஒன்று, அது தோழர் எஸ்.ஏ.பெருமாள் எப்போதோ சொன்னது, அதையும் எழுதினேன். அது உயர் அதிகாரிகளிலிருந்து சிறப்பு அழைப்பாளர்களாக வந்த கல்வியாளர்கள் வரை அனைவரின் கவனத்தையும் ஈர்த்தது அந்தப் பழமொழி...

'தவறுகள் செய்வது
நொடிகள்
தண்டனையோ
யுகங்களுக்கு.'

கருவாயன் என்கிற ராஜேஷ் கண்ணன் எப்போதும் என் அருகிலேயே இருக்கத் துவங்கினான். நல்ல கானா பாடல்கள் பாடக்கூடியவனாக இருந்தான். அது 'சென்னை கானா' பாடல்களாக இல்லாமல் 'சிறை கானா' பாடல்களாக இருந்தன. அந்தப் பாடல்கள் எல்லாம் எந்தெந்தச் சிறைகளில், எந்தெந்தக் கைதிகள், எப்போது எழுதி, எந்த நேரத்தில் பாடிய பாடல்கள் என்று தெரியவில்லை. ஆனால் அந்தப் பாடல்களில் மதுரையைச் சுற்றியிருக்கும் ஊர்களின் பெயர்களையும், மதுரை போலீஸ் அதிகாரிகளின் நடவடிக்கைகளையும், இவர்களுடைய வீர தீரத்தையும் பொருத்தமாக இணைத்துப் பாடிய பாடல்களாக இருந்தன. இந்தப் பாடல்கள் உண்மையிலேயே மிரட்டலான பாடல்களாகத்தான் இருந்தன. சில பாடல்களை அவனே எழுதி மெட்டமைத்துப் பாடவும் செய்தான். ஓரளவு ஓவியமும் வரைந்து காட்டுவான். வெளியில் இருந்து வந்த இசைக் குழுவினரின் இசை நிகழ்ச்சி சிறையில் நடந்தது. ராஜேஷ் கண்ணனுக்கு ஒரு பாடலைப் பாட அனுமதி வாங்கிக் கொடுத்தேன். அவன் பாடிய பாட்டு சிறை அதிகாரிகளின் கவனத்தை ஈர்த்து, மொத்த சிறைவாசிகளின் கைத்தட்டலையும், இசைக்குழுவின் பாராட்டையும் பெற்றது.

நாளுக்கு நாள் இளம் சிறைவாசிகள் எண்ணிக்கை கூடிக் கொண்டிருந்தது. வெளியில் இருந்து வந்த ஒரு பேராசிரியர் நூற்றுக்கும் மேற்பட்ட இளம் சிறைவாசிகள் மத்தியில் உரையாடுவதற்கு முன்பு ''உங்களுக்குப் பிடித்த தலைவர்களின் பெயர்களைச் சொல்லுங்கள்'' என்றார்.

நீண்ட மௌனத்திற்குப் பிறகு ஒருவன் எழுந்து ''நேதாஜி'' என்றான். இன்னொருவன் ''முத்துராமலிங்கத் தேவர்'' என்றான். இன்னொருவன் எழுந்து ''ஹிட்லர்'' என்றான். வேறு யாரும் எந்தத் தலைவரின் பெயரையும் சொல்ல முன்வரவில்லை.

பேராசிரியர் பேசத் துவங்கினார்

''இவ்வளவு பெரிய தேசத்தில் இரண்டு தலைவர்களைத்தான் சொல்லி இருக்கிறீர்கள். உலக அளவில் ஒருவரைச் சொல்லிருக்கிறீர்கள். வேறு யாரையும் பிடிக்கவில்லையா? காந்திகூட பிடிக்கவில்லையா?'' என்று கேட்டதற்கு கோரசாக ''பிடிக்கவில்லை'' என்ற பதிலே வந்தது.

''நேரு.. ?

மௌனம்தான்.

''அம்பேத்கர்'' என்றதும் ஒரே ஒருவன் மட்டும் கையைத் தூக்கநினைத்து, சூழல் கருதியோ என்னவோ அப்படியே அமைதியானதையும் பார்க்க முடிந்தது.

''பகத்சிங் கூட பிடிக்கலையா.. ?'' என்று கேட்டார்.

அதே மௌனம்.

''பகத்சிங் யாருன்னாவது தெரியுமா.. ?''

''தெரியாது!'' என்றே பலரிடமிருந்து பதில் வந்தது.

இது அந்தப் பேராசிரியருக்கு மட்டுமல்ல, எனக்கே பெரிய ஆச்சரியமாகத்தான் இருந்தது. பகத்சிங்கையே தெரியாத ஒரு தலைமுறை உருவாகி இருப்பதை நினைத்து வேதனையாகத்தான் இருந்தது.

பேராசிரியர் பேச்சைத் தொடர்ந்தார்...

''உங்களுக்கு நேதாஜியைப் பிடிக்கும் என்றீர்கள். நல்லது. அவர் நமது தேச விடுதலைக்காகப் போராடிய மிகப்பெரிய தலைவர். அதே போன்று பசும்பொன் முத்துராமலிங்கத் தேவர் அவர்களும் தேச விடுதலைக்காகப் போராடியவர். மகிழ்ச்சி. ஆனால், ஹிட்லரையும்

பிடிக்கும் என்று சொன்னதுதான் எனக்கு பெரும் வியப்பாக இருக்கிறது! உலக சர்வாதிகாரி ஹிட்லர் எவ்வளவு கொடூரமான மனிதன்! அவனை ஏன் பிடிக்கிறது!?'' என்று வியந்தவாரே, ஹிட்லர் வரலாற்றில் செய்த கொடூரங்களை விரிவாகச் சொல்லிவிட்டு, ''நல்ல மனிதர்களை, நல்ல தலைவர்களை தெரிந்துகொள்ளுங்கள். அவர்களை உங்கள் ரோல் மாடலாக ஏற்றுக்கொள்ளுங்கள். அதுவே உங்களுக்கு நல்வழிப்படுத்தும்'' என்று பேசி முடிக்க பலத்த கரவொலி எழுப்பினர் இளம் சிறைவாசிகள். அடுத்து நான் அவர்கள் மத்தியில் சில வார்த்தைகள் பேசினேன்.

''இங்கே பேராசிரியர் ஐயா உங்கள் மத்தியில் மிகச் சிறப்பாகப் பேசினார்கள். நீங்களும் கவனமாக்க கேட்டீர்கள். அவர்கள் ஆரம்பத்தில் உங்களுக்கு ஹிட்லரை ஏன் உங்களுக்குப் பிடிக்கிறது என்று புரியவில்லையே என்று ஆச்சரியப்பட்டதை நீங்கள் பார்த்தீர்கள். எனக்கு அந்த ரகசியம் தெரியும். சரியா என்று சொல்லுங்கள். உங்களுக்கு பசும்பொன் தேவர் ஐயாவை ரொம்ப பிடிக்கும், தேவர் ஐயாவுக்கு நேதாஜி ரொம்ப பிடிக்கும்,நேதாஜிக்கு ஹிட்லரைப் பிடிக்கும் அதனால் உங்களுக்கு ஹிட்லரைப் பிடிக்கிறது. சரிதானே?'' சிலர் கைகளைத் தட்டி ''ஆமா...'' என்றனர்.

மேலும் நான் தொடர்ந்தேன்...

''மதுரையில் பசும்பொன் தேவர் தவிர, வேற இரண்டு தேவர்கள் சிலை இருக்கிறது தெரியுமா. எங்கே, யார் யார் சிலைகள் என்று சொல்லத் தெரியுமா?'' என்று கேட்டேன். ஒன்றுக்கு மேற்பட்டவர் களிடமிருந்து பதில் வந்தது.

''அரசரடியில் மூக்கையா தேவர் சிலை'' என்று. ''இன்னொரு சிலை யார் அவரும் ரொம்ப முக்கியமானவர்தான்...''

ஒருவரிடம் இருந்தும் பதில் வரவில்லை.

நானே பதில் சொன்னேன்...

''மதுரையில் தமிழ்ச் சங்கத்தை நிறுவியவரும், கல்விக்குப் பெரும் தொண்டு செய்ததோடு மட்டுமல்லாமல் கப்பலோட்டிய தமிழர் வ.உ.சி அவர்களுக்கு நிதி உதவிக்கும் ஏற்பாடு செய்த பாண்டித்துரை தேவர் சிலைதான் அது. மதுரை தமிழ்ச் சங்கம் ரோட்டில் உள்ளது'' என்று பேசிவிட்டு,

''முத்துராமலிங்கத் தேவரை உங்களுக்கு ஏன் பிடிக்கிறது?'' என்று கேட்டேன்.

ஒவ்வொருவரிடம் இருந்து ஒவ்வொரு விதமான பதில்கள் வந்தன...

"அவர், தேச விடுதலைக்கும், குற்றப்பரம்பரைச் சட்டத்துக்கு எதிராகவும் போராடியவர்."

"அவர், தேசியமும் தெய்வீகமும் எனது இரண்டு கண்கள் என்று சொன்னவர்."

"அவர், அரிசன மக்களை மீனாட்சியம்மன் கோயிலுக்கு அழைத்துச் சென்றவர்."

அவர்கள் சொல்ல மறந்த சில செய்திகளையும் அவர்களிடம் சொன்னேன்.

"அவர் நேதாஜி அமைத்த இந்திய தேசிய ராணுவத்திற்கு தென் தமிழகத்தில் இருந்து நிறைய தேச பக்தர்களை அனுப்பி வைத்தார். விவசாயிகளுக்காகவும், தொழிலாளர்களுக்காகவும், குறிப்பாக மதுரை பஞ்சாலைத் தொழிலாளர்களுக்காகவும் கம்யூனிஸ்ட்டுகளுடன் இணைந்து போராட்டங்கள் நடத்தினார்.

நீங்கள் ஒன்று சொன்னதில் மட்டும் சிறு திருத்தம்... பசும்பொன் தேவர், ஹரிஜன மக்களை மீனாட்சி அம்மன் கோவிலுக்கு அழைத்துச் செல்லவில்லை. அவர்களை ஆலயப் பிரவேசம் செய்ய வைத்தவர் வைத்தியநாத ஐயர். அதற்கு ஆதரவாக அறிக்கைவிட்டவர் முத்துராமலிங்கத் தேவர்!"

அதற்கும் கைத்தட்டல்கள் விழுந்தன. நான் மேலும் தொடர்ந்தேன், "ஹிட்லர் உலக மக்கள் வெறுத்து ஒதுக்கிய மிக மோசமான சர்வாதிகாரி என்பதை பேராசிரியர் மிக விளக்கமாக உங்களிடம் சொன்னார். ஹிட்லர் எவ்வளவு பெரிய கொடுங்கோலன் என்பதை ஒரு ஜெர்மன் பாதிரியார் ஒரு கவிதையில் என்ன சொல்லியிருக்கிறார் தெரியுமா...?

'அவர்கள் முதலில்
கம்யூனிஸ்டுகளைத் தேடி வந்தார்கள்...
நான் ஏன் என்று கேட்கவில்லை.
ஏனென்றால், நான் கம்யூனிஸ்ட் அல்ல.

பிறகு அவர்கள்
கத்தோலிக்கர்களைத் தேடி வந்தார்கள்...
நான் ஏன் என்று கேட்கவில்லை.
ஏனென்றால், நான் கத்தோலிக்கன் அல்ல.

பிறகு அவர்கள்
யூதர்களைத் தேடி வந்தார்கள்...
நான் ஏன் என்று கேட்கவில்லை.
ஏனென்றால் நான் யூதனும் அல்ல.

இறுதியாக அவர்கள்
என்னைத் தேடி வந்தார்கள்...
ஏன் என்று கேட்பதற்கு யாருமே அங்கே இருக்கவில்லை!'

கடைசி வரியைச் சொல்லி முடித்ததும், அந்த இளம் சிறைவாசிகளுடன் சேர்ந்து அந்தப் பேராசிரியரும் கைதட்டினார். நிகழ்வு முடிந்த பிறகு பேராசிரியர், ''அந்த ஜெர்மன் பாதிரியார் பெயர் என்ன சார்? அருமையான கவிதையா இருக்கே!'' என்று கைகுலுக்கினார்.

அப்போதைய மகிழ்ச்சி மனநிலையில், அந்த ஜெர்மன் பாதிரியாரின் பெயர் உடனடியாக நினைவுக்கு வரவில்லை. பேராசிரியர் என்னிடம் இருந்து விடைபெற்றுப்போன சில நிமிடங்களில் பெயர் நினைவுக்கு வரவே அவரைப் பின்தொடர்ந்து மெயின் கேட்டுக்குச் சென்று, ''சார் அந்தப் பாதிரியாரின் பெயர் ''மார்ட்டின் நியோ மொய்லர்'' என்றேன் அவரும் மகிழ்ச்சியுடன் சிறையை விட்டு வெளியேறினார். அன்று இரவு எனது 'வாட்ஸ்அப்'க்கு ஒரு படம் அனுப்பி இருந்தார். அந்தப் பேராசிரியர். அந்தப் படம் அந்தக் கவிதை வரிகள் பொறிக்கப்பட்ட, கல்வெட்டு வைக்கப்பட்ட, மார்ட்டின் நியோ மொயிலரின் கல்லறை படம்.

இளம் சிறைவாசிகளுக்கு 20 வயது பூர்த்தியானதும் அவர்களை விசாரணைத் தொகுதிகளுக்கு அனுப்பிவிட வேண்டும். அதன்படி கருவாயன் என்ற ராஜேஷ் கண்ணனும் விசாரணைத் தொகுதி ரெண்டுக்கு மாற்றப்பட்டான்.

சில நாட்களிலேயே விசாரணைத் தொகுதி சிறைவாசிகள் பெரும் கலவரத்தில் ஈடுபட்டனர். காவலர்களுக்கு நிழலுக்காகப் போடப்பட்டிருந்த கொட்டகைகளின் இரும்புக்குழாய்கள் உடைக்கப்பட்டன. கண்காணிப்புக் கேமரா ஒலிபெருக்கிக் கருவி என கண்ணில் பட்டதெல்லாம் அடித்து நொறுக்கப்பட்டன. உள்ளே இருந்த காவலர்களும் அதிகாரிகளும் அந்த பிளாக்கை விட்டு பயத்தோடும் பதட்டத்தோடும் வெளியேறியதை கண்காணிப்புக் கேமரா கடைசியாகப் பதிவு செய்திருந்தது.

மிக உயரமான அந்தக் கட்டடத்தின் மொட்டை மாடியில் பல கைதிகள் ஏறி ரகளையில் ஈடுபட்டனர். அந்தக் கட்டடத்தின் மேல் பல ஆண்டுகளாக கைதிகள் ஏறுவதும், அப்படி ஏறக்கூடிய பகுதிகளை செங்கற்களை வைத்துக் கட்டி பலமுறை உயர்த்துவதும், கலவர சூழ்நிலை வந்தால் புதிய வழிகளை எப்படியாவது கண்டுபிடித்து ஏறுவதும் தொடர்கதைதான்.

உயர் அதிகாரிகள் பேச்சு வார்த்தைக்கு வந்தார்கள். அவர்களுடன் நானும் இருந்தேன். மொட்டைமாடியில் ரகளையில் ஈடுபடுபவர்களை ஒரு விரக்தி மனநிலையுடனும், தோல்வி மனநிலையிலும் நான் கருவாயனைத் தேடிக்கொண்டிருந்தேன். எல்லாரும் மேலே ஆவேசமாகக் கேள்வி கேட்டுக்கொண்டிருந்த கைதிகளைப் பார்த்துக் கொண்டிருந்தனர். காவலர்களும் ப்ளாக்கில் அமைதியாக இருந்த கைதிகளும் கீழே திரண்டு இருந்தனர்.

என் காதருகே ஒரு குரல் வந்தது. அது ராஜேஷ் கண்ணனின் குரல்.

''ஐயா நான் இங்கதான் இருக்கேன்ய்யா. நான் மொட்டைமாடியில ஏறல. அப்படி ஏறி ஒழுங்கீனமா நடந்தா நீங்க சொல்லிக் கொடுத்ததுக்கு என்னய்யா மரியாத. உங்க மரியாதைக்குக் கட்டுப்பாட்டுத்தான்யா நான் கீழேயே இருக்கேன்'' என்றான். அப்போது ஒரு காவலராக அதற்கு நான் மகிழ்ந்தேன்... ஒரு கம்யூனிஸ்ட்டாக அல்ல!

சவுக்கு சண்முகம், பூபதி என இரண்டு சிறைவாசிகள். இருவரும் கலைஞர் சொன்னது போல் சிறைக்கஞ்சா சிங்கங்களாகவும், சிறை 'கஞ்சா சிங்கங்கள்' ஆகவும், சிறை நிர்வாகத்திற்கு அசிங்கங்களாகவும் இருந்தனர். பல எச்சரிக்கைகளையும்,கடும் தண்டனைகளையும் மீறி சிறையில் கஞ்சா புகைப்பதையும், கஞ்சா கடத்துவதையும், விற்பதையும் நிறுத்தவே இல்லை அவர்கள் இருவரும்.

இரண்டு பேருமே மெலிந்த தேகம் உள்ளவர்கள்தான். அடிப்பவர்கள் அடித்தே ஓய்ந்து போனாலும் அவர்கள் அசராமல் நிற்பது ஆச்சரியமாகவே இருக்கும். அடிப்பவர்கள் அதற்கு மேல் இனி அடித்தால் உயிருக்கு ஆபத்தாகி விடுமோ என்று அஞ்சி நிறுத்தினாலொழிய அவர்களிடமிருந்து ஒரு அலறலோ, துடிதுடிப்போ இருக்காது. அதன் ரகசியம், ஒரு மாத்திரை. டைசிபார்ம் என்ற அந்த மாத்திரையை எப்போதும் கைவசம் மறைத்து வைத்திருப்பார்கள்.அதை, அடிகளை எதிர்கொள்ள வேண்டிய சூழல் வரும்போது யாருக்கும் தெரியாமல் சாப்பிட்டுவிட்டு, எதையும் தாங்கும் இதயத்துடன் வருவார்கள்.

அடி வாங்கிய பிறகு, செல்களில் பூட்டப்பட்ட பின் அவர்கள் இருவரும் சிறை அதிகாரிகளையும், சிறை நிர்வாகத்தையும் படுமோசமான கெட்ட வார்த்தைகளால் திட்டிக்கொண்டே இருப்பார்கள். சவுக்கு சண்முகம் மதுரைக்காரன் என்பதால் மதுரை மண்வாசனையுடனும், பூபதி சிவகாசி மண்வாசனையுடனும் மனக்க மனக்க தேர்வு செய்யப்பட்ட கெட்ட வார்த்தைகளால் அர்ச்சனை செய்துகொண்டிருப்பார்கள்.

சிறைத்துறையில் எனது நெருங்கிய நண்பர் கலையரசன்தான் அவர்கள் இருவரையும் கையும் களவுமாகப் பிடித்து, நையப் புடைத்து செல்களில் பூட்டினார். அவர்கள் இருவரும் தண்டனை சிறைவாசிகள். அவர்கள் விசாரணைத் தொகுதியில் உள்ள செல்களில்தான் பூட்டப்பட்டனர்.

கீழே இருந்த ஆறு செல்களில் இரண்டு செல்களில் ஒன்றில் மாவோயிஸ்ட் தோழர் விவேக்கும், இன்னொரு சொல்லில் பிரபல ரௌடி வரிச்சூர் செல்வமும் இருந்தனர். மாடியில் இருந்த செல்கள்தான் பனிஷ்மென்ட் செல்லாக ஒதுக்கப்பட்டு இருந்தன. அதில்தான் அந்த இருவரும் பூட்டப்பட்டிருந்தனர். அந்தச் செல்களுக்கு 'தீவிர சீர்திருத்தத் தொகுதி' என பெயரிடப்பட்டிருந்தது.

மன ஆற்றுப்படுத்தும் பணி அவர்களிடமும் மேற்கொள்ளப்பட்டது. அவர்களிடம் முதலில் உரையாடும்போது வேண்டா வெறுப்பாகவும் அலட்சிய மனோபாவத்துடனும் உரையாடினார்கள். இருவரிடமும் தனித்தனியாக அவர்கள் குடும்பச் சூழல், சிறைக்கு வந்த பின்னணி குறித்துக் கேட்கப்பட்ட கேள்விகளுக்கு, அவர்களிடமிருந்து வந்த பதில்களில் நகைச்சுவை, நெகிழ்வு, கோபம், பாசம், சோகம் என நவரச உணர்வுகள் பிரதிபலித்ததைக் காண முடிந்தது. சமூகச் சூழல், குடும்பச் சூழல், சுய பழக்கவழக்கங்களே அவர்கள் அப்படி ஆனதற்கான காரணங்களாக இருந்தன.

தொடர்ந்து அவர்களுடன் பேசிய பிறகு, ஒருசில நாட்கள் திட்டமிட்டு அவர்களைப் பார்ப்பதைத் தவிர்த்து வந்தபோதெல்லாம் எங்களை எதிர்பார்த்தனர். எங்களுடன் பேச வேண்டும் என்று சொல்லி அனுப்புவார்கள். இது அவர்களிடம் ஏற்பட்ட சிறு முன்னேற்றம் எனலாம். அந்தத் தீவிர சீர்திருத்த பிளாக்கில் இருந்து தண்டனை பிளாக்கிற்குப் போகவேண்டும் என்ற ஆவல்கூட அவர்களிடம் ஏற்படாமல் இருந்தது ஆச்சரியமாகவே இருந்தது. இரண்டு மாதங்களுக்கு மேலாக அந்த செல்களில் இருந்தனர்.

‘‘இப்பதான்யா ஒழுங்கா இருக்கோம். இதுகூட நல்லாத்தான் இருக்குய்யா. இங்கேயேகூட இருக்கோம்’’ என்று சொன்னது எனக்குச் சற்று நெகிழ்வை ஏற்படுத்தியது. சிறை அதிகாரிகளும் தனிமைச் சிறைத் தண்டனையைத் தளர்த்துவதாகத் தெரியவில்லை. சம்பந்தப்பட்ட கைகிகளும் கேட்பதாக இல்லை. நான் அவர்களிடம் சிறைக் கண்காணிப்பாளர் சுற்றுவரும்போது

‘‘ஐயா இனி எந்தத் தப்பும் பண்ண மாட்டோம்ய்யா. நாங்க இதுவரை செஞ்சதெல்லாம் தப்புதான்யா. எங்களை மன்னிச்சு விடுங்கய்யா’’ என்று கேட்க வேண்டுமெனக் கூறினேன். அதை அவர்கள் மகிழ்ச்சியோடு ஏற்றுக்கொண்டனர். இரண்டு நாட்கள் கழித்து சிறைக் கண்காணிப்பாளர் சுற்று வந்தார்.

கைதிகளின் உயிர்களைக் காப்பாற்றிய கைதி கருப்புவை பூனைக்கறி சமைத்ததற்காக மன்னிக்காமல் தண்டித்த அதே அதிரடி கண்காணிப்பாளர்தான். அந்தக் கண்காணிப்பாளர் அந்த செல்களின் முன்னால் போய் நிற்கவும் இரண்டு பேரும் கையெடுத்து கும்பிட்டு நான் சொன்னதைப் போலவே,

‘‘ஐயா இனி எந்தத் தப்பும்...’’ என்று வாக்கியத்தை முடிக்கும் முன்பே சிறைக் கண்காணிப்பாளர் வாயில் இருந்து வந்த வார்த்தைகளை இங்கே எழுதிவிட முடியாது. கெட்ட வார்த்தைகள் பேசுவதற்கு அந்தக் கைதிகள் இருவருக்கும் முதுகலைப் பட்டம் கொடுக்க வேண்டும் என்றால் அந்தச் சிறைக் கண்காணிப்பாளர் பேசிய கெட்ட வார்த்தைகளுக்கு முனைவர் பட்டமே கொடுக்கலாம்!

நானும் எத்தனையோ பொதுவெளிகளிலும், எத்தனையோ சிறைகளிலும் எத்தனை எத்தனையோ கெட்ட வார்த்தைகளைக் கேட்டு இருக்கிறேன். ஆனால், அந்தக் கண்காணிப்பாளர் பேசிய கெட்ட வார்த்தைகளில் கவித்துவமும், சொல் வளமும், அருவருப்பும், ஆபாசமும் இருந்தன. எவருக்கும் ஆத்திரம் ஊட்டக்கூடியதாக இருந்தன அந்தச் சொற்கள். செல்லுக்குள் இருந்து அவர்கள் இருவரும் அமைதியாக கண்காணிப்பாளருக்குப் பின்னால் நின்றிருந்த என்னைப் பார்த்துவிட்டு அமைதியானார்கள். ஏதோ ஆத்திரத்தில், கோபத்தில், சுயக்கட்டுப்பாட்டை இழந்து இந்த வார்த்தைகள் கண்காணிப் பாளரிடமிருந்து வந்துவிட்டன என நான் நினைத்தேன். ஆனால் மூன்று முறைக்கு மேல் அவர், அவர்களின் அம்மா, அக்காவைப் பற்றி எல்லாம் பேசிவிட்டார். செல்லுக்குள் இருந்த அந்தக் கைதிகள் சிறைக்கண்காணிப்பாளரின் முகத்தைப் பார்த்ததாகத் தெரியவில்லை.

பின்னால் இருந்த என்னைப் பார்ப்பதும் தலையைத் தாழ்த்திக் கொள்வதுமாக இருந்தனர்.

கண்காணிப்பாளர் என் பக்கம் திரும்பி, ''இந்த நாய்கள் இங்கேயே கிடக்கட்டும். அவங்கள தண்டனைப் பகுதிக்குள்ளே விடவே கூடாது!'' என்று கடுமையாக எச்சரித்துவிட்டு மாடியில் இருந்து கீழே இறங்கிச் சென்றுவிட்டார்.

கண்காணிப்பாளர் அந்த பிளாக்கை விட்டு வெளியே சென்றவுடன் கீழே செல்களில் இருந்த மாவோயிஸ்ட் விவேக்கும், வரிச்சியூர் செல்வமும் என்னிடம்,

''சார், கைதிகள்னா எப்படி வேணாலும் பேசலாமா? கெட்ட வார்த்தையில் வைவதற்கும் ஒரு அளவு இருக்கு சார். எங்களுக்கும் ரோஷம், மானம் இருக்கு சார். இங்க கொலை செஞ்சுட்டு வந்தவங்கதான் முக்கால்வாசிப்பேர். ரோசத்துக்காகத்தான் கொலை செஞ்சி இருக்காங்க. அவர் இனி இப்படி பேசினா நாங்கள் வேடிக்கை பார்க்க மாட்டோம் சார்!'' என்று என்னிடம் கடுமையாக எச்சரித்தனர்.

மேலே இருந்த சவுக்கு சண்முகமும், பூபதியும் என்னிடம், ''ஐயா உங்களுக்காகத்தான் நாங்கள் மௌனமாக இருந்தோம். நீங்க இல்லாம இருந்திருந்தால் அவரைத் தாண்டி நாங்களும் பேசியிருப்போம். நீங்க அவர்கிட்ட சொல்லுங்க... இது நல்லது இல்லை!'' என்றார்கள்.

நான் நிதானமாக, ''நீங்க ரெண்டு பேரும்தான்யா மனுஷனா நடந்துக்கிட்டீங்க. அவரு மனுசத் தன்மையில்லாதவருங்கறத நான் ஒத்துக்குறேன். அவரு உயர்ந்த பதவியில் இருந்தாலும் நீங்க ரெண்டு பேரும்தான் அவரை விட ஒசந்திருக்கீங்க!'' என்றதும்,

''ஐயா, நீங்க எங்களுக்காக அவர்கிட்ட பேச வேண்டாம்யா. நாங்க இங்கேயே இருக்கிறோம்யா'' என்றனர் இருவரும்.

ஒரு வாரம் கழிந்தது.

ஒரு மாலை நேரத்தில் சிறைக் கண்காணிப்பாளர் அலுவலகத்திற்குச் சென்று வெளியில் காத்திருந்தேன். நான் வந்திருந்ததை அவரின் மெய்க்காப்பாளர் கண்காணிப்பாளரிடம் சொல்லவும் உள்ளே என்னை அழைத்தார். அவரை அவ்வளவு எளிதாக யாரும் அணுகிப் பேசிவிட முடியாது.

உள்ளே சென்றதும், ''என்ன தம்பி சொல்லுங்க...'' என்றார் என் முகத்தைப் பார்த்துக்கொண்டே.

நான், அவரிடம், "சார், ஒரு வேண்டுகோள். அன்னைக்கு நீங்க செல்லுல இருந்தவங்ககிட்ட பேசுனது ரொம்ப தவறான முறை சார்" என்றதும்,

உடனே அவர், "இதெல்லாம் எனக்குப் பிடிக்காது. அவங்க ரெண்டு பேரும்..." என்று சொல்லி இன்னொரு மருத்துவ ரீதியான கெட்ட வார்த்தை ஒன்றைச் சொன்னார்.

நான், "அப்படி இல்லை சார். நீங்க பேசிட்டு வந்ததும் நிலமை மோசம் அடைகிறதா இருந்தது. கீழே இருந்த மாவோயிஸ்டு விவேக்கும், வரிச்சூர் செல்வமும் ரொம்ப ஆத்திரத்துடன், 'கைதின்னா இளக்காரமா போயிடுச்சா... கைதிகளோட அம்மா, அக்கா பத்தி பேச என்ன உரிமை இருக்கு. நாங்க இத சும்மா விடமாட்டோம்'னு கொந்தளிச்சாங்க. அவங்களை சமாதானப்படுத்தி, சமாளிக்க பெரும்பாடு ஆயிருச்சு சார்!" என்று சொன்னதும்.

கொஞ்சம் நிதானமாகச் சொன்னார், "அதெல்லாம் கலெக்டரோ, சி.ஜே.எம்மோ யாரு வந்து கேட்டாலும், நாங்க அவங்களுக்குத் தீவிர சீர்திருத்தமாக கவுன்சிலிங் கொடுத்திருக்கோம். அதுல முன்னேற்றம் இருக்கான்னு சோதிக்கத்தான் அப்படிப் பேசினேன்னு சொல்லிடலாம்" என்று அவர் சொன்னதும், 'இரும்பு மனிதன்' என்ற அவரின் பிம்பம் எனது மனதுக்குள் உடைந்ததை மௌனமாக ரசித்தேன்.

அடுத்த இரண்டொரு நாட்களில் சவுக்கு சண்முகமும், பூபதியும் தண்டனை பிளாக்குக்கு மகிழ்ச்சியுடன் திரும்பினர்.

காமாலைக் கண்களுக்கு...

பொதுவாக சிறைகளில் எல்லா இடங்களும் சுத்தமாகவே இருக்கும். அதற்குக் காரணம், எந்த வேலை நடக்கிறதோ இல்லையோ சிறையில் சுத்தத்தை மட்டுமே பிரதான பணியாகக் கருதி ஒவ்வொரு உயர் அதிகாரிகளும் கண்ணும் கருத்துமாகச் செயல்படுவார்கள். அன்றாடம் அனைத்துப் பகுதிகளுக்கும் சுற்றுச் சென்று அதை கண்காணிப்பது, ஒவ்வொரு நாளைக்கு ஒவ்வொரு பகுதி என முறை வைத்துச் சுற்றி ஆய்வு மேற்கொள்வது என்பதை வழக்கமாகவே வைத்துக்கொள்வார்கள். அப்படிச் செய்யும்போதுதான் அவருக்குக் கீழ் உள்ள பொறுப்பு அதிகாரிகளை மிரட்டிப் பணிய வைக்கவும் முடியும். சுத்தமாக வைத்துக்கொள்வதற்கு எந்த உபகரணங்களும், தேவைப்படும் இதர பொருட்களும் வாங்கிக் கொடுக்கவும் மாட்டார்கள், தலைமை அதிகாரிகள். அந்தந்த பிளாக்குகளின் பொறுப்பு அதிகாரிகளே அதை எந்த வகையிலாவது செய்து முடிக்க வேண்டும். அதற்கு அந்த பிளாக்கில் இருக்கும் செல்வாக்கும் பணபலமும் உள்ள கைதிகளையே அவர்கள் நாடுவார்கள். அதற்குரிய சலுகைகளும் அந்தக் கைதிகளுக்குத் தானாகவே அமைந்துவிடும் அல்லது அமைத்துக்கொள்வார்கள். இதை எல்லாம் விட சிறைகளில் சுத்தம் பேணுவதற்குப் பெரும் காரணமாக இருப்பது சிறைவாசிகளின் அளப்பரிய இலவச உழைப்பேயாகும்.

சிறை விதிகளின்படி விசாரணை சிறைவாசிகளை சிறையில் வேலை வாங்கக் கூடாது. அந்த விதி முற்றிலுமாகக் கடைபிடிக்கப்படுவதில்லை. முன்பெல்லாம் விசாரணை சிறைவாசிகளின் தொகுதிகளையும் தண்டனை பெற்ற கைதிகள்தான் கூட்டிச் சுத்தம் செய்வது வழக்கம். தொகுதிகளைப் பெருக்கிச் சுத்தம் செய்யும் கைதிகளுக்குச் சம்பளமும், கூடுதலாகத் தண்டனைக் கழிவும்கூட உண்டு. அதனால் கடுங்காவல் தண்டனைப் பெற்றவர்கள் பெரும்பாலும் கூட்டு கேங் (கூட்டி சுத்தம் செய்யும் குழு) வேலை எழுதுவார்கள்.

‘கடுங்காவல் தண்டனை’ என்றால் சிறையில் கண்டிப்பாக ஏதாவது ஒரு வேலை செய்தாக வேண்டும்.

‘மெய்க் காவல் தண்டனை’ என்றால் வேலை செய்ய வேண்டிய கட்டாயம் இல்லை. விருப்பப்பட்டால் விண்ணப்பம் எழுதிக் கொடுத்து வேலை செய்யலாம்.

ஆனால், இப்போதெல்லாம் எல்லா சிறைகளிலும் துப்புரவு வேலைகளை விசாரணை சிறைவாசிகள்தான் செய்து வருகிறார்கள். தண்டனைக் கைதிகள் வேலை செய்வது கட்டாயமாக இருந்தபோதும் அவர்களை ஈடுபடுத்த சிறை நிர்வாகம் தவறி வருகிறது. சிறையின் துப்புரவு பணியாளர்கள் இருவர்தான். பரந்துபட்ட சிறை பரப்பளவை இருவர் மட்டும் சுத்தம் சுகாதாரத்தைப் பராமரிப்பதும் இயலாத காரியமே.

பல ஆண்டுகளுக்கு முன்னால் மதுரை மத்தியச் சிறையில் நாசர் என்ற விசாரணைக் கைதி ஒருவன் இருந்தான். 27 வயதுக்குள்தான் இருக்க வேண்டும். மதுரை வைகை வடகரை ஆழ்வார்புரம் பகுதியைச் சேர்ந்தவன். திருட்டு, அடிதடி வழக்குகளில் அடிக்கடி சிறைக்கு வரும் வழக்கமான கைதிதான். சிறையில் கடுமையான வேலைகளைச் செய்ததால்தான் அவன் உடம்புகூட இறுகிப்போயிருக்க வேண்டும். சிறையில் துப்புரவுப் பணிகளைப் பிரதான பணியாகவும், இதர வேலைகளைப் பிரியமாகவும் செய்யக் கூடியவன்தான் நாசர்.

அவன் இருக்கும் இடம் சுத்தமாக இருக்கும். ஒரு நொடியும் ஓய்ந்திருக்க மாட்டான். பகல் பொழுதுகளெல்லாம் கால்சட்டைக்கு மேல் இறுகக்கட்டிய துண்டுடன், பம்பரமாகச் சுழன்று சுழன்று வேலை செய்வான். இரவுநேரத்திலும் பிளாக்குகளுக்குள் சுறுசுறுப்பாகத்தான் இருப்பான். பிளாக்குகளில் யாருக்காவது உடல்நிலை சரியில்லாமல் போனால், மருத்துவமனையில் இருந்து சக்கர நாற்காலியைக் கொண்டு வருவதற்குள், உடல்நிலை சரியில்லாதவரை எவ்வளவு பாரமாக இருந்தாலும் ஒற்றை ஆளாகத் தோளில் தூக்கி வந்து மருத்துவமனையில் கிடத்துவான். அவன் தூக்கும் உருவத்திற்கும் அவன் உருவத்திற்கும் சம்பந்தம் இருக்காது. அவன் சிறையில் செய்யும் வேலைகளுக்கும் அவன் பெரும் பலன்களுக்கும்கூட சம்பந்தம் இருக்காது. அவனது சின்னச் சின்ன தேவைகளுக்கு அவன் கொடுக்கும் உழைப்பு மிகப்பெரியதாக இருக்கும்.

1990களின் துவக்கத்தில் மதுரையில் இந்துத்வா அமைப்புகள் திருப்பரங்குன்றம் மலையின் மேல் உள்ள சிக்கந்தர் தர்க்கா எதிரில்தான்

கார்த்திகை தீபம் ஏற்றவேண்டும் என்ற கோரிக்கையை முன் வைத்து கலவரச் சூழலை உருவாக்கப் பார்த்தன.

"ஸ்ரீ கந்தர் ஆலயத்தின் மேல் சிக்கந்தர் தர்க்கா எப்படி வந்தது?" என்றெல்லாம் சுவர் விளம்பரங்கள் செய்யப்பட்டன.

கலவர சூழலைத் தடுக்க மார்க்சிஸ்ட் கம்யூனிஸ்ட் கட்சியும், இந்திய ஜனநாயக வாலிபர் சங்கமும் திருப்பரங்குன்றத்தில் களத்தில் இறங்கி மக்களைத் திரட்டி,

"ஏற்றட்டும் ஏற்றட்டும்

கார்த்திகை தீபம் ஏற்றட்டும்"

"வழக்கம் போலவே ஏற்றட்டும்

கோவில் நிர்வாகமே ஏற்றட்டும்"

"கார்த்திகை தீபம் பெயராலே

கலவரமூட்ட நினைக்காதே"

என முழக்கமிட்டு மக்கள் ஒற்றுமைக்காகப் போராடின.

இதேபோல்தான் மதுரை தெற்கு கோபுரத் தெருவில், மீனாட்சி அம்மன் கோவில் அருகில் உள்ள சேட்டு பள்ளிவாசலை அகற்ற வேண்டும் என்ற கோரிக்கையை முன்வைத்து சங் பரிவார் அமைப்புகள் ஒரு போராட்டம் நடத்தின. சேட்டு பள்ளிவாசலைப் பாதுகாக்க, இந்திய ஜனநாயக வாலிபர் சங்கத்தினரும், மார்க்சிஸ்ட் கட்சியினரும் மீனாட்சி அம்மன் கோவிலைச் சுற்றி மனிதச் சங்கிலி போராட்டம் நடத்தனர்.

இந்துத்வா மதவெறி அமைப்புகள், சேட்டு பள்ளிவாசலை இடிக்கச் சொல்லி நடத்திய போராட்டத்தில் சுமார் 50 பேர் கைதாகினர். அவர்கள் மதுரை மத்தியச் சிறையில் 'குவாரன்டைன்' பிளாக் என முன்பு அழைக்கப்பட்ட இன்றைய விசாரணைத் தொகுதி 3ல் அடைக்கப்பட்டு இருந்தனர்.

கூடுதலாக்க கைதாகி வந்தவர்கள் சங் பரிவார் அரசியல் கைதிகள் என்பதால், கூடுதலாகக் குப்பைகளும் சிறையில் சேர்ந்தன.அவற்றைச் சுத்தம் செய்வதற்கும் அவர்களுக்குத் தேவையான வசதிகளை பராமரிப்பதற்கும் விசாரணைத் தொகுதி ஒன்றிலிருந்து விசேஷக் குழுவாக நாசர் உள்ளிட்ட மூன்று கைதிகள் நியமிக்கப்பட்டனர். நாசர் குழுவினர் வேலைகளைப் பார்த்து சங்பரிவார் அமைப்பினர் அசந்து

போயினர். முதலில் அந்தத் துப்புரவு குழுவினருக்கு திண்பண்டங்கள் கொடுத்து உபசரித்தனர்.

பின்பு கண்டுகொள்ளாமல் விட்டுவிட்டனர். குறிப்பாக நாசர் பெயரைக் கேட்டதிலிருந்து வெறுப்பையும் காட்டத் துவங்கினர்.

நாசருக்கு, உண்மையில் அவர்கள் எதற்காகப் போராட்டம் செய்து வந்தார்கள் என்று தெரியாது. தெரிந்துகொள்ளவும் ஆர்வம் காட்டாமல் இருந்தான். தெரிந்தாலும் அதைப் பற்றிக் கவலைப்படுபவனும் அல்ல.

அந்தத் தொகுதிக்குப் பின்புறம் உள்ள தண்ணீர்த் தொட்டிப் பகுதியில் குவிக்கப்பட்டு நாற்றம் எடுத்துக்கொண்டிருந்த உணவுக் கழிவுகளைச் சுத்தம் செய்துகொண்டு இருந்தான் நாசர். அங்கு குளிக்க வந்த கைதி ஒருவன் நாசரைப் பார்த்து,

"டேய், நீ துலுக்கப் பயலா?" என்று கேட்டான். "ஏன்டா கேட்கிற... நீ என்ன கிறுக்குப் பயலா?" என்று அவனைக் கேட்டான் நாசர். அவன் அரசியல் போராட்டக் கைதி என்று நாசருக்குத் தெரியாது. ஏற்கெனவே அந்தத் தொகுதியில் இருக்கும் கைதிகளில் ஒருவன் என்று நினைத்துத்தான் பதில் கேள்வி கேட்டான் நாசர். பள்ளிவாசல் எதிர்ப்புப் போராளிகள் என்று அவனுக்குத் தெரியாது.

தோட்டி வேலை செய்யும் ஒருவன் தன்னை இழிவாகப் பேசி விட்டானே என்று ஆத்திரத்துடன் "தோட்டிப்......க்கு இம்புட்டுத் திமிரா" என்று சொல்லிக்கொண்டே முறைத்துப் பார்க்கவும், சோத்துக்கழிவை அள்ளி அவன் மீது எரிந்துவிட்டு, நெருங்கி வந்து கன்னத்தில் ஒரு குத்து விட்டான் நாசர். உதட்டிலும் மூக்கிலும் இருந்து ரத்தம் கொட்டியது. அடிபட்டவன் கூட வந்தவன் அபயக் குரல் எழுப்பவே போராட்டக் கைதிகள் ஒவ்வொருவராக வர பிளாக்கை விட்டு வெளியேறி மறைந்தான் நாசர்.

சிறைக்கு வெளியே போராடிக் கைதானவர்கள் சிறைக்குள்ளேயும் போராடத் தயாரானார்கள். உயர் அதிகாரிகள் வந்து விசாரணை செய்து நடவடிக்கை எடுப்பதாகக் கூறினார்கள். போராட்டக்காரர்கள் சமாதானம் அடைந்தார்கள். வெளியில் இருந்து நேர்காணலுக்கு வந்தவர்களிடம் நடந்ததை போராட்டக்காரர்கள் தெரிவித்து, திரும்பி வந்து பிளாக்கில் கூட்டம் போட்டனர்.

இரண்டு அறைகளில் இருந்த 50 பேரும் ஒரே அறையில் உட்கார்ந்து இருந்தனர். தலைவர்கள் ஒவ்வொருவராகப் பேசினார்கள். அதில் ஒருவர், "நாம் வெளியில் போராடியபோது நம்ம மீது வன்மம்

காட்டி முரட்டுத்தனமாக நடந்துகொண்ட டி.எஸ்.பி ஒரு துலுக்கப் பயதான். சிறைக்கு அமைச்சராக இருக்கிற சாதிக் பாட்ஷா ஒரு துலுக்கப் பயதான். இந்த ஜெயிலுக்கு உணவு பொருள்கள் சப்ளை செய்ற காண்ட்ராக்ட்காரன் ஜபருல்லாகான் ஒரு துலுக்கன்தான். நாம இருக்கிற இந்த இடத்தில வந்து நம்ம ஆளு ஒருத்தன அடிச்சானே அவனும் ஒரு துலுக்கப் பயதான். நாம இத சாதாரணமாக எடுக்கக் கூடாது. இதில் ஏதோ ஒரு சதி நடந்து இருக்கு. அதனால் சிறை நிர்வாகம் அடிச்ச நாசர்ங்கிற அந்த நாய நையப்புடைச்சு செல்லில போடணும். அதுவரை நாம உண்ணாவிரதப் போராட்டம் நடத்தணும்" என்று ஆவேசமாக முழங்கினார். கைதட்டல்களாலும் 'பாரத் மாத்தாக்கி ஜே' கோஷங்களலாலும் அந்த பிளாக் அதிர்ந்தது.

மேலே பேசியவர் குறிப்பிட்ட, சிறை உணவுப்பொருள் ஒப்பந்தக்காரர் ஜபருல்லாஹான் பல வருடங்களாக தமிழ்நாட்டில் பல சிறைகளுக்கு உணவுப் பொருட்களை சப்ளை செய்து வருபவர். அவர் சம்பாதித்த பணத்திலிருந்து தீபாவளிக்கு சிறைப் பணியாளர்கள் நூற்றுக்கணக்கான பேர்களுக்கு தரமான பேன்ட், சர்ட் துணி எடுத்துக் கொடுப்பதை பல ஆண்டுகளாக சிறை உயரதிகாரிகளின் அதிருப்தியையும் மீறி வழக்கமாகக் கொண்டிருப்பவர்.

இது நடந்தது 1990ல் அப்போது தி.மு.க அரசில் சிறைத்துறை அமைச்சராக இருந்தவர் திரு.சாதிக்பாட்சா.

சங் பரிவார் அமைப்பினர் தங்களிடம் எப்போதும் பிரியமாக பேசும் அதிகாரியொருவரிடமும் இந்தப் பிரச்னையை எடுத்துச் சொல்லி ‘நாசரை நையப்புடைத்து செல்லில் பூட்டப்பட வேண்டும்’ என்றார். அந்த அதிகாரி சிறைக் கண்காணிப்பாளிடம் தெரிவித்துவிட்டு இரண்டு காவலர்களை அழைத்து வந்து நாசர் இருக்கும் பெரிய ரிமாண்ட் சென்று அவனை அழைத்து வந்தனர்.

இப்படி அழைத்துச் சென்றால் என்ன நடக்கும் என்று நாசருக்கு நன்றாகவே தெரியும். நாசர் முன் செல்ல இரண்டு காவலர்களும் அந்த அதிகாரியும் பின் சென்றனர். நாசர் திரும்பித் திரும்பிப் பார்த்துக் கொண்டே பலி ஆடுபோல் பரிதாபமாகச் சென்றான். பிளாக் கைதிகள் எல்லோரும் அவனைப் பாவமாகப் பார்த்துக்கொண்டிருந்தனர்.

பின்னால் வந்த அதிகாரியைத் திரும்பிப் பார்த்து, "ஐயா நான் என்னைக்குய்யா துலுக்கனா என்ன நினைச்சு இருக்கேன். நீங்க சொல்ற வேலையெல்லாம் செஞ்சுகிட்டுத்தானே இருந்தேன். அவர்

தான்ய்யா என்ன தேவை இல்லாம பேசினாரு. அவர் அரசியல்வாதி, கட்சிக்காரன்னு தெரியாதய்யா.

அவரு பார்க்க ஜெயில் கைதி மாதிரிதான்ய்யா இருந்தாரு.திடீர்னு துலுக்கப் பயலேன்னு கேட்டதுக்கு நான் அடிக்கலையா... நான் என்னைக்கு துலுக்கனா நடந்துக்கிட்டேன். வாடா போடான்னு பேசுனதுக்குத்தான்ய்யா அடிச்சேன்."

அவன் பேசிய எதையும் யாரும் பொருட்படுத்தியதாகத் தெரியவில்லை. இருந்தாலும் ஜெயிலர் அலுவலகம் வரை இப்படியே பேசிக்கொண்டே வந்தான். ஜெயிலர் மேஜைக்கு முன் நிறுத்தப்பட்டான். அவனை மண்டியிட்டு உட்காரச் சொன்னார்கள். மண்டி போட்டு கைகட்டி ஜெயிலரைப் பார்த்துக்கொண்டிருந்தான். ஜெயிலர், "ஏன்டா, அரசியல் கைதிய அடிச்ச?" என்று கேட்டது அவனின் பதில் எதிர்பார்த்தல்ல. தண்டிப்பதற்குக் காரணம் சொல்வதாகவே இருந்தது அந்தக் கேள்வி.

அவன் பின்னால் நின்றுகொண்டிருந்த இரண்டு காவலர்களும் ஆளுக்கொரு லத்தியை எடுத்துக்கொண்டு நின்றது அவனுக்குத் தெரியாது. எந்தத் தடையும் இல்லாமல் இருந்த நாசரின் இரண்டு பாதங்களிலும்,காற்றைக் கிழித்துக்கொண்டு அதிவேக விசையுடன் விழுந்த ஒரு அடியிலேயே சுருண்டு விட்டான் நாசர். அடுத்த அடி அடிப்பதற்கு, தலைமுடியைப் பிடித்து மீண்டும் மண்டியிட வைப்பதற்கு முன்பாக முதுகிலும் தலையிலும் பலத்த அடிகள் விழுந்தன. இந்த முறையும் பாதங்களில் பலத்த அடியை எதிர்நோக்கி கண்களை இறுக்கி மூடிக்கொண்டான். ஆனால், அடி அதே பலத்த விசையுடன் புட்டங்களில் விழுந்தது. அடுத்த அடிக்குக் கைகளைப் பின்னால் வைத்துத் தாங்கிக்கொள்ள நினைத்தான்.

"கை எலும்பு முறியப் போகுதுடா. கைய பின்னால வைக்காத" என்றதும் கையை எடுத்த மாத்திரத்தில் இரண்டு பலத்த அடிகள் விழுந்தன. கல் மூங்கில் லத்திகள் ஒடிந்து தெறித்தன. அவன் கத்தியதைத் தொடர்ந்து மேலும் சில அடிகள் விழுந்தன.

"அவனைக் கொண்டு போய் 'பி' செல்லுல போடுங்க" என்றார் ஜெயிலர். அதன் பின்னும் வெறும் கைகளாலும் தாறுமாறாக பல அடிகள் விழுந்தன. ஏதோ வேலையாக வந்து, சிறை அலுவலகத்திற்கு வெளியே நின்று பார்த்துக்கொண்டிருந்த சங்க் பரிவார் கைதிகளின் தலைவர்களுக்குத் திருப்தியாக இருந்தது.

வரும்போது சுறுசுறுப்பாக வேகமாக நடந்து வந்த நாசர், ஒவ்வொரு அடியையும் பொத்தி பொத்தி வைத்து மெதுவாக நடந்துசென்றான். அவன் கைகளும் கால்களும் நடுங்கிக்கொண்டிருந்தன முதுகிலும் தொடையிலும் பட்டை பட்டையாக கன்றிப் போயிருந்தன.

செல்லில் அம்மணமாகப் பூட்டப்பட்டிருந்த நாசர் வலியால் முனகிக்கொண்டிருந்தான். மாலையில் மருத்துவமனையில் இருந்து வலி நிவாரண மாத்திரையும், காய்ச்சல் மாத்திரையும் வழங்கப்பட்டது. அன்று இரவு அப்படியே அசந்து தூங்கிவிட்டான்.

அந்த பிளாக் பொறுப்பதிகாரிக்கு, நாசர் இப்படி அடிபட்டு விட்டானே என்று பரிதாபப்பட்டாலும் ஒருவகையில் அவருக்கு மகிழ்ச்சியாகவே இருந்தது. கொஞ்சநாள் இந்த பிளாக் வேலைகளைச் செய்வதற்கு ஒரு நல்ல ஆள் கிடைத்து இருக்கிறான் என்று. ஆனால் அதுதான் நடக்கவில்லை.

அடுத்தப் பல நாட்கள், தூங்காமல் இரவு முழுக்க எதையெதையோ பேசிக்கொண்டும் முனகிக்கொண்டும், கத்திக்கொண்டும் இருந்தான் நாசர். சங்க் பரிவார் அமைப்பினர் ஒரு சில நாட்களில் விடுதலை ஆகிப் போய்விட்டனர்.

நாசர் மனநோயாளியாகி பல மாதங்களாக இரவு நேரங்களில்,

"நான் என்னடா தப்பு பண்ணினேன்...?"

"நான் துலுக்கனா... நீ கிறுக்கனா..."

"நீ கிறுக்கனா... நான் துலுக்கனா..."

என சிறையே அலறும்படி பல நாட்கள் கத்திக்கொண்டே இருந்தான்!

மதுரை நம்பி | 139

எந்திரங்களுக்கு இனம் ஏது? இதயம் ஏது?

ஈழத்தில் போர் உக்கிரமாக நடந்துகொண்டிருந்த காலத்தில் எல்லை தாண்டியதாகவும், கடத்தலில் ஈடுபட்டதாகவும் காரணம் கூறி இலங்கை ராணுவம் தமிழ்நாட்டு மீனவர்களைச் சுட்டுக் கொன்றும், படகுகளையும், வலைகளையும் சேதப்படுத்தியும் அவர்கள் வாழ்வாதாரத்தை அழித்துக்கொண்டுமிருந்த செய்திகள் அவ்வப்போது வந்துகொண்டிருந்தன.

அப்போது யாரோ ஒரு கவிஞர் எழுதினார்...

'முன்பெல்லாம் வலைகளில் மீன்கள்தான் சிக்கும்

இப்போது மீனவர்களே சிக்குகிறார்கள்!"

படகுகளைச் சேதப்படுத்தி, வலைகளை அறுத்தது மட்டுமல்லாமல் தமிழ்நாட்டின் மீனவர்கள் பலபேர் கைது செய்யப்பட்டு இலங்கை சிறையிலும் இருந்தார்கள். அதேபோல் எல்லை தாண்டியதாகவும், கடத்தலில் ஈடுபட்டதாகவும் இலங்கையைச் சேர்ந்த தமிழ் மீனவர்களும் சிங்கள மீனவர்களும் கைது செய்யப்பட்டு, தமிழக சிறைகளிலும் இந்தியாவில் வேறு மாநில சிறைகளிலும் கைதிகளாக அடைக்கப்பட்டு வந்தனர்.

அப்படித்தான், மதுரை மத்தியச் சிறையிலும் இலங்கையைச் சேர்ந்த பல கைதிகள் இருந்தனர்.

போதைப் பொருள் கடத்தியதாக தமிழ் தெரியாத சில சிங்களக் கைதிகளும், தமிழ் தெரிந்த சிங்களக் கைதிகளும், சிங்களம் தெரிந்த தமிழ் கைதிகளும் என பல பேர் தண்டனைப் பகுதியில் இருந்தனர்.

இதேபோல், விசாரணைப் பகுதியிலும் பல கைதிகள் இருந்தனர். ஒரு வழக்கில் இலங்கையைச் சேர்ந்த நான்கு சிங்கள கைதிகளும், ஒரு தமிழ்க் கைதியும் விசாரணைப் பகுதியில் அடைக்கப்பட்டிருந்தனர்.

தமிழ் கைதியாக இருந்தவர் 60 வயதுக்காரராக இருந்தார். மற்ற நால்வரும் 50 வயதுக்குட்பட்டவர்களாகவே இருந்தனர். ஐந்து பேர்களும் மீனவர்களுக்கே உரிய இறுகிய உடற்கட்டுடன் இருந்தனர். 60 வயதுக்காரர் மற்ற நால்வரைக் காட்டிலும் உடல் பலமும் வேகமும் சுறுசுறுப்பாகவும் இருந்தார். மற்ற நால்வருக்கும் தமிழ் தெரியாது. அதனால் அந்த 60 வயதுக்காரர் அவர்களுக்கு மொழிபெயர்ப்பாளராகவும் செயல்பட்டார். அவர் பெயர் சந்தனப்பிச்சை பெர்னாண்டோ.

நால்வரில் ஒருவர் உடம்பில் குத்தியிருந்த பச்சை அனைவரின் கவனத்தை ஈர்ப்பதாக இருந்தது. சிவந்த உடலில் வலது முன் கையில் பாம்பின் வால் சுருண்டு சுருண்டு இருக்கும், மேல் கைவரை அதன் உடம்பு நெளிந்து நெளிந்து மார்புகளில் படர்ந்து வளைந்து இடது கையும் தோலும் இணையும் பகுதியில் பாம்பின் தலை இருக்குமாறு தத்ரூபமாக வரையப்பட்ட பச்சை. கை சாதாரண நிலையில் இருக்கும் போது பாம்பின் தலை, வாய் மூடி கண்விழித்திருக்கும். இடது கையைத் தூக்கினால் அதற்குத் தகுந்தவாறு வாய் பிளந்து விஷப்பற்கள் தெரியும். வலது கை அசையும் போதும், மூச்சு வாங்கும்போதும் உயிரோட்டமாக நெலியும் விதமாக நுட்பமாக வரையப்பட்ட ஓவியமாக இருந்தது. விசாரணைக் கைதிகள் அந்தப் பச்சையைக் கூடி கூடி வேடிக்கை பார்த்தனர்.

சில கைதிகள் தங்கள் இன உணர்வைக் காட்டுவதாகச் சொல்லிக் கொண்டு ஆத்திரமூட்டவும் செய்தனர். அப்பொழுது அவர்களிடம் சந்தனப்பிச்சைதான் சமாதானம் பேசி அவர்களை அமைதிப்படுத்துவார். சந்தனப்பிச்சை, இலங்கையில் ஒரு கொலை வழக்கில் தூக்குத்தண்டனை விதிக்கப்பட்டு பின்பு மேல்முறையீட்டில் அது ஆயுள்தண்டனையாக குறைக்கப்பட்டு இலங்கை சிறையில் 12 ஆண்டுகளுக்கும் மேலாக இருந்தவர் என தன் வரலாறை சக கைதிகளிடம் சொல்லிக் கொண்டிருந்தார். மேலும் அவர் குத்துச்சண்டை பயிற்சியும் பெற்றவராக சொல்லிக்கொண்டார். அது அவரையும் அவர் குழுவினரையும் தற்காத்துக்கொள்வதற்கு உதவியாக இருக்கும் என்பதற்காகத்தான் சொல்லி வைத்தார். அது கை கொடுக்கவும் செய்தது.

பச்சை குத்தியிருந்தவரும் இலங்கையில் மிகப்பெரிய ரவுடி எனவும், அவர் புகைப்படம் இலங்கை காவல்நிலையங்களில் அபாயகரமானவர்கள் பட்டியலில் இடம் பெற்றுள்ளதாகவும் தெரிவித்தார். அவர் இங்கு மொழி தெரியாத இடமாக இருப்பதாலும், பெரும்பான்மை தமிழர்கள் கொதித்துப்போய் இருப்பதாலும் அவர்

அப்பாவியாக இருப்பதைப் பார்ப்பது பரிதாபமாக இருப்பதாக சந்தனப்பிச்சை சொல்லிக்கொண்டிருந்தார்.

விசாரணை பிளாக்கில் ஏற்கெனவே இருந்த இலங்கைத் தமிழர்கள் நாலு பேர், இந்த ஐந்து பேர் வருகைக்குப் பின் உற்சாகத்துடன் காணப்பட்டனர். இவர்கள் வருகைக்கு முன் அவர்கள் விரக்தியுடனும்,சோர்வுடனுமே இருந்தனர். அந்த நான்கு தமிழ் கைதிகளும் சிங்களக் கைதிகளுக்கு ஆதரவாகவே இருந்தனர். இலங்கை தமிழர் பிரச்னையில் கொதித்துப் போய் சிங்கள மக்கள் மீது கடும் கோபத்தில் இருந்த சிறைக் கைதிகளில் சிலர் சிங்கள கைதிகளைத் தாக்கவோ அவமானப்படுத்தவோ முற்படும்போதெல்லாம் இலங்கை தமிழ் கைதிகள் அவர்களைத் தடுத்து சமாதானப்படுத்தினார்கள்.

மொழி தெரியாத, முகம் தெரியாத மனிதர்கள் மத்தியில் அந்த சிங்களக் கைதிகள் அச்ச உணர்வோடுதான் ஒவ்வொரு நாளையும் கழித்துக்கொண்டிருந்தனர். மருத்துவமனைக்கும் அலுவலகத்திற்கும் செல்வதென்றால் தண்டனைப் பகுதிக்குத்தான் செல்ல வேண்டும். அப்போதும் சந்தனப்பிச்சைதான் உடன் அழைத்துச் செல்வார். தண்டனைப் பகுதியில் இருந்த இலங்கை கைதிகள் அப்போது அவர்களைப் பார்த்துப் பேசுவார்கள். அவர்களில் வசதி மிக்கவராக இருந்த இலங்கை கைதி பஷீரீன் என்பவர் அவர்களுக்குப் பல உதவிகள் செய்து வந்தார்.

இந்த ஐவரும் தண்டனைப் பகுதிக்குச் சென்றால் நிறைய திண்பண்டங்களுடனும் பீடிக்கட்டுகளுடனும்தான் விசாரணைப் பகுதிக்குத் திரும்புவார்கள்.

சில மாதங்கள் கழித்து மதுரை சிறை வளாகத்திற்கு, முழுக்கை சட்டை அணிந்து அதை நேர்த்தியாக கால் சட்டைக்குள் உள்ளிட்டு, பளபளக்கும் சிறிய இடைவார் அணிந்து, அழகான கருப்பு ஊசி காலனி அணிந்த ஒரு இளைஞர் வந்தார். அவர் கையில் சில கோப்புகள் அடங்கிய பையும் இருந்தது. அவரைப் பார்த்த ஆயுத காவல் கமாண்டருக்கு ஒரு அச்சம். வந்தவர் ஒரு அதிகாரிபோல் இருந்ததாலும், ஆங்கிலத்தில் எதுவும் கேட்டு விடுவாரோ என்பதே அச்சத்துக்குக் காரணமாக இருந்தது. வந்தவருக்கும் ஏதோவொரு தயக்கம் இருந்தது.

இலங்கையில் இருந்து வந்தவர் என்பதைத் தெரிந்துகொண்டதும், அச்சம் போய் அலட்சியம் வந்தது கார்டு கமாண்டருக்கு. இறுகிப்

போயிருந்த கார்டு கமாண்டரின் முகம் கொஞ்சம் கொஞ்சமாக மலரத்துவங்கியது.

வந்தவர் தமிழர் இல்லை என்றாலும், சரளமாக தமிழ் பேசவில்லை என்றாலும் சரியான தமிழில்தான் பேசினார். வந்தவர் முகத்தில் மனிதம் மிளிர்ந்தது. கார்டு கமாண்டர் முகத்தில் கபடம் தெரிந்தது. இலங்கையைச் சேர்ந்த கைதிகளைப் பார்த்துத் தேவையான சட்ட நடவடிக்கைகள் எடுத்து மீட்டுச் செல்லவே வந்திருப்பதாகச் சொன்னார் வந்தவர்.

"நீங்க அங்க தமிழர்களைக் கொடுமைப்படுத்தி கொல்லுவீங்க. நாங்க உங்க ஆளுகள எல்லாம் பத்திரமா பார்க்கணுமா" என்றார் கடு கடுத்த முகத்துடன் கார்டு கமாண்டர்.

"சார்,நான் சிங்களவன்தான். என் மனைவி தமிழர். நான் பார்க்க வந்தவங்கள்ல ஒரு தமிழரும் இருக்கார் சார்" என்றார் சிரித்த முகத்துடன் வந்தவர்.

"அவங்கள பாக்கணும்னா கொஞ்சம் செலவாகும்" கொஞ்சமும் கூச்சம் இல்லாமல் சொன்னார் கார்டு கமாண்டர். வந்தவர் முகத்தில் ஒரு சிரிப்பு வந்து மறைந்தது. அது கமாண்டருக்கு எரிச்சலூட்டியது.

"பிளைட்ல காசு கொடுத்துதானே வந்தே. இங்க வந்ததுக்கு எல்லாத்துக்கும் காசு கொடுத்துதான வந்தே. வக்கீலுக்கு பீசு கொடுக்காம கேச பார்ப்பியா? இங்க வந்து மட்டும் சும்மா பார்க்க முடியுமா" கார்டு கமெண்டரின் கேள்வி அவரது சாமர்த்தியத்தை உணர்த்தியது. அவர் உறுதியறிந்து பணத்தை எடுக்க முற்பட்டார் வந்தவர். அவசரம் அவசரமாக அவரை மறைவாக அழைத்துப் போனார் கார்டு கமெண்டர். அவர் எதிர்பார்த்ததைக் காட்டிலும் கூடுதலாகவே பணத்தைக் கொடுத்தார் வந்தவர். திருப்தி அடையாதது போலவே முகம் சுளித்ததால் மேலும் ஒரு பணத் தாளை நீட்டினார் வந்தவர். அதன் பிறகுதான் சுறுசுறுப்பாக இயங்கினார் கார்டு கமாண்டர்.

வந்தவர் இலங்கை மீனவர் சங்கத் தலைவர் கனீசியஸ் பெர்னாண்டோ. தமிழ் மீனவர்களும் ஏராளமான பேர் அவருடைய சங்கத்தில் இருந்தனர். ஒரு தமிழ்ப் பெண்ணைத்தான் காதலித்து திருமணம் செய்தவர்.

அவர் இரண்டாவது முறையாக வந்ததிலிருந்து தண்டனை பகுதியில் இருந்த இலங்கைக் கைதிகள் பஷ்ரீன் உள்ளிட்டவர்களையும் பார்ப்பதற்கு மனு செய்து பார்த்துச் செல்வார்.

இப்படி ஒவ்வொருமுறை வரும்போதும், அங்கு பணியில் இருக்கும் கார்டு கமாண்டருக்கு தாராளமாக சிரித்த முகத்துடன் பணத்தைக் கொடுத்து உள்ளே இருக்கும் கைதிகளைப் பார்த்துச் செல்வார். உள்ளே இருக்கும் கைதிகள் எதிர்பார்க்கிறார்களோ இல்லையோ கார்டு கமாண்டர் அவர் வருகையை ஒவ்வொரு நாளும் ஆவலுடன் எதிர்பார்ப்பார்.

உள்ளே இருந்த சிங்களக் கைதிகள் அவர் வருகைக்குப் பிறகு சிரித்த முகத்துடன் காணப்பட்டனர். உற்சாகமாக எல்லோரிடமும் பழக ஆரம்பித்தனர். விடுதலை கிடைக்குமா? இன்னும் எத்தனை நாள் ஆகும்? என்ற ஏக்கமும் விரக்தியுமாக இருந்த அவர்களுக்கு, அவர் வருகைக்குப் பிறகு நம்பிக்கை பிறந்தது. மற்ற கைதிகளிடம் சிறுசிறு தேவைகளுக்கு எதிர்பார்த்து இருந்த இலங்கைக் கைதிகள் இவர் வருகைக்கு பின் மற்றவர்களுக்கும் தாராளமாக உதவி செய்யத் துவங்கினார்கள்.

உள்ளே இருந்த சிங்களக் கைதிகள் 4 பேரையும் தமிழரான சந்தனப் பிச்சையையும் மட்டும் பிணையில் எடுக்கவே இலங்கையில் இருந்து வந்தவர் அவர்.

இலங்கை தமிழ் மீனவர்களும், சிங்கள மீனவர்களும் அவர்களுடைய சங்கத் தலைவனை, தங்கத் தலைவனாகவே நினைத்தனர்.

ஏற்கெனவே நீண்ட நாட்களாகச் சிறையில் இருக்கும் தமிழ் மீனவர்களையும் மீட்டெடுக்க வேண்டும் என சிங்கள மீனவர்கள் தங்கள் தலைவனிடம் வேண்டுகோள் வைத்தனர். அதனையும் நிறைவேற்ற அவர் அடிக்கடி சிறை வளாகத்திற்கு வர வேண்டியிருந்தது. அதனால், சில நாட்கள் கூடுதலாக இங்கே தங்க வேண்டிய நிலை வந்தது. வழக்கு சம்பந்தமான விவரங்களைப் பெற்றுச் சென்று உரிய வழக்கறிஞர்களைப் பார்த்து ஜாமின் விடுதலைக்கு வேண்டிய வேலைகள் ஒவ்வொன்றையும் ஜரூராக முடித்துவிட்டார்.

சிறைக் காவலர் குடியிருப்பு பகுதியில் பொதுவாக இரவு 8 மணிக்கு மேல் ஆள் நடமாட்டம் குறைந்துவிடும். நள்ளிரவு நேரம். குடியிருப்பில் அனைத்து வீடுகளும் ஆழ்ந்த உறக்கத்தில் இருந்தன. தபால் பிரிவில் பணி செய்த காவலர் பாலமுருகன். வீட்டின் கதவு தட்டப்படும் ஓசை கேட்டு பதற்றத்துடன் எழுந்து கதவைத் திறந்த பாலமுருகன் முகத்தில் அதிர்ச்சி. அதே பிளாட்டில் குடியிருந்த தேவராஜன்தான் எதிரில் நின்றிருந்தார்.

"என்ன தேவா இந்த நேரத்தில?"

"அண்ணே ஒரு சின்ன விஷயம் மாடிக்கு வாங்களேன்"என்று சொல்லிவிட்டு மாடிப்படிகளை நோக்கி நடந்தார். அந்தக் குடியிருப்பில் இரண்டாவது தளத்தில்தான் இருவருக்கும் வீடு. மூன்றாவது தளத்தைத் தாண்டிச் செல்லும்போது பாலமுருகன் இரண்டு முறை கேட்டுவிட்டார்,

"என்னப்பா பிரச்சினை? அங்கேயே சொல்ல வேண்டியது தானே?"

"அண்ணே, தம்பிக்காக வாங்கண்ணே" என்று மொட்டை மாடிக்கு அழைத்து வந்துவிட்டார் தேவராஜன்.

கைப்பிடிச்சுவர் ஓரமாக நின்றிருந்தார் பாலமுருகன். அந்த நடுஇரவிலும் இரவு உடையேதும் அணியாமல் பேண்ட் அணிந்திருந்ததைப் பல யோசனையுடன் தேவராஜனைப் பார்த்தார்.

"என்னை என்கவுண்டர் பன்னச்சொல்லி தபால் ஏதும் வந்து இருக்காண்ணே!"

அதிர்ச்சியான பாலமுருகன் கைப்பிடிச்சுவர் ஓரமாக இருந்ததால் ஆபத்து என்று சுதாரித்துக்கொண்டு, முன்னேறி மையத்துக்கு வந்து விட்டார்.

"என்ன தேவா, இப்படி ...... கேக்குற?" இடையில் ஒரு இணைப்பு வார்த்தையைச் சொல்ல நினைத்து சூழல் கருதி தவிர்த்துக் கேட்டார். இப்படிப் பேசிக்கொண்டு இருக்கும்போதே மொட்டை மாடிக்கு தேவராஜனின் மனைவியும் வந்துவிட்டார்.

"அண்ணே, இப்படித்தாண்ணே தூங்காமல் எதையாவது பேசிக்கிட்டு இருக்காரு. மாத்திரையும் சாப்பிட மாட்டேங்கிறாரு. லீவு போடுங்க டாக்டரைப் போய்ப் பாப்போம்னு சொன்னாலும் கேட்காம இப்படி உங்களையும் தொல்லை பண்ண வந்துட்டாரு" என்று அவரது மனைவி சொல்லும்போதுதான் பாலமுருகனுக்குக் கொஞ்சம் பதட்டம் குறைந்தது.

காவலர் தேவராஜன் கொஞ்ச நாட்களாகவே அப்படித்தான் இருந்தார். எப்போதும் சிரித்த முகத்துடன் பேசும் தேவராஜன் சுறுசுறுப்பான காவலர். எல்லோரிடமும் அன்பாகவும், மரியாதையாகவும் நடந்துகொள்பவர். சில நாட்களாக தீவிர பைபிள் வாசிப்பாளராக மாறிக் கொண்டிருந்தார். யாரிடம் பேசினாலும் கிறிஸ்தவக் கருத்துகளை சொல்லாமல் இருக்க மாட்டார். அதுவும்கூட

குறைந்திருந்தது அப்போது அவரிடம். ஆனால், பணிக்கு குறித்த நேரத்தில் வருவதிலும் கடமையைச் சரியாகச் செய்வதிலும் குறை சொல்ல முடியாதவாறு நடந்துகொண்டிருந்தார்.

சிறையின் பிரதான வாயிலுக்கு வெளியே, மெயின் ரோட்டில் இருந்து சிறைக்குள் கஞ்சா, செல்போன் போன்ற தடை செய்யப்பட்ட பொருட்கள் உயரமான சுற்றுச்சுவரைத் தாண்டி உள்ளே விழும் வகையில் வீசிவிட்டு சிலர் தப்பிச் செல்வதுண்டு. அதைத் தடுக்க சிறைச் சுற்றுசுவருக்கும் வெளி வாயிலுக்கும் இடையில் தானியங்கி துப்பாக்கியுடன் காவலர்களை பணியில் நியமித்திருந்தது சிறை நிர்வாகம். அந்தப் பணிதான் தேவராஜனுக்கும் நியமனம் செய்யப்பட்டு இருந்தது.

மதிய வெயில் சுள்ளென அடித்துக்கொண்டிருந்தது. கார்டு கமாண்டர் அவரது பணியில் சுறுசுறுப்பாக இருந்தார். நேர்காணலுக்கு கைதிகளின் உறவினர்கள் வந்துகொண்டே இருந்தனர். மெயின் ரோட்டிலிருந்து சிறை வயிலை நோக்கி சிரித்த முகத்துடன் வந்து கொண்டிருந்தார் கனீசியஸ் பெர்னாண்டோ. வழக்கத்தைவிட இன்று கூடுதல் மிடுக்குடன் உடை அணிந்து இருந்தார். வழக்கம் போலவே கையில் ஒரு கோப்பு இருந்தது. அவர் இலங்கை திரும்ப வேண்டியிருந்ததால் அவர் உடமைகளை எல்லாம் வெளியே அவர் வந்த வாடகை காரிலேயே வைத்துவிட்டு வந்தார்.

வந்த வேலைகளை வெற்றிகரமாக முடித்துவிட்டு ஊர் திரும்பும் குதூகலத்துடன் அவர் இருந்தார். தங்க முட்டை போடும் வாத்து இனி இங்கே முட்டையிட வாய்ப்பு இல்லையே என்று கடுகடுத்திருந்தார் கார்டு கமாண்டர். சில நாட்களாக செயற்கையான சாந்தம் காட்டிய அவரது முகம், அன்று இயல்பு நிலையில் இறுகியே இருந்தது.

கனீசியஸைப் பார்த்ததும் பார்க்காததுபோல் அங்குமிங்குமாக போய் வந்துகொண்டிருந்தார் கார்டு கமாண்டர்.

தயங்கித் தயங்கியே கார்டு கமாண்டரிடம் நெருங்கிய அவர், வழக்கம்போல் கொடுக்கும் பணத்தைக் கொடுத்து, "சார், நீங்க செஞ்ச உதவிக்கு ரொம்ப நன்றிசார். இன்னைக்கு இலங்கை போறன் சார். எங்களோட ஆளுங்கள ஜாமின் ஆர்டர் வந்ததும் நல்லபடியா அனுப்பி வைங்க சார்" என்று சிரித்த முகத்துடன் வேண்டுகோள் வைத்தார்.

"என்ன? வழக்கம்போல கொடுக்கறததான கொடுக்கிற. இனி இங்கே வரப்போறதில்லை. மனசா கொடுத்துட்டுப் போ" என்றார் கமாண்டர்.

"இல்ல சார் டாக்ஸி வாடகை கொடுக்கணும் சார். வேற பணம் இல்ல சார். அப்படியே ஸ்ரீலங்கா போறேன் சார்."

"அப்போ அப்படியே போய் வெளியே நில்லு. கூப்பிடும்போதுதான் வரணும்" என்று கடும் எச்சரிக்கையுடன் சொல்லிவிட்டு இன்னொரு காவலரை அழைத்து அவரை வெளியே அழைத்துப் போக உத்தரவிட்டார்.

அழைத்துப்போன காவலர் அவர் சொன்னது போலவே எச்சரித்து மெயின் ரோடு பக்கம் நிற்க வைத்துவிட்டுத் திரும்பினார்.

ஆயுத காவல் பொறுப்பிற்கு தேவராஜ் துப்பாக்கி நோட்டில் கையெழுத்து போட்டுவிட்டு தோட்டோக்களை சரி பார்த்து எடுத்துக் கொண்டு மெயின் ரோட்டுக்குக் கிளம்பினார். அவரை அழைத்த கார்டு கமாண்டர், "ஒரு சிலோன் காரன் வெளியே இருக்கிறான். அவனை உள்ளே விடாதே" என்று சொல்லி அனுப்பினார்.

தேவராஜன் வெளிகேட்டைத் தாண்டி மெயின் ரோட்டுக்குச் செல்லும்போது "சார்" என்று அழைத்த சத்தம் கேட்டு வலது பக்கம் திரும்பினார்.

"ஏய்! நீ சிலோன்காரன்தான?" என்று கேட்டார்,தேவராஜன்.

"ஆமா சார், ஃபிளைட்டுக்கு நேரமாச்சு. எங்கட ஆளுகள பார்த்துட்டுப் போகணும் சார்" என்று அனுமதி கேட்டார்.

"உள்ளே போகக் கூடாது'' என எச்சரித்தார் தேவராஜன்.

"சார், கமாண்டரிடம் பேசிட்டேன் சார்" என்று கெஞ்சல் தொனியில் சொல்லிக்கொண்டே உள்ளே செல்ல முற்பட்டார்.தேவராஜன் தோளில கிடந்த துப்பாக்கியை எடுத்து சேம்பரில் குண்டுகளைத் திணித்த சத்தம் அச்சமூட்டுவதாக இருந்தது.

மிக வேகமாக கனீசியசை நோக்கிக் குறி பார்த்து எச்சரித்தார் தேவராஜன்.

"சார், சார்! ஏன் இப்படி" என்று சொல்லி முடிப்பதற்குள் தோட்டாக்கள் அவர் நெஞ்சில் பாய கையில் இருந்த கோப்பு நழுவி விழ, அதிலிருந்த காகிதங்கள் காற்றில் பறக்க பின்னோக்கி தள்ளப்பட்டு மல்லாந்து மண்ணில் சரிந்தார் கனீசியஸ் பெர்னாண்டோ.

கடல் கடந்து வந்து சிறைப்பட்டவர்களை மீட்க வந்தவரின் உயிரை மீட்டெடுக்க முடியாமல் போனது. அவர் இலங்கையைச் சார்ந்த சிங்களர் என்பதால் சிறைக்குள் கைதிகளிடம் பெரிதாக எந்த

எதிர் வினையும் இருக்கவில்லை. இலங்கை சிறைவாசிகள்தான் மிகுந்த வேதனையுடன் இருந்தனர். உண்ணாவிரதம் இருந்தனர். அவர்களுக்கு ஆதரவாக சில தமிழக கைதிகளும் இருந்தனர்.

மறுநாள், சிறைத்துறை ஐ.ஜி. வந்து சம்பவம் நடந்த இடத்தைப் பார்வையிட்டார். பத்திரிகையாளர்கள் அவரிடம் இந்த சம்பவம் குறித்துச் சரமாரிமான கேள்வி கேட்டனர்.

அதற்கு சிறைத்துறை ஐ.ஜி. அசராமல் பதில் சொன்னார், "சிறை பாதுகாக்கப்பட்ட பகுதி. இங்கு வெளி ஆட்கள் யாரும் அத்துமீறி நுழையக் கூடாது. இறந்தவர் இலங்கைக்காரர். அவர் காவலரின் எச்சரிக்கையை மீறி உள்ளே நுழைய முற்பட்டதால் பாதுகாப்பு நலன் கருதித்தான் அந்தக் காவலர் சுடநேர்ந்துள்ளது."

இரண்டு வாரங்கள் கழித்து எல்லை கடந்து வந்ததாக ‘சிங்கள ராணுவம் சுட்டு தமிழக மீனவர் பலி’ என்று தமிழகப் பத்திரிகைகளில் செய்தி வந்தது.

அடக்குமுறை எந்திரங்களுக்கு இதயமேது..? இனமேது?

வீண்போகும் தியாகங்கள்

சுதந்திரப் போராட்டக் காலத்திலும், சுதந்திரத்திற்கு பின்னான பல ஆண்டுகள் வரையிலும் கம்யூனிஸ்டுகளுக்கு போராட்டக் களத்தின் பாசறையாகவும் அறிவுப்பட்டறையாகவும் சிறைச்சாலைகள் விளங்கின. அவ்வாறு சிறைக்குச் சென்று வந்த பல தோழர்கள் வீரமிக்க போராட்டக்காரர்களாகவும், வீரியம் மிக்க தத்துவவாதிகளாகவும், தலைவர்களாகவும் விளங்கினார்கள்.

1968ஆம் ஆண்டுக்குப் பிறகு சிறைச்சாலைகள் நக்சலைட் அமைப்புகளைச் சேர்ந்தவர்களின் களமாக ஆகியிருந்தன. நக்சல்பாரி இயக்கம் தோன்றிய வேகத்தில் அதன் செயல்பாடுகளாலும் களப் போராட்டங்களாலும் சிறைச்சாலைகளில் அவர்கள் எண்ணிக்கை சற்று கூடியிருந்தது.

ஆற்றல்மிக்க அந்தப் போராளிகளில் பலர் கொலை வழக்குகளிலும், கொலை முயற்சி வழக்குகளிலும், கைதாகி சிறைகளில் இருந்தனர். அவர்களில் குறிப்பிடத்தக்கவர்கள் தோழர் ஏ.எம்.கோதண்டராமன், புலவர் கலியபெருமாள், அவரின் இரு மகன்கள் வள்ளுவன், நம்பியார் இன்னும் அவருடைய உறவினர்களில் பலரும் சிறைப்பட்டிருந்தனர். தோழர்கள் அப்பு, பாலன், தியாகு, லெனின், தமிழரசன் போன்றவர்களும் சிறையில் இருந்தார்கள். இவர்களெல்லாம் நக்சல் இயக்கத்தின் முதல் தலைமுறை தோழர்கள் எனலாம்.

இயக்கம் ஆரம்பித்த சில ஆண்டுகளிலேயே இயக்கத்தின் ஆகப்பெரும் தலைகள் எல்லாம் சிறைப்பட்டிருந்தார்கள். அவர்கள் இருந்த எல்லா சிறைகளிலும் மார்க்சியம் குறித்த தத்துவார்த்த விவாதங்கள் நடந்த வண்ணம் இருந்தன. இதன் விளைவாக ஒரு சில ஆண்டுகளிலேயே தோழர் தியாகு, லெனின் இன்னும் சில பேர்களும் நக்சல் பாதை தவறானது என உணர்ந்து சிபிஎம்மின் கட்சித் திட்டமே சரியானது என தெளிந்து அக்கட்சியை ஏற்றுக்கொண்டனர்.

நக்சல்பாரிகள் பட்டியலில் இருந்து அவர்களை விடுவிக்க அன்றைய சி.பி.எம் மாநிலச் செயாலாளராக இருந்த தோழர் ஏ.பாலசுப்பிரபமணியம் பெரும் முயற்சியை எடுத்துக்கொண்டார். தோழர் தியாகு சிறையில் இருந்தபோது மாமேதை கார்ல் மார்க்சின் 'மூலதனம்' நூலை தமிழில் மொழிபெயர்க்கும் பெருமுயற்சியில் ஈடுபட்டார். அதனால் மார்க்சிய சிந்தனையாளர்களின் மனங்களை கவர்ந்தவரானார். அவர் சிறையில் இருக்கும்போதே இன்னொரு சிறு பிரசுரம் ஒன்றும் எழுதினார். அது 'நக்சலைட்டுகளுக்கு ஒரு சிறைப்பறவையின் வேண்டுகோள்' என்ற சிறு நூல். அது நக்சலைட் இயக்கத்தினரிடையே ஒரு பெரும் அசைவை உண்டாக்கியது எனலாம். அது டூமாவில் (ரஷ்ய பாராளுமன்றத்தில்) கம்யூனிஸ்டுகள் பங்கேற்பது குறித்து லெனின் எழுதியவற்றை மேற்கோள்களாகக் கொண்டு, பாராளுமன்றத்தை கம்யூனிஸ்டுகள் பயன்படுத்த வேண்டிய அவசியம் குறித்தும், பாராளுமன்றத்தை எப்படிப் பயன்படுத்த வேண்டும் என்பது குறித்தும் விரிவாக நக்சலைட்டுகளுக்கு விளக்கி எழுதிய சிறு நூலாகும்.

இதுபோக அப்போது தியாகுவுடன் சிறையில் இருந்த தோழர் மதுரை கருப்பையா போன்ற தோழர்களும் சேர்ந்து 'நக்சலைட்டுகளுக்கு 200 கேள்விகள்' என்ற கையெழுத்துப் பிரதியொன்றை தயாரித்து வைத்திருந்ததாகவும், ஒரு தொழிற்சங்க போராட்டத்தில் வேலூர் சிறைக்கு வந்திருந்த எழுத்தாளர் தோழர் கமலாலயன் வசம் கொடுத்ததாகவும் ஒரு தகவலைச் சொன்னார் தோழர் கருப்பையா.

நான் சிறைத்துறை பணிக்கு வருவதற்கு முன்பாகவே, தோழர் தமிழரசன் உள்ளிட்ட நக்சலைட் இயக்கத்தினர் திருச்சி சிறையில் சுற்றுச்சுவரில் வெடிகுண்டு வீசி தப்பி ஓடிய சம்பவமும் நடந்துள்ளது.

மதுரையில் ரயில்வே நிலையத்தில் போர்ட்டர்களுக்கு இடையே நடந்த ஒரு கொலையில் சிலபேர் ஆயுள்தண்டனை பெற்று மதுரை மத்தியச் சிறையில் இருந்தனர். அவர்களில் ஒருவர்தான் தோழர் சோமன். அவர் வெளியில் சிபிஎம் கட்சியில் இருந்தவர் என்றும் தோழர் கே.பி.ஜானகி அம்மாள் அவர்களின் செல்லப்பிள்ளையாக இருந்தவர் என்றும், மூத்த தோழர் பிச்சைமணியின் துடிப்புமிக்க சீடர் என்றும் சொல்லப்பட்டது. அவர் சிறையில் இருந்த நக்சலைட் இயக்கத்தினருடன் தொடர்பிலிருந்து நக்சல்பாரி இயக்கத்திலேயே இணைந்துவிட்டதாகவும், பின்பு பரோலில் சென்றவர் வெண்மணி கொலைபாதகக் குற்றவாளி கோபால்சாமி நாயுடு கொலையிலும் தொடர்புடைய குற்றவாளியாக இருந்ததாகவும் கூறப்படுகிறது.

அதன்பின் தலைமறைவானவர்தான் அவரைப் பற்றிய தகவல் வேறு ஏதும் கிடைக்கவில்லை.

இப்படி தலைமறைவான பல நக்சல்பாரி இயக்கத் தோழர்கள் கைதாகி சிறைக்கு வந்தனர். அவர்களில் பலரை நான் சந்தித்துள்ளேன். அவர்கள் நீண்ட நாட்களுக்குப் பிறகு கைது செய்யப்பட்டு வந்திருந்தாலும் அவர்களிடம் இருந்த இலட்சிய உணர்வு கொஞ்சமும் வற்றாத நிலையிலிருந்ததைப் பார்த்து வியந்து இருக்கிறேன்.

தமிழ்நாட்டில் நக்சல்பாரிகளை நரவேட்டையாடி முடக்கியதில் பெரும்பங்கு வகித்தவர் காவல்துறை ஐ.ஜி. ஆக இருந்த திரு.வால்டர் தேவாரம் எனலாம். 1986ஆம் ஆண்டு, சென்னை மெரினா கடற்கரை மீனவர்கள் ஆறு பேரை சுட்டுக்கொல்ல காரணமாக இருந்தவரும் அவரே. அந்தச் சமயத்தில் நீண்ட கால தலைமறைவுக்குப் பின் கைதாகி மதுரை மத்தியச் சிறைக்கு வந்த நக்சலைட் இயக்கத்தைச் சேர்ந்த செல்லதுரை என்பவர் அந்தச் செய்தியைப் படித்து மிகுந்த ஆவேசத்தை வெளிப்படுத்தினார்.

ஆனால், அவர் மார்க்சிய தத்துவ ஞானத்தில் போதிய தெளிவில்லாதவராகவே இருந்தார். சக கைதிகளிடமும் சிறைக் காவலர்களிடமும் தோழமையோ, நட்போ கொள்ளாதவராகக் காணப்பட்டதும் எனக்கு வியப்பாகவே இருந்தது.

தோழர் மதுரை கருப்பையய அடிக்கடி ஒரு விஷயத்தைச் சொல்லிக்கொண்டிருப்பார். ‘தமிழ்நாட்டு நக்சல்பாரி இயக்கத்தினரில் மார்க்சிய தத்துவத்தில் தோழர் தியாகுவுக்கு அடுத்தபடியாக மார்க்சிய தத்துவத்தில் தெளிந்த ஞானத்தோடு செயல்பட்டவர் தோழர் தமிழரசன்’ என்று சொல்லுவார். ‘மற்றவர்கள் ஓரளவு தத்துவத்தை உள்வாங்கி வெறும் உணர்ச்சிக்கு ஆட்படும் போராளிகளாகவே இருந்தனர்’ என்பார்.

1987ஆம் ஆண்டு பொன்பரப்பியில் நடந்த வங்கிக் கொள்ளையின்போது பொதுமக்களால் தோழர் தமிழரசன் அடித்துக் கொல்லப்பட்டதாக சொல்லப்படுவதை வைத்து, ‘ஆயுதப் போராட்டத்திற்கு சூழல் இல்லாதபோதும், மக்கள் ஆதரவு இல்லாத போதும், ஆயுதங்களை ஏந்தினால் இந்த முடிவுதான் ஏற்படும் என்பதை சிறந்த மார்க்சியவாதியான அவர் சொந்த அனுபவத்தில் உணர வாய்ப்பில்லாமல் போனது அவலமானதுதான்’ என தோழர் கருப்பையா வேதனையுடன் குறிப்பிட்டார்.

விருதுநகரில் தோழர் எஸ்.ஏ.பி.யின் சீடராகவும், இளைஞர்களின் எழுச்சி நாயகனாகவும் வளம் வந்த துடிப்புமிக்க இளைஞர் மார்ட்டின் என்ற தமிழ்ச்செல்வன். அவரது சொந்த நடவடிக்கைகளின் காரணமாகவும், கட்சிக் கட்டுப்பாட்டை மீறிய சில நடவடிக்கைகளுக்காகவும் சி.பி.எம். கட்சியிலிருந்து நீக்கப்பட்டார். உள்ளூரில் வலுவான சமூக விரோத கும்பலும் அவருக்கு எதிராகவே காத்திருந்தது. மார்ட்டின் மதுரைக்கு வந்து செல்லூர் பகுதியில் தங்கி, அங்கு ஒரு நக்சலைட் அமைப்புடன் தொடர்பு ஏற்படுத்திக் கொண்டார்.

அதற்கு சில ஆண்டுகளுக்கு முன்பு பல வழக்குகளில் சி.பி.எம். கட்சிக்காரராக மதுரை சிறைக்குக் கைதியாக வந்தவர். அதன் பிறகு நக்சல்பாரி கைதியாக சிறைக்கு வரத் துவங்கினார்.

1987ஆம் ஆண்டில் விருதுநகரில் நடைபெற்ற இந்திய ஜனநாயக வாலிபர் சங்க மாநில மாநாட்டு ஊர்வலத்தில் ஒரு மிகப்பெரிய வாலிபர் பட்டாளத்துடன் பகத்சிங் போன்று தோழர் மார்ட்டின் தொப்பி அணிந்து கோசமிட்டு வந்தது அனைவரையும் கவர்ந்ததாக இருந்தது. அவருடன் கோசமிட்டு வந்த இளைஞர்கள் உணர்ச்சிப் பிழம்பாகத் தகித்து வந்ததைக் காண முடிந்தது.

1990ஆம் ஆண்டில் மதுரை கைத்தறி நெசவாளர் போராட்டத்தில் மார்ட்டினும் அவருடைய இயக்கத் தோழர்கள் சிலரும் கைதாகி வந்தனர். அதேவேளையில் ஒரு வழக்கிற்காக கைது செய்யப்பட்ட சி.பி.எம். கட்சியின் முன்னாள் விருதுநகர் மாவட்ச்ட செயலாளராக இருந்த தோழர் எஸ்.பாலசுப்பிரமணியம், சிவகாசி தோழர் லாசருடன் சில தோழர்களும் மதுரை மத்திய சிறையில் விசாரணைக் கைதிகளாக இருந்தனர். தோழர் பாலசுப்ரமணியத்திற்கு, ஒரே கட்சியில் இருந்ததினால் தோழர் மார்ட்டினும் நல்ல அறிமுகமானவர்தான்.

விசாரணை சிறைவாசிகள் அதிக எண்ணிக்கையில் அடைக்கப்பட்டு இருந்ததனால் சுகாதாரப் பிரச்னை, உணவுப் பிரச்னை போன்ற பிரச்னைகள் இருந்தன. தோழர் மார்ட்டினும் அவருடைய சகாக்களும் சிறை நிர்வாகத்தை எதிர்த்துப் போராடத் திட்டமிட்டனர். அதற்கு சி.பி.எம். தோழர்களிடமும் ஆதரவுக் கேட்டனர். போராட்ட கோரிக்கையில் நியாயம் இருந்ததனால் சி.பி.எம். தோழர்களும் ஆதரவளிக்க வேண்டிய சூழ்நிலை உருவானது. உண்ணாவிரதம் இருக்கப் போவதாக சிறை நிர்வாகத்திற்கு மார்ட்டின் தரப்பு தெரிவித்துவிட்டது. விசாரணை சிறைவாசிகள் யாரும் இந்த போராட்டத்தை ஆதரிக்க முன்வரவில்லை. சி.பி.எம். தோழர்களும்

மார்ட்டினும் அவருடைய தோழர்களுமே முன்வந்தனர். அவர்களை மட்டும் தனியாக அழைத்துச் சென்று தனிக் கொட்டடியில் பூட்ட சிறை நிர்வாகம் நடவடிக்கையில் இறங்கியது. அன்று மாலையே மார்ட்டினும் அவருடைய தோழர்களும் ஜாமினில் விடுதலையாகிச் சென்றுவிட்டனர். களநிலவரம் அறிந்து போராட்டத்திற்கு முழு ஈடுபாட்டுடன் இறங்காமல் இருந்த சி.பி.எம். தோழர்கள் தனித்து நிற்க வேண்டிய சூழல் ஏற்பட்டதை நினைத்து தோழர் எஸ்.பாலசுப்பிர மணியம் வருந்தி கூறினார்.

அதன் பின்னும் பல ஆண்டுகள் கழித்து தோழர் மார்ட்டின் நக்சல்பாரி இயக்கத் தோழர்களுடன் சிறைக்குக் கைதியாக வந்தபோது வாலிபம் முடிந்து சற்று வயோதிக தோற்றத்துடன் வந்திருந்தார்.

சி.பி.எம். கட்சியில் இருந்தபோது இவர் மீதும் கொலை வழக்கு இருந்தது. சி.பி.எம். கட்சியின் ஒரு தோழரை கொலை செய்ததற்கு பழி தீர்க்கவே அந்தக் கொலை நடந்ததாகவும் கூறப்படுகிறது. இவர் கொலை செய்தவரின் கூட்டாளிகளும் வழக்கு முடிந்து, உயர்நீதிமன்ற மேல் முறையீடு முடிந்து, ஆயுள்தண்டனைக் கைதியாக மதுரை மத்திய சிறையில் இருந்தனர். தோழர் மார்ட்டின் சேலம் சிறையிலிருந்து மதுரை நீதிமன்றம் செல்ல இரவு தங்கும் சிறைவாசியாக மதுரை சிறைக்கு வந்திருந்தார்.

அவரை அடையாளம் கண்டு பகை மறந்து அவருடைய பழைய எதிரிகள் பழகியதையும், அவர்களுடன் அமர்ந்து உணவு அருந்த நேர்ந்ததையும் நெகிழ்ச்சியுடன் குறிப்பிட்டார். தோழர் மார்ட்டினுடன் பகை மறந்து அன்பு பாராட்டியதும், அதேபோல் தோழர் மார்ட்டின் நெகிழ்ந்து சொன்னதும் காலம் எவ்வளவு கடுமையான காயங்களையும் மாற்றும் வல்லமை உடையது என உணரச் செய்தது.

தோழர் மார்ட்டின் இன்னொரு விஷயத்தையும் அடிக்கடி சொல்லிக் கொண்டிருந்தார். 'சி.பி.எம். கட்சியில் இருக்கும்போதும் தனக்குச் சரியான தலைமை வழிகாட்டலில்லை. இப்போது மாவோயிஸ்ட் இயக்கத்திலும் அதேபோல்தான் இருக்கிறது' என்று வருத்தத்துடன் சொல்லிக்கொண்டிருந்தார்.

பின் நாட்களில், தோழர் மார்ட்டினும் மாவோயிஸ்ட் இயக்கத்தில் இல்லை என்பது தெரிய வந்தது.

எனது பணிக்காலத்தில் இறுதிப் பகுதியில் மாவோயிஸ்ட் இயக்கத்தைச் சேர்ந்த தோழர்கள் விவேக், மகாலிங்கம், பாலமுருகன்,

இளங்கோ, ரஞ்சித் போன்றவர்கள் மதுரை சிறைக்குக் கைதியாக வந்திருந்தனர். பல ஆண்டுகளுக்கு முன்பு வாலிபராக இருந்தபோது மதுரையில் நடந்த பிரபல வங்கிக் கொள்ளையில் குற்றவாளியாக இருந்தவர் இளங்கோ. பல ஆண்டுகள் கழித்து இயக்க செயல்பாடுகளில் ஈடுபட்டு வரும்போது நடுத்தர வயதைத் தாண்டியவராக காணப்பட்டார். அப்போதும் அவர் மார்க்ஸிய கொள்கையின் மீது தீவிரப் பற்று கொண்டவராகவும் கொள்கையில் உறுதி குறையாமலும் இருந்தார்.

தோழர் பாலமுருகன் என்பவர் மிக இளையவராக இருந்தார். தொடர்ந்து மார்க்சிய நூல்களை ஆழ்ந்து படிப்பதில் ஆர்வம் கொண்டவராக இருந்தார். அவர் இருந்த செல்லின் பக்கத்து செல்லின் பிரபல கள்ள நோட்டு குற்றவாளியான குருமூர்த்தி இருந்தார். அந்த பிளாக்கில் இரவுப் பணிக்கு அங்கு சென்றபோது குறுகிய வெளிச்சத்தில் புத்தகம் ஒன்றைக் கூர்ந்து படித்துக்கொண்டிருந்தார் பாலமுருகன். நான் அந்தப் புத்தகத்தை வாங்கிப் பார்த்தேன். அது 'மார்க்சிய மெய்ஞானம் - ஜார்ஜ் பொலிட்சர்' என இருந்தது. நான் பார்த்துவிட்டு உடனே அவரிடம் திருப்பிக் கொடுத்துவிட்டேன். அவர் "என்ன சார் புத்தகத்தைப் பார்த்துட்டு அப்படியே கொடுத்துட்டீங்க. இது என்ன புத்தகம் என்று தெரியுமா?" எனக் கேட்டார். "இது கம்யூனிஸ்ட் புக் தானே" என்று ஒன்றும் தெரியாதவன்போல் சொல்லவும்,

"ஏன் கம்யூனிஸ்ட் கட்சின்னா அதுல தெரிஞ்சிக்க ஒண்ணுமே இல்லையா" என்று கேட்டார்.

"தெரிஞ்சு உங்களோட சேர்ந்து ஆயுதம் ஏந்திப் போராடவா போகிறேன்!"

"நீங்க இப்ப மட்டும் ஆயுதம் ஏந்தாமலா இருக்கீங்க. உங்க ஆயுதம் அப்பாவி மக்களுக்கு எதிரானது!"

"நீங்களும் அப்பாவி காவலர்களுக்கு எதிராகத்தானே ஆயுதம் தூக்குறீங்க. நீங்க ஆயுதம் தூக்கிப் போராடுகிறத காட்டிலும் மக்கள் மத்தியில், மக்களைத் திரட்டி போராட்டம் நடத்துவதுதான் கஷ்டமான பணி" என்று நான் பதில் சொன்னேன்.

"நீங்க எந்தக் கட்சியில் இருக்கீங்க" இது பாலமுருகன் கேள்வி.

"நான் அரசு ஊழியர். கட்சி எல்லாம் எங்களுக்கு இல்லை."

"நீங்க பேசுவதைப் பார்த்தால் ஏதோ ஒரு கட்சியில் இருக்கிற மாதிரி தெரியுது."

இந்த உரையாடல் நடந்த சமயம்தான் அமெரிக்க போர்க்கப்பல் 'நிமிட்ஸ்' இந்தியத் துறைமுகங்களில் நிற்பதற்குக் கடுமையான எதிர்ப்பு தெரிவிக்கப்பட்ட நேரம். கப்பலில் வந்த கப்பல் சிப்பந்திகள் ஆயிரக்கணக்கான ஆண்களும் பெண்களும் துறைமுக நகரங்களுக்கு எல்லாம் சுற்றிவர அனுமதிக்கப்பட்டனர். இதை எதிர்த்து இடதுசாரிகள் விசாகப்பட்டினம் துறைமுகத்தில் இருந்து சென்னை வரை ஊர்வலகங்கள் நடத்தினர்.

நான் பாலமுருகனிடம்,

"உங்கள் அமைப்புகள் புரட்சிகர நடவடிக்கை என்று, வேறு எந்த வேலையும் கிடைக்காமல் போலீஸ் வேலைக்கு கிராமப்புற இளைஞர்கள் வந்து சேர்ந்துகிறார்கள். அவர்களையும், போலீசுக்கு உளவு சொன்னதாக கிராமத்து உழைப்பாளி மக்களையும் நீங்கள் கொன்றதுதான் அதிகம்" என்று நான் எனது பேச்சை முடிக்கும் முன்பே, பாலமுருகன் இடைமறித்து,

"போலீசைப் பற்றிய உங்கள் மதிப்பீடு அவ்வளவு தானா"என்றார்.

"போலீசும் இராணுவமும், ஆளும் வர்க்கத்தின் அடக்குமுறை கருவிதான் என்பது எனக்கும் தெரியும். ஆனால் புரட்சிகர சூழல் நிலவாதபோது போலீஸ்காரனையும் அதற்கு உளவு சொன்னதாக உழைப்பாளிகளையும் அழிப்பது எப்படி புரட்சிகர நடவடிக்கையாக இருக்க முடியும்" என்பதற்கு பதில் சொல்ல கொஞ்சம் திணறினார் பாலமுருகன்.

பக்கத்து செல்லில் இருந்து இந்த உரையாடல்களைக் கவனித்துக் கொண்டிருந்த கள்ளநோட்டு குருமூர்த்தி, "ஐயா இத்தனை நாள் இவன்தான் இங்கு டூட்டிக்கு வர காவலர்களிடம் கேள்வி கேட்டு திணறடிப்பான். இன்னைக்குத்தான் உங்ககிட்ட வசமா மாட்டிக்கிட்டான்" என்றார்.

நான் பாலமுருகனிடம் சொன்னேன் ,

"அமெரிக்க ஏகாதிபத்திய கப்பல் மாலுமிகள் இந்தியாவின் துறைமுக நகரங்களில் ஆயிரக்கணக்கான பேர் எந்தக் கட்டுப்பாடுமின்றி சுத்த அனுமதி அளித்த மத்திய அரசை எதிர்த்து ஆயிரக்கணக்கான இடதுசாரி கட்சியினர் விசாகப்பட்டினத்தில் இருந்து சென்னை வரை கடற்கரை ஓரமாகவே ஆர்ப்பாட்டம் ஊர்வலம் வந்தார்களே அதுதான் புரட்சிகர போராட்டம். கிராமப்புற போலீசை சுட்டுக் கொல்வது அல்ல புரட்சிக்கான போராட்டம்'' என்று நான் சொன்னதும்,

"நீங்க என்ன வேணும்னாலும் சொல்லுங்க சார். நாங்க எங்க பாதையை மாத்திக்க மாட்டோம்" என்றார் பாலமுருகன்.

"நான் உங்க பாதையை மாத்திக்கச் சொல்லல. உங்க பாதையில் இருக்கிற கோளாறச் சொன்னேன். நீ மாறலனா உன்ன நம்பி இருக்கிற உன் குடும்பத்துக்குத்தான் நஷ்டம். நீ சுட்டுக்கொல்லும் போலீஸ் குடும்பத்துக்கு நஷ்டம். இப்படி துடிப்புமிக்க இளைஞன் வீணா போனானே என உண்மையான புரட்சிகர இயக்கங்களுக்கு நஷ்டம்" என்றேன் நான்.

"சார் போதும் இன்னொரு நாள் பேசலாம். இப்ப இந்தப் புத்தகம் படிக்கிறேன்" என்று பாலமுருகன் சொன்னதும், அந்த விவாதம் இதற்கு மேல் நீடிக்க வேண்டாம் என்ற எனது முடிவுக்கும் உகந்ததாக இருக்கவே, நானும் அந்த இடத்தை விட்டு நகர்ந்தேன்.

இந்த வழக்கில் பிணையில் விடுதலையாகி வெளியே சென்ற பாலமுருகன் வெளியில் சென்று ஒரு பட்டறை தொழிலாளியாக வேலை செய்தார். திருமணமும் செய்தார். ஒரு குழந்தைக்குத் தந்தையுமான பிறகு, மீண்டும் கைதாகி சிறைக்கு வந்தார். இந்த முறை அவர் சிறையில் இருக்கும்போது அவருடைய இயக்கத்தின் இரண்டு முக்கியத் தோழர்கள் சிறையில் இருந்தனர். ஒருவர் தோழர் மகாலிங்கம் இன்னொருவர் தோழர் விவேக்.

ஆனால், மூன்று பேர்களையும் ஒரே இடத்தில் வைக்கவில்லை சிறை நிர்வாகம். பாலமுருகன் 'ஏ' செல்லிலும், தோழர் மகாலிங்கம் ஆறாம் தொகுதி தனி அறையிலும், தோழர் விவேக் விசாரணைத் தொகுதி தனி அறையிலுமாக இருந்தனர்.

இதில் தோழர் விவேக் அந்த இயக்கத்தின் மிக முக்கிய தலைவர்களில் ஒருவராக இருந்தார். தோழர் மகாலிங்கம், வயதிலும் இயக்கத் தொடர்பிலும் மிக மூத்தவராக இருந்தார். அவர் 65 வயதைக் கடந்தவராக இருந்தார். 1974ஆம் ஆண்டுகளிலேயே அவர் நக்சல் இயக்கத்தில் இணைந்தவர். தோழர் விவேக் 50 வயதுக்கு உட்பட்டவராகவே காணப்பட்டார்.

தோழர் பாலமுருகனிடம் ஒரு மாற்றம் இருந்ததைப் பார்க்க முடிந்தது. அவருடைய இயக்கத் தோழர்களிடம் அன்பும், தோழமையும் குறையாதவராகவும், இயக்கத்தில் நம்பிக்கை குறைந்தவராகவும் இருந்தார். ஆனால், மூத்த தோழர்கள் இருவரிடம் அதிக இணக்கம் காட்டாமல், சந்திப்பதை தவிர்த்தும் வந்தார்.

மகாலிங்கமும் விவேக்கும் சந்திக்க வாய்ப்பே இல்லை. விவேக் மருத்துவமனைக்கும் அலுவலகங்களுக்கும் அழைத்து வரப்படும்போது தகுந்த வழிக் காவலுடன் வருவார். மருத்துவமனை அருகில்தான் மகாலிங்கத்தின் செல் இருந்துபோதும், இருவரையும் சந்திக்க வழிக் காவலர்கள் அனுமதிப்பதில்லை.

பாலமுருகன் கிடைக்கும் மார்க்சிய நூல்களையும், தீக்கதிர், செம்மலர் போன்ற இதழ்களையும் வாசிப்பதில் ஆர்வம் காட்டினார். தோழர் மகாலிங்கமும் இதே இதழ்களைப் படித்து வந்தார்.

நேர்காணலுக்கு பாலமுருகனின் மனைவி, குழந்தையுடன் சிறைக்கு வந்து பார்த்துச் சென்றபின் ஓரிரு நாட்களுக்கு மிகுந்த மனவேதனையுடன் காணப்படுவார். அவருடைய மனைவி கைக்குழந்தையை வைத்துக்கொண்டு தினக்கூலி வேலைக்குச் சென்று வருவதையும், வழக்குத் தொடர்பான செலவுகளுக்கு பணத்திற்கும் வழியில்லாமல் சிரமப்படுவதை நினைத்து வருந்துவார். விசாரணை சிறைவாசியாகவே நீண்ட நாள் சிறையில் இருந்தார்.

மாவோயிஸ்ட் அமைப்பின் செயல்பாடுகளும், அவர்களுக்கு இருக்கும் காவல்துறையின் நெருக்கடிகளும் குடும்ப வாழ்வுக்கு பெரும் சவாலாகவே இருக்கும் என்பதை அனுபவத்தில் உணர்ந்த வராகவே பாலமுருகன் இருந்தார். அதனால், தோழர் பாலமுருகன் அந்த அமைப்பில் இருந்து விடுபட்டு அமைதியான வாழ்க்கைக்கு ஏங்குவதை அப்போது காண முடிந்தது. அதன் பிறகு, எப்போது விடுதலையானார், என்ன செய்து கொண்டிருக்கிறார் என்பது குறித்து அறிய முடியவில்லை.

தோழர் மகாலிங்கத்தின் பெயர் மகாலிங்கம் என்ற நொண்டி மகாலிங்கம் என்றுதான் வாரண்டில் பதிவு செய்யப்பட்டிருக்கும். அவரை சிறை ஒலிபெருக்கியிலும் நீதிமன்றங்களிலும் அப்படியே பெயர் வாசிக்கப்படும்போது ஒவ்வொரு முறையும் அதற்கு ஆவேசமாக தனது எதிர்ப்பைத் தெரிவிப்பார். ஒருமையில் பேசியும், முரட்டுத்தனமாகவும் தனது எதிர்ப்பைத் தெரிவிப்பார். ஒவ்வொரு முறையும் வேறு வேறு நபர்கள் வாசிக்கும்போது இப்படியே நடக்கும். ஏற்கெனவே வாங்கிக் கட்டிக்கொண்ட காவலரும் மறந்துபோய் அனிச்சைச் செயல்போல வாசித்து இன்னும் கூடுதலாக வாங்கிக் கட்டிக்கொள்ள வேண்டி வரும்.

நீதிமன்றங்களுக்கு அழைத்துச் செல்லும்போது வழிக் காவலர்களுடன், வழிக்காவல் அணித் தலைவரிடம் ஒரு இறுக்கமான

மனநிலையுடன்தான் நடந்துகொள்வார் மகாலிங்கம். காவல்துறை அதிகாரிகள் ஒரு அக்கறையுடன் பேசினால்கூட அதையும் அலட்சியம் செய்யக்கூடியவராகத்தான் இருப்பார். நீதித்துறை நடுவர்களிடமும் நீதிபதிகளிடமும்கூட இப்படிக் கரடு முரடாக நடந்துகொள்வதையே வழக்கமாகக்கொண்டவராக இருந்தார் மகாலிங்கம். 'போலீசும், சிறைத்துறையும், நீதிமன்றங்களும், ஆளும் வர்க்கத்தின் அடக்குமுறை கருவிகளே' என்று மார்க்சியம் சொல்வதை அப்படியே வேதம்போல் கடைபிடித்து எதார்த்த வாழ்வுடன் பொருத்திக்கொண்டு தன்னைத்தானே வருத்திக்கொண்டவராகவே இருந்தார்.

அவர் குடும்பத்தைப் பிரிந்து பல ஆண்டுகள் ஆகிவிட்டன. சிறை வாழ்க்கையும், தலைமறைவு வாழ்க்கையுமே அவரது மொத்த வாழ்க்கையாகிப் போனது. திருமணம் முடிந்து ஒரு பெண் குழந்தை, அவர் வளர்ந்து முதுகலைப் பட்டம் பெற்று இருக்கிறார். பெண் குழந்தையை வளர்த்துப் படிக்க வைத்து பட்டம் பெறச்செய்ததிலும், தோழர் மகாலிங்கத்தின் சில தேவைகளைச் செய்து கொடுத்ததிலும் வாழ்க்கையின் வசந்தங்களைக் காணாமல் உழைத்து உழைத்தே மகாலிங்கத்தின் மனைவியும் ஒரு தியாக வாழ்க்கைதானே வாழ வேண்டியிருந்திருக்கும்.

இரவு 11 மணி, 12 மணி வரையும் மார்க்சிய அடிப்படை நூல்களை குறுகிய வெளிச்சத்தில் கூர்ந்து வாசித்துக்கொண்டிருப்பார். ஒரு கால் சற்று மெலிந்து இருந்தாலும் 65 வயதிலும் நல்ல உடற்கட்டுடன்தான் இருந்தார். மார்க்சிய பதங்களை மட்டுமே சரியாக உச்சரிப்பார். இதர தமிழ்ச் சொற்களையும் சாதாரண புழக்கத்தில் உள்ள எளிய ஆங்கில சொற்களையும் சரியாக உச்சரிக்கத் தெரியாத அளவுக்குத்தான் அவரது கல்வி இருந்தது. அவரும் கிராமப்புற உழைப்பாளி வர்க்கத்தைச் சேர்ந்தவர்தான்.

சாதாரணமாக சிறைவாசிகளிடமும் கீழ்நிலை பணியாளர்களிடமும் பொதுவாக கம்யூனிஸ்டுகள் காட்டும் தோழமையை அவரிடம் காண முடியாது. அவர் இருக்கும் பாதுகாப்பு செல்லில் மிக முக்கியமான பல்வேறுபட்ட கைதிகள் அவ்வப்போது பூட்டப்படுவதுண்டு. யாருடனும் அவர் நட்பாக இருந்தது இல்லை.

ஒரு காவலர் மன அழுத்தத்திற்காக மாத்திரை சாப்பிடுபவர். அவர் அந்த பிளாக்கிற்கு காவல் பணிக்குச் சென்றார். ஸ்டூலில் உட்கார்ந்து சுவரில் சாய்ந்து அசந்து தூங்கிவிட்டார். இப்படி சிறையில் பல இடங்களில் காவலர்கள் தூங்கிவிடுவதுண்டு. அப்போது அந்தந்த

பிளாக்கில் இருக்கும் கைதிகள் எந்தத் தொந்தரவும் கொடுக்காமல் பொறுப்பாகக் காவல் காத்து உயர் அதிகாரிகள் சுற்று வந்தால் உஷார்படுத்துவதுண்டு. ஆனால் மகாலிங்கம் அந்தக் காவலரைப் பேசிய பேச்சு, காவலர்கள் பலரை அவர் மீது ஆத்திரம் கொள்ளச் செய்தது.

அவர் அந்தக் காவலரைப் பார்த்து பேசிய வார்த்தைகள்...

"தடிமாடு மாதிரி தூங்குற. தூங்குறதுக்குத்தான் உனக்கு சம்பளம் கொடுக்கிறாங்களா? தரித்திரம் புடிச்சவன் பகல் நேரத்தில் இந்தத் தூக்கம் தூங்குற!"

அந்தக் காவலர் விழிக்க முடியாமல் விழித்து அவர் குணமறிந்து அமைதியாகவே இருந்துவிட்டார். இது பற்றி உயர் அதிகாரிகளிடம் புகார் செய்யவும் முடியாத இக்கட்டான நிலைவேறு.

சமையல் அறைக்குச்சென்று அங்கு அரசு ஊழியரான சமையலரையும், அங்கு வேலை செய்யும் கைதிகளிடமும் அடிக்கடி வாதிட்டு பால், தயிர் போன்றவற்றைக் கூடுதலாகப் பெற சண்டையிடுவது... போன்ற நடவடிக்கைகளினால் காவலர்களும் சிறை அதிகாரிகளும் அவர் மீது கோபம் கொண்டிருந்தனர்.

சிறையில் புதிதாக உருவாக்கப்பட்ட ஒரு அதிரடி படைப்பிரிவு காவலர்கள், அவர் மீது வரும் புகார் குறித்து விசாரித்து அதை உயர் அதிகாரியிடம் "மகாலிங்கத்தை ஒரு பிடி பிடித்தால்தான் சரியா வரும். ரொம்ப ஓவரா போறான்யா" என்று கூறினார்கள். உயர் அதிகாரிகளும் அதற்கு ஒப்புதல் அளித்துவிட்டார்கள். அப்படிச் செய்தால் அது மிக மிக முரட்டுத்தனமான தாக்குதலாக இருக்கும். நான் உயர் அதிகாரியிடம் தயக்கம் இல்லாமல்,

"சார், இது ரொம்ப தப்பு சார். அவர் ஒரு இயக்கத்தின் செயல்பாட்டாளர். அவரது வயதும் கடுமையான அடிகளைத் தாங்கும் வயதில்லை. இந்த விஷயம் வெளியில் தெரியவந்தால் மிகப்பெரிய விளைவுகள் நடக்கக்கூடும் சார்" என எச்சரிக்கை செய்தேன்.

அதற்கு அந்தக் காவலர்கள் என்னிடம், "உங்க தோழருங்கிறதால வக்காலத்து வாங்காதீங்கண்ணே. அவன் எப்படி எல்லாம் நடந்துகிட்டு இருக்கான் தெரியும் இல்ல. எதுக்கும் ஒரு அளவு இருக்குண்ணே. நீங்க வேணும்னா அவன்கிட்டப் பேசி ஒழுங்கா நடக்கச் சொல்லுங்க!" என்றார் அதிரடிப்படைக் காவலர்.

"அவரு எங்க தோழருன்னா அவரே ஏத்துக்க மாட்டார். எங்களையும் அவரு எதிரியாதான் பார்ப்பார்" எனச் சொன்னேன்.

அதிகாரிகள், "இந்த ஒரு முறை நீங்களே பேசிப் பாருங்க" என்று சொல்லி, தங்கள் முடிவை மாற்றிக்கொண்டனர்.

காவலர்களும், சிறை அதிகாரிகளும் இப்படித் திட்டமிட்டார்கள் என்பதை அவரிடம் சொல்லாமல் தோழமை உணர்வுடன் அவரது நடவடிக்கையில் உள்ள தவறுகளைச் சுட்டிக் காட்டினேன். அதற்கும் அவர் என்னிடம் கோபித்துக் கொண்டார்.

"நீங்க என்ன இருந்தாலும் அதிகார வர்க்கத்தின் ஆள்தானே. நீங்க அப்படித்தான் பேசுவீங்க" என்ற முறையில்தான் என்னிடம் பேசினார். அவருக்கு ஏற்பட இருந்த ஆபத்தை உணராமல் என்னிடம் கோபமாகவே பேசினார்.

அவருக்கு எதிராக எடுக்கப்பட இருந்த நடவடிக்கை குறித்தும், அவரது விரும்பத் தகாத நடவடிக்கைகள் குறித்தும் தோழர் விவேக்கிடம் விளக்கமாகக் கூறினேன்.

"அவருக்கு நான் என்னுடைய கருத்தையும் அறிவுரையும் எப்படியாவது சொல்லி விடுகிறேன்" என்று தோழர் விவேக் என்னிடம் சொன்னார்.

ஏதோ ஒருவகையில் தோழர் விவேக்கின் அறிவுரை தோழர் மகாலிங்கத்திற்குச் சென்றடைந்ததையும் அறிந்துகொண்டேன். தோழர் மகாலிங்கத்திடமும் ஒரு மாற்றம் தெரிந்ததைக் கொஞ்சநாட்களில் பார்க்க முடிந்தது.

தோழர் விவேக், மதுரை மத்தியச் சிறைக்கு வந்த சில நாட்களில் அவரிடமும் ஒருவித முரட்டுத்தனமான அணுகுமுறையே இருந்தது.

அவர் மதுரை சிறைக்கு முதல் முறையாக வந்தபோது இருந்த சிறைக் கண்காணிப்பாளரும் ஒரு முரட்டுக் குணம் படைத்தவராகத்தான் இருந்தார். அவரிடம் அதிகாரிகளும் பணியாளர்களும் எளிதில் நெருங்கிப் பேசிவிட முடியாதவராக தன்னை ஒரு இரும்புமனிதராகவே காட்டிக்கொண்டவர்.

வாராந்திர சிறைவாசிகளைப் பார்வையிடும் ஃபைல் நாளன்று கண்காணிப்பாளர் தலைமையில், காவலர்கள், அலுவலர்கள், பணியாளர்கள் வரிசையாக சிறைவாசிகளை பார்வையிட்டுக் குறைகேட்டு, தீர்வு சொல்லி வந்தனர். செல்லில் பூட்டப்பட்டிருந்த தோழர் விவேக் இருந்த செல் அப்போதைக்கு கதவு திறந்து விடப்பட்டிருந்தது. கண்காணிப்பாளரும் அவர் பரிவாரங்களும் அந்த பிளாக்கிற்குள் நுழைந்து செல்லைப் பார்வையிட்டபோது விவேக்

அந்த செல்லை விலக்குமாறால் கூட்டி சுத்தம் செய்துகொண்டிருந்தார். அந்த செல்லுக்கு முன் அதிகாரிகள் பெரிய எண்ணிக்கையில் நிற்பதை ஒரு பார்வை பார்த்துவிட்டு எதையும் பொருட்படுத்தாதவராக சாக்கை உதறி விரித்துக்கொண்டிருந்தார். அது அந்தக் கண்காணிப்பாளருக்கு மட்டும் அவமானத்தை ஏற்படுத்தவில்லை பணியாளர் அனைவரையும் கோபம் கொள்ளைச் செய்தது. கண்காணிப்பாளர் எந்த உணர்ச்சியும் வெளிக்காட்டாதவராக அந்த இடத்தைக் கடந்து சென்றதை அனைவரும் ஆச்சரியமாகவே பார்த்தனர்.

சில நாட்கள் கழித்து சிறை நிர்வாகத்தை எதிர்த்தும், அரசுக்கு ஒரு கோரிக்கையையும் வைத்து உண்ணாவிரதம் இருக்கப் போவதாக அறிவித்தார் தோழர் விவேக். உண்ணாவிரதம் துவங்கிய முதல் இரண்டு நாட்கள் சிறை நிர்வாகம் கண்டுகொள்ளாமல் இருந்தது. விவேக் சர்க்கரை நோயாளியாகவும் இருந்ததால் உடல்நிலை மிக பலவீனமான நிலைக்குச் சென்றுகொண்டிருந்தது. சிறை மருத்துவர் அவருக்கு குளுக்கோஸ் ஏற்ற வேண்டும் அல்லது திரவ உணவை மூக்கின் வழியாகச் செலுத்த வேண்டும் என்று ஆலோசனை வழங்கினார். இதை அமலாக்கினால் அவர் எதிர்ப்பு தெரிவிக்கக் கூடும். அதனால் விபரீத விளைவுகூட ஏற்படலாம் என்பதால் ஆற்றுப்படுத்தும் பணியில் இருந்த நான் அவரிடம் சென்று உரையாடினேன்.

"இப்ப சிறையில் இருக்கிற உங்களுக்கு சாதகமான சூழ்நிலைகள பயன்படுத்திக்கொள்ளுங்க. நக்சலைட் கைதிகள கடந்த காலங்கள்ல நடத்தின மாதிரி இந்த சிறை நிர்வாகம் உங்கள நடத்தல. உங்கள தனிமைப்படுத்தல. எல்லா சிறைவாசிகளையும் சந்திஞ்சுப்பேச உங்களுக்குத் தடை விதிக்கல. உங்களுக்கு வழங்கப்படும் தேநீர், உணவு கொஞ்சம் தரமாகவே தந்துகொண்டிருக்கிறாங்க" என்று சொன்னேன். எனது வார்த்தைகளில் உள்ள தோழமை உணர்வுகளை உணர்ந்து கொண்டதாக அவரிடம் இருந்து ஒரு புன்னகை வந்தது.

"உங்க மன உறுதியைக் குலைத்துவிட முடியாது என்பது எனக்குத் தெரியும். அதிகாரிகளிடமும் உங்கள் மன உறுதியைத்தான் சொல்வேன்" என்ற நம்பிக்கையையும் அளித்தேன். இன்னும் நிறைய பேசிய பிறகுதான் உண்ணாவிரதத்தைக் கைவிட ஒத்துக்கொண்டார்.

"அதிகாரிகள் பேச்சுவார்த்தைக்கு வரும்போது நீங்களும் கண்டிப்பா வரவேண்டும்" என்று என்னைக் கேட்டுக்கொண்டார். அதிகாரிகள் தரப்பில் சிலருடன் நானும் வந்திருந்தேன். சுமூகமாக பேச்சு வார்த்தை முடிந்து உண்ணாவிரதம் முடிவுக்கு வந்தது.

விடைபெறும்போது, ஒரு தலைவர் இன்னொரு தலைவரிடம் சொன்னதாக சொல்லப்படும் வார்த்தையை, நான் தோழர் விவேக்கிடம் சொன்னேன்.

"சுதந்திரப் போராட்டக் காலத்தில் ஒரு மிகப்பெரிய தலைவர் உண்ணாவிரதம் இருக்கும்போது இன்னொரு பெருந்தலைவர் ஒருவர் சொன்னது போல் உங்களிடம் சொல்கிறேன். 'அடிக்கடி உண்ணாவிரதம் இருப்பது உங்கள் உடல் நலத்திற்கு நல்லதல்ல...' இது யாருக்கு யார் சொன்னது தெரியுமா" என்று கேட்ட போது தோழர் விவேக், "தெரியாது சார்" என்றார்.

"மகாத்மா காந்தியிடம் அண்ணல் அம்பேத்கர் சொன்னது" என்றேன்.

"அது தெரியும் சார்.நீங்கள் இரண்டு மாபெரும் தலைவர்கள் என்று சொன்னீர்களே அது தான் குழப்பம்" என்றார்.

"ஏன் அம்பேத்கர் பெரிய தலைவர் இல்லையா"

"அவர் பெரிய தலைவர் தான். காந்தியை பெரிய தலைவராக சொன்னதில்தான் குழப்பம்" என்றார் நக்சல் குசும்பாக.

தோழர் விவேக் எல்லோரிடமும் அன்போடு பேசக்கூடியவர். அவரிடமும் சிறைவாசிகள் அன்பாகவே நடந்து கொண்டனர். அவர் இருந்தது விசாரணை சிறைவாசிகள் பிளாக். அதில் தனியாக தனி செல்கள் 6 இருந்தன. அதற்கு ஒரு சுற்றுச்சுவருமுண்டு.அந்த ஆறு செல்களுக்கு வேறு முக்கிய சிறைவாசிகளும் பாதுகாப்புக்காக வேறு சிறைகளிலிருந்து வருபவர்களும் அவ்வப்போது அங்கே பூட்டப்படுவதுண்டு. அவர்களுடனும் நல்ல நட்பை வளர்த்துக் கொள்வார். அந்த செல்லுக்கு வெளியே இருந்த பெரிய பிளாக்குகளில் சுமார் 300 பேருக்கும் அதிகமாக விசாரணைக் கைதிகள் இருப்பார்கள். புத்தகம் படிப்பதும், புகைபிடிப்பதும், எழுதுவதும், சிறைவாசிகளிடம் உரையாடுவதும்தான் அன்றாடம் அவருடைய பொழுதுபோக்கு. அதிலும் மிக அதிகமாக பீடி குடிப்பவராக இருந்தார். அவருக்கு சிறைவாசிகள் நண்பர்கள் நிறைய பீடிகள் கொடுத்து உதவுவார்கள்.

காவலர்களிடமும் அதிகாரிகளிடமும் (மணி) 'ரத்தினச் சுருக்கமாக'த்தான் விவேக் பேசுவார். ஆனால் என்னுடன் மணிக்கணக்காக பேசுவார். இலக்கியம் குறித்தும், தத்துவம் குறித்தும், வரலாறு குறித்தும், அரசியல் நிலைப்பாடுகள் குறித்தும் நிறைய விவாதிப்பதுண்டு. இலக்கியம், வரலாறு, தத்துவம்,குறித்து பெரும்பாலும் முரண்பாடுகள் வருவதில்லை. அன்றாட நடைமுறை

சித்தாந்தங்கள் குறித்தும் போராட்டங்கள் குறித்தும் கருத்து வேறுபாடுகள் வருவதுண்டு.

அவருடன் உரையாடும்போது ஒரு உண்மையைத் தெரிந்து கொண்டேன். சி.பி.எம். கட்சியின் போராட்ட அனுபவங்கள் குறித்தும், அரசியல் நிலைபாடுகள் குறித்தும், தியாகம் செய்த தலைவர்கள் குறித்தும் போதிய அளவு அவர்கள் கவனத்தில் எடுத்துக் கொள்ளவில்லை என்பதே அது. சில விஷயங்கள் சொல்லும்போது கவனமாகக் கேட்டு ஆதரிக்கும் நிலைக்கும் வருவார். ஆனால் பொதுவாக சி.பி.எம். கட்சியை ஒரு புரட்சிகரமான கட்சி என்பதை ஏற்றுக்கொள்ளாளாதவராகவே இருந்தார்.

அவர் மதுரை சிறையில் இருந்த போதுதான் தோழர் மா.சே. துங் எழுதிய நூலை, தமிழாக்கம் செய்தார். மொழியாக்கம் செய்த கையெழுத்துப் பிரதியை சிறை நிர்வாகம் என்னிடம் கொடுத்து படித்துப் பார்த்து வெளியில் கொடுப்பதில் பிரச்னை ஏதும் இருக்கிறதா என பார்க்கச் சொன்னார்கள். அந்த வாய்ப்பில் அந்த நூலைப் படித்து முடித்தேன். அப்படி நான் சரிபார்த்து ஒப்புதல் அளித்து சிறையில் இருந்து வெளியில் அனுப்பிய கையெழுத்துப்பிரதிதான் ‘மாவோவின் சீனத்தில் சோஷலிசமும் பெண் விடுதலையும்’ என்ற பெயரில் பெரும் நூலாக வெளியிடப்பட்டது.

தோழர் விவேக்குடன் உரையாடும்போது அடிக்கடி அவர்கள் இயக்கத் தோழர்களைப் பற்றிப் பேசும்போது, "அவர் தியாகி ஆகிவிட்டார்" என்ற பதத்தை சொல்லிவிட்டு நிறைய தோழர்களை அறிமுகம் செய்வார். அல்லது அந்நிகழ்வுகளைக் குறிப்பிடுவார். அப்படி அவர் "தியாகி ஆகிவிட்டாரு" என்று சொல்லும் போது அவரிடம் ஒரு நெகிழ்வும் பெருமிதமும் ஏற்படும்.

தோழர் விவேக் திருமணமானவர். அவர் மனைவி குறித்து விசாரிக்கும் போது, "அவரும் இயக்கப் பணியில்தான் இருக்கிறார். எங்க இருக்கிறார் என்று தெரியாது பார்த்துப் பல ஆண்டுகள் ஆச்சு" என்று ஒரு அதிர்ச்சிச் தகவலைச் சொன்னார்.

"ஒரே காலத்தில அவரும் ஒரு சிறையிலும் நானும் ஒரு சிறையிலும், வெவ்வேறு சிறைகளில் இருந்திருக்கிறோம். வெளியில் வந்தாலும் எங்கிருக்கிறோம் என்று தெரியாமல் இருக்கிறோம்" என்று மிகச் சாதாரணமாகச் சொன்னார். இது என்ன வாழ்க்கை முறை என வியந்து நெகிழ்ந்து நின்றேன். ஏன் எதற்காக வலிந்து, வருந்தி இப்படியான தியாக வாழ்க்கை வாழ வேண்டும்.

விசாரணை சிறைவாசியாக மட்டுமே அவர் மதுரை சிறையில் 5 ஆண்டுகளாக இருந்தார். நான் அவரிடம் சொன்னேன்,

"இப்படி உங்கள் இயக்கத்தில் பல தியாகிகள் உருவாகிக் கொண்டே இருக்கிறார்கள். நீங்களும் உங்கள் லட்சியப் பாதைக்காக பல தியாகங்களைச் செய்துகொண்டிருக்கிறீர்கள். அதனால் சமூகத்தில் ஏதாவது சிறு மாற்றத்தையோ சமூகத்திற்கு சிறு நிவாரணமோ, அல்லது மக்களை திரட்டுவதில் ஏதாவது முன்னேற்றமோ ஏற்பட்டு இருக்கிறதா?" இந்தக் கேள்வியைக் கேட்டதும் அவரிடம் ஒரு திகைப்பே வெளிப்பட்டது.

''இதே தத்துவத்தை ஞானத்தோடு, கொள்கை உறுதியோடு, போர்க் குணத்தோடு, தியாக உணர்வோடு மக்கள் மத்தியில் உங்களைப் போன்றவர்கள் எல்லாம் வேலை செய்திருந்தால் எவ்வளவு பெரிய சமூக மாற்றத்தை உருவாக்கி இருக்க முடியும். உங்கள் தியாகங்கள் எல்லாம் புதிய புதிய 'தியாகிகளை உருவாக்கவே' உதவி இருக்கிறது. அந்த தியாகங்களாலும் சமூகத்தில் என்னதான் விளைவுகள் ஏற்பட்டிருக்கின்றன?'' என்ற வினா மீண்டும் எழுப்பப்பட்ட போதும் அதே திகைப்பும் திணறலும் அவரிடம் ஏற்பட்டது.

அவர்களுடைய இயக்க நடவடிக்கைகளைத் தவிர்த்து, அவர்களுடைய தத்துவார்த்தத் தெளிவவையும்,போர்க்குணத்தையும், லட்சிய உறுதியையும், தியாகமிக்க அர்ப்பணிப்பு வாழ்வையும் ஒவ்வொரு கம்யூனிஸ்ட்டும் பின்பற்ற வேண்டியவை என்பதைச் சொல்வதில் எந்தத் தயக்கமும் இல்லை!

இதுவும் அதுதான், அதுவும் இதுதான்!

அந்தக் காவல்துறை அதிகாரி மதுரைக்கு பதவி உயர்வில் வருவதற்கு முன்பே மிகப் பிரபலமாகி இருந்தார். எப்போதாவது பத்திரிகைகளிலும் தொலைக்காட்சியிலும் அவர் படங்கள் வந்து கொண்டிருந்ன. அவருக்குக் கட்டுமஸ்தான உடற்கட்டோ வசீகரமான முகவெட்டோ இல்லாதபோதும் சினிமா நட்சத்திரங்களுக்கு இணையாக பிரபலமானவர்.

அன்று அவருடைய ஜீப் சிறை வளாகத்திற்குள் நுழைந்ததும், அதுவரை ஏற்கெனவே வழிக்காவலுக்காக அங்கு வந்து காத்திருந்த ஆயுதப்படை காவலர்கள் எழுந்து அவசரமாக தலையில் தொப்பி வைத்து அணிவகுத்து நின்றனர். அவர்கள் முன் அந்தக் காவல் உதவி ஆணையர் வந்து நிற்கவும், சல்யூட் செய்து மரியாதை செய்தார் சார்ஜன்ட். காவலர்களும் தங்களுடைய துப்பாக்கிகளில் கை வைத்து சல்யூட் செய்தனர்.

ஏ.சி. அவர்களிடம் பேசினார்...

"என் கூட வாரவங்க எதுக்கும் பயப்படக்கூடாது. துப்பாக்கியில லோடு பண்ணி, லாக் பண்ணி வச்சுக்கணும். என்கிட்ட இருந்து கமாண்டும் வராது. என் கண் அசைவுக்கு வேலை நடக்கணும். யாரும் பயப்படற மாதிரி இருந்தா இப்பவே சொல்லிடுங்க. பாஸ்போர்ட் வாங்கிட்டு வேற டூட்டிக்குப் போயிடலாம். எதுவும் சொல்லணும்னு இருந்தா உங்க சார்ஜன்ட்கிட்டச் சொல்லுங்க. இப்ப பார்ட்டி பிரேக்கப் ஆகலாம்."

மிரட்டலான வார்த்தைகளை மிகச் சாதாரணமாகச் சொல்லி முடிக்கவும் சார்ஜன்ட், "எஸ்கார்டு பார்ட்டி பிரேக்கப்!" என்று உரக்கக் கட்டளை இட்டதும் அணியின் மரியாதையைப் பெற்றுக்கொண்டு அவர் ஜீப் அருகே வந்து, ஜீப்பில் சாய்ந்து செல்போன் பார்த்துக்

கொண்டிருந்தார். வளாகத்திற்குள் அந்த ஜீப் வந்ததிலிருந்தே அந்த இடத்தில் ஒரு பரபரப்பு நிலவத் துவங்கியது. சிறைக்காவலர்கள் தங்களுக்குள் ஒருவருக்கு ஒருவர், அவர் பெயரைச் சொல்லிச் சுட்டிக்காட்டியதும் தூரத்தில் இருந்து அவரை ஆர்வத்துடன் பார்த்தனர். சிலர் அருகில் சென்று பார்க்கும் ஆவலில் அவரைக் கடக்கும்போது சல்யூட் செய்து சென்றனர். அவரும் மிடுக்காக பதில் சல்யூட் செய்துவிட்டு, எதையும் கண்டுகொள்ளாதவராக அந்த அதிகாரி கம்பீரமாக அங்கே நின்றிருந்தார்.

மாநிலம் முழுவதும் அறியப்பட்ட மிகப்பெரிய ஒரு தாதாவை சென்னைச் சிறைக்கு அழைத்துச் செல்லவே அந்த அதிகாரி வழிக்காவல் தலைமை அதிகாரியாக அங்கு வந்திருந்தார். அந்தக் கைதியை இவ்வாறு சென்னை நீதிமன்றத்திற்கு அழைத்துச் செல்லும் போதெல்லாம் உதவிக் காவல் கண்காணிப்பாளர் அந்தஸ்தில் இருக்கும் ஒருவரே வழிக்காவல் தலைமை அதிகாரியாக வருவது வழக்கம். இந்த முறை என்கவுன்டர் ஸ்பெஷலிஸ்ட் வந்திருக்கிறார்.

எப்போதும்போலவே, அந்த தாதா பளீர் என வெள்ளைச் சட்டை, வெள்ளை பேன்ட் அணிந்து மிகுந்த உற்சாகத்துடன், சிறைக்கு உள்ளே இருந்து வாயிலை நோக்கி வந்தார். கையில் ஒரு பெரிய பேக் வைத்திருந்தார். வழியில் எதிர்பட்ட சக கைதிகளிடமும் காவலர்களிடமும் உற்சாகமாகக் கையசைத்து மெயின்கேட்டுக்கு வந்தார். உள்ளே சார்ஜன்ட் வந்ததும் அவருக்கு ஒரு வணக்கம் வைத்தார் அந்த தாதா. வாரண்ட் எல்லாம் சார்ஜன்ட் சரிபார்த்ததும் அவரிடம், "ஏ.சி. யாரு சார் வந்து இருக்காங்க?" என்றார் அந்த தாதா. அவர் பெயரை சார்ஜன்ட் சொன்னதும் மலர்ந்திருந்த அந்த தாதாவின் முகம் ஒரு கணம் இருண்டதைப் பார்க்க முடிந்தது. ஆனால், அதை வெளிக்காட்டிக் கொள்ளாதவராக, "அப்படியா சார்..." என செயற்கையான ஒரு புன்னகையுடன், சார்ஜன்டைப் பின் தொடர்ந்து கேட்டின் சிறிய கதவு வழியாக அந்த தாதா வெளியேறினார்.

பின்னோக்கி வந்து வாயிலை நெருங்கிவந்து நின்றிருந்த அந்த வழிக்காவல் வாகனம் திறந்து இருந்தது. அந்த வெள்ளை வேனின் கதவை நோக்கி கைகாட்டினார் சார்ஜன்ட். அந்த வாகனத்தின் படிக்கட்டில் தனது பேக்கை வைத்துவிட்டு,

"சார்... ஏ.சி.யைப் பார்த்துட்டு வரலாமா?'' என்றார் தாதா. தயக்கத்துடன் அனுமதித்தார் சார்ஜன்ட்.

வேனைத் தாண்டியதும் சற்றுத் தொலைவில் ஏ.சி.யைப் பார்த்து சல்யூட் செய்தார் தாதா. அவர், "போய் வண்டியில் ஏறு!" என்று கட்டளையிடுவது போல் கை நீட்டியதும் அப்படியே திரும்பி வந்து வேனில் ஏறிக்கொண்டார் தாதா.

மதுரை மாநகரில் அவர் பொறுப்பில் இருந்த பகுதிகளில் ரவுடிகளின் கொட்டம் அடங்கி இருந்ததென்றே சொல்லலாம். அவர் எல்லைக்குட்பட்டிருந்த பகுதிகளில் ரவுடிகளும் வழிப்பறிக் கொள்ளையர்களும், கஞ்சா வியாபாரிகளும் பெருமளவில் கைது செய்யப்பட்டு சிறைக்கு வந்த வண்ணம் இருந்தனர். அப்படி வரும் கைதிகளில் பெரும்பாலோரின் கைகளோ, கால்களோ உடைக்கப்பட்டு மாவுக்கட்டுடன்தான் வந்துகொண்டிருந்தனர். அப்படி, சிறையிலும் வெளி மருத்துவமனையிலும் கை, கால் எலும்புகள் உடைக்கப்பட்டு சிகிச்சையில் இருந்த கைதிகள் யாரைக் கேட்டாலும் அந்த என்கவுண்டர் ஸ்பெஷலிஸ்ட் பெயரையே சொன்னார்கள். மதுரையின் மற்ற பகுதிகளில் அவ்வாறு நடக்கவில்லை. முன்பு அரிதாக எப்போதாவது மாவுக்கட்டோடு அனுமதிக்கப்படும் சிறைவாசிகள் பெரும்பாலும் விபத்திலோ, சண்டையிலோ எலும்புகள் உடைந்ததாகத்தான் அறியப்பட்டனர், அல்லது அவ்வாறு பரப்பப்பட்டன. ஆனால் இந்த அதிகாரி பொறுப்பில் இருந்த பகுதிகளிலிருந்து கைதாகி மாவுக் கட்டுகளுடன் சிறையில் அனுமதிக்கப்படுவது அன்றாட நிகழ்வாக மாறிப்போயிருந்தது.

ஒரு நாள், சிறையில் மாலை அடைப்புக்குப் பிறகு, பணி முடித்து வாயில் பகுதிக்குக் காவலர்கள் அணிவகுத்து நின்றனர். அவர்கள் நின்றிருந்த பகுதியில் ஒருவித துர்நாற்றம் அடித்துக்கொண்டிருந்தது. அதற்குக் காரணம்... அனுமதி எடுக்கப்பட்ட கைதி ஒரு ஓரத்தில் இருந்த திண்டில் உட்கார வைக்கப்பட்டிருந்தார். தரையில் பழைய செய்தித்தாள்கள் விரிக்கப்பட்டு அதன் மேல் அவர் பாதங்களை வைத்திருந்தார். முழங்கால் வரை வேட்டியை மடித்து வைத்திருந்தார். கால் பாதங்களில் இருந்து முழங்கால் வரை இரண்டு கால்களும் மிகப் பெரிதாக வீங்கிப் போயிருந்தன. வீங்கிய அந்தக் கால்களில் சில இடங்களிலிருந்து ஒருவித நீர் வழிந்து கீழே விரிக்கப்பட்ட பேப்பரில் நனைந்துகொண்டிருந்தது. அதிலிருந்துதான் அந்த துர்நாற்றம் வந்து கொண்டிருந்தது. அந்தக் கைதி சுவரில் சாய்ந்து, அப்பாவியாகப் பார்த்துக்கொண்டிருந்தார். அவர் அதற்கு முன்பு எந்தக் குற்றவழக்கிலும் சிறைக்கு வராதவர்.

மதுரை நம்பி | 167

அவரை அழைத்து வந்த போலீசார் அவர் மீதான வழக்கைச் சொல்லிக்கொண்டிருந்தனர். பித்தளை நகைகளை பல அடுக்காக தங்கம்முலாம் பூசி, எளிதாகக் கண்டுபிடிக்க முடியாத வகையில், நகையை அடகுக் கடையில் வைத்து மோசடி செய்ததாகக் கூறினார்கள். அந்தக் கைதி நிரபராதியாக இருந்தால்கூட சிறைக்காவலர்களுக்கு எந்தப் பரிதாப உணர்வும் ஏற்படக்கூடிய நேரமும் சூழலும் அப்போதைக்கு இல்லை. அதனால் வழக்கமான திருட்டுக்கைதியைப் பார்ப்பதுபோல் பார்த்து பரிகசிக்கவே செய்தனர்.

அனுமதி எடுப்பதற்காக, அனுமதி அலுவலர் மருத்துவப் பணியாளர்களை அழைத்து கைதியின் உடல் நிலையையும் வெளி மருத்துவமனைக் குறிப்புகளையும் ஆய்வு செய்யச் சொல்லிப் பணித்தார். அழைத்து வந்த போலீசார் எப்படியாவது அந்தக் கைதியை சிறையில் ஒப்படைத்துவிட வேண்டும் என பல உத்திகளைக் கையாண்டனர். மருத்துவ செவிலியரும், சிறை அனுமதி அலுவலரும் சிறைக்குள் அனுமதிக்காமல், அந்தக் கைதிக்கு சிறை அனுமதி எண் மட்டும் வழங்கி, அழைத்து வந்த போலீசாரிடமே அந்தக் கைதியை ஒப்படைத்து, வெளி மருத்துவமனைக்கு மேல்சிகிச்சைக்காக அனுப்பி வைத்தனர். அடுத்த நாளே அந்தக் கைதி இறந்து போனார். ஒருவேளை அந்தக் கைதியை சிறை மருத்துவமனைக்குள் அனுமதித்திருந்தால் சிறை நிர்வாகமே அந்தக் கொலைப் பழியை ஏற்க வேண்டியிருந்திருக்கும்.

இறந்துபோன அந்தக் கைதிக்கு பத்து வயதுக்குள் இரண்டு பெண் குழந்தைகள் இருந்தனர். நகைக்கடை உரிமையாளர்களும் நகைத் தொழிலாளர்களும் ‘அவர் அப்படிப்பட்டவர் அல்ல, நல்ல மனிதர்’ என்றே சொல்லி இருக்கிறார்கள். காவல்துறையினர்தான் அவரை குற்றத்தை ஒத்துக்கொள்ளச் சொல்லி அடித்ததாகவும் அதற்கு முக்கிய காரணமாக இருந்தது அதே என்கவுன்டர் ஸ்பெஷலிஸ்ட்தான் எனவும் காவல்துறை வட்டாரத்திலும் சொல்லப்பட்டது. இதற்கு எதிராக அந்த கைதிக்கு நீதி கேட்டு மார்க்சிஸ்ட் கம்யூனிஸ்ட் கட்சியினர் மிகப்பெரிய ஆர்ப்பாட்டம் நடத்தினர்.

மதுரை, ஆரப்பாளையம் பகுதியில் இருசக்கர வாகனம் திருடும் போது இரண்டு இளைஞர்கள் பிடிபட்டனர் இருவருக்கும் 18, 19 வயதுதான் இருக்கும். இருவரும் விருதுநகரைச் சேர்ந்த தலித் இளைஞர்கள். இரண்டு கைகளும் உடைக்கப்பட்ட நிலையில் இருந்த இளைஞன் காவல்நிலையத்திலேயே இறந்துபோனான். இன்னொரு இளைஞனுக்கு ஒரு கை எலும்பு மட்டும் உடைக்கப்பட்டு, மனநிலை

பாதிக்கப்பட்டவனாக சிறையில் அனுமதிக்கப்பட்டான். இறந்து போன இளைஞனுக்கு நீதி கேட்டு விருதுநகரில் மார்க்சிஸ்ட் கம்யூனிஸ்ட் கட்சியும், தீண்டாமை ஒழிப்பு முன்னணியும் போராட்டங்கள் நடத்தின.

சிறையில் அனுமதிக்கப்பட்ட இளைஞன் கையில் மாவுக்கட்டுடன், குறையாத காய்ச்சலுடன், அழுத வண்ணமுமாக இருந்தான். சம்பந்தம் சம்பந்தம் இல்லாமல் எதை எதையோ சொல்லிக்கொண்டிருந்தான். இரண்டு நாட்கள் கழித்து கொஞ்சம் தேறி இருந்தான். அவனிடம் உரையாடும்போது அவன் உடைந்து அழுது பீதியுடன் சொன்னான்...

"நாங்க ரெண்டு பேரும் பைக் திருடத்தான்யா வந்தோம். ரெண்டு பேரும் மாட்டிக்கிட்டோம். பைக் அவன் கையில விழுந்ததால ஏற்கெனவே ஒரு கை உடைஞ்சு இருந்தது. எங்க ரெண்டு பேரையும் போலீஸ் ஸ்டேஷனுக்குக் கொண்டுவரும்போது, எங்களப் பிடிச்சவங்களும் போலீஸ்காரங்களும் ரொம்பவே அடிச்சிட்டாங்கய்யா. ஸ்டேஷனுக்கு வந்ததும் ஒரு போன் வந்தது. ஏ.சி. ஐயா வாரதாக பேசிக்கிட்டாங்க!" என்று சொல்லிக்கொண்டே, அந்த என்கவுன்டர் ஸ்பெஷலிஸ்ட் பெயரைச் சொல்லும்போது மேலும் பீதி அடைந்தான்.

அதன் பிறகும் தொடர்ந்தான்...

"அவர் வந்ததும், சாக்கு சுத்தப்பட்ட கம்பு மாதிரி இருந்ததை எடுத்து ரெண்டு ஸ்டூல்களுக்கு இடையில் என் கையை வைக்கச் சொல்லி ஒரு போலீஸ்காரர் ஓங்கி ஒரே அடிதான் அடிச்சாரு. அடி விழுந்த பிறகுதான் தெரிஞ்சுக்கிட்டேன், அது கம்பு இல்ல, கடப்பாரைக் கம்பின்னு! என் கை உடைஞ்சு தொங்கிடுச்சு. வலி தாங்காமல் துடிச்சு மயங்கிட்டேன். அதுக்குப் பிறகு என்ன நடந்ததன்னு எனக்குத்தெரியல. அதேமாதிரி தான் அவனையும் அடிச்சி இருப்பாங்கன்னு நினைக்கிறேன். அடுத்த நாள் ரெண்டு பேருக்கும் காய்ச்சலாக இருந்துச்சு. போலீஸ் லாக்கப்ல இருந்தோம். தாங்க முடியாது வலியோட ரெண்டு பேரும் அழுது புலம்பிக்கிட்டு இருந்தோம். ஒரு நாள் முழுக்க சாப்பிடவும் இல்லை. அவன் பசிக்குதுன்னு அழுதான். ஒரு போலீஸ்காரர் இட்லி வாங்கி வந்து கொடுத்தாரு. பகல் நேரத்திலயும் லாக்கப் ரூம் இருட்டாத்தான் இருந்தது. அவனால எந்திரிச்சு உட்கார முடியல. நான் ஒரு கைய வச்சு சப்போர்ட் பண்ணினேன். சுவத்துல சாஞ்சி உக்காந்தான். இட்லி பார்சலப் பிரிச்சி அவன் முன்னால வச்சேன். ரெண்டு கையையும் அவனால தூக்க முடியல. ரெண்டு கையும் வீங்கிப் போய் இருந்துச்சு. இட்லியைப் பார்த்துக்கிட்டே இருந்தான். நான் என்

கையால இட்லியைப் பிச்சு ஊட்டிவிட்டேன். அந்த ஒரு வாய்தான் சாப்பிட்டான். ‘போதும்டா’ன்னு சொல்லி அப்படியே சாஞ்சிட்டான். அவனக் காலையில்தான் தூக்கிட்டுப் போனாங்க ஐயா!" என்று மிரண்டுபோயிருந்த அவன் விழிகளில் இருந்து விழுந்த கண்ணீரோடு சொல்லிக்கொண்டிருந்தான். காவல்துறை வட்டாரத்திலும் ‘அந்த என்கவுன்டர் ஸ்பெஷலிஸ்ட்தான் அதற்குக் காரணம்’ என அப்போது பேசிக்கொண்டனர்.

மதுரையில் அந்த என்கவுன்டர் ஸ்பெஷலிஸ்ட் இருந்தபோது, கை, கால் எலும்புகளை உடைக்க, பெரும்பாலும் கடப்பாரை போன்ற இரும்புத் தடிகள்தான் பயன்பட்டதாகச் சொல்லப்படுவதுண்டு. கோயம்புத்தூர் பகுதியில் சாக்குச் சுத்தப்பட்ட உடைகல் பயன்படுத்துவதாகச் சொல்ல கேள்விப்பட்டிருக்கிறேன். அதன் பிறகு மதுரையில் சாக்குச் சுத்தப்பட்ட எரிவாயு உருளைகளை பயன்படுத்துவதாக காவல்துறை வட்டாரத்தில் பேசிக்கொள்வதுண்டு. (இரண்டு ஸ்டூல்களுக்கு இடையில் கையையோ காலையோ வைக்கச் சொல்லி உடைகல்லையோ எரிவாயு உருளையையோ தூக்கிப் போட்டோ, உள்ளது இரும்புத் தடிகளால் அடித்தோ எலும்புகள் உடைக்கப்படுவதாக சொல்லப்படுவதுண்டு) அப்படித்தான் பாத்ரூமில் வழுக்கி விழுந்ததாகச் சொல்லப்பட்டு மாவுக்கட்டுகளுடன் கைதிகள் சிறைகளில் பெரும்பாலும் அனுமதிக்கப்படுகிறார்கள்.

இந்த அத்தியாயத்தில் முதல் பகுதியில் சொல்லப்பட்ட அந்த தாதா, சென்னைலிருந்து மதுரைச் சிறைக்கு உற்சாகமாகவே திரும்பினார். கையில் ஃபேன்டா பாட்டிலுடன் வந்தார். அந்த என்கவுன்டர் ஸ்பெஷலிஸ்ட் பெயரைச் சொல்லி, "அவரு சூப்பர் சார். ஃபேன்டா பாட்டில்கூட அவருதான் வாங்கிக் கொடுத்தாரு. வழியில நல்ல சாப்பாடு வாங்கிக் கொடுத்தாரு. சூப்பர் ஆபிஸர் சார் அவரு!" என்றார் அந்த தாதா.

"அவரு கறாரான ஆபீஸரு. ரொம்ப டெரர்னு சொல்லுவாங்களே!" என்று அனுமதி எடுக்கும் அதிகாரி சொல்லவும்,

"சார் நாங்களும், எங்கள மாதிரி ஆளுகளும் கொலைகள்தான் செய்கிறோம். அதுக்காக எல்லாரையுமா கொலை செய்கிறோம்?" என்றார் அந்த தாதா.

அந்த தாதா, இன்னொரு முறை வழக்குக்காக இதேபோல் வேறொரு அதிகாரியுடன் வெளியூர் நீதிமன்றம் அழைத்துச்

செல்லப்பட்டவர்தான். திரும்பி வரவே இல்லை. என் கவுன்டரில் கொல்லப்பட்டதாக சொல்லப்பட்டது.

"சார் நாங்களும் கொலைகள்தான் செய்கிறோம்... எல்லாரையுமா செய்கிறோம்!" என்று அவன் சொன்ன அந்த வார்த்தைகள் எவ்வளவு அர்த்தமுடையதாக இருந்தது என்பது அப்போதுதான் புரிந்தது!

எப்படி வந்தது எட்டு மணி நேரம்?

சிறைப் பணியாளர்கள் இன்று அனுபவித்து வரும் 8 மணி நேரப் பணி என்ற நடைமுறைக்கு வித்திட்டவரை சிறைத்துறை பணியாளர்கள் அனேகமாக மறந்தேவிட்டனர். ஈவிரக்கமற்ற முறையில் வதைக்கப்பட்டு வந்த சிறைக்காவலர்களுக்குப் பாதுகாப்பு அரணாகவாகவும் கொடுங்கோலர்களாக இருந்த சிறை உயரதிகாரிகளுக்கு சிம்மச்சொப்பனமாகத் திகழ்ந்த சி.பி.ராஜேந்திரன் என்பவர்தான் அவர்.

அவர் கம்யூனிஸ்ட் அல்லர். ஆனால், கம்யூனிஸ்டுகளுக்கு இருக்க வேண்டிய அருங்குணங்கள் அத்தனையும் அவரிடம் இருந்தன. உயர் அதிகாரிகள் அவரை கம்யூனிஸ்ட் என்றும் நக்சலைட் என்றும் கருதியே வந்தனர். பொதுவாக சிறைத்துறையில் நிர்வாகத்திற்கு எதிராகப் போராடுபவர்களை, அவர்கள் கம்யூனிஸ்ட்டாக இல்லாத போதும் கம்யூனிஸ்ட் என்றும் நக்சலைட் என்றும் முத்திரை குத்தி விடுவார்கள். அதிலும் மிக மோசமான நடவடிக்கைகளில் ஈடுபடும் ஒழுக்கமும் நேர்மையுமற்ற கைதிகளைக்கூட 'நக்சலைட்கள்' என்ற நாமகரணத்தைச் சூட்டிவிடுவார்கள். அவர்கள் புரிதல் அவ்வளவுதான். பாவம் நக்சலைட்டுகள். அப்படிக் குறிப்பிடுவது கொஞ்சம் கொஞ்சமாக குறைந்து இப்போது முற்றிலுமாக மாறிவிட்டது என்பது வேறு விஷயம்.

சி.பி.ராஜேந்திரன் என்ற பெயரில் உள்ள 'சி.பி.' என்பதை வைத்து 'கம்யூனிஸ்ட் பார்ட்டி' ராஜேந்திரன் என்றே அதிகாரிகள் உணர்ந்தனர். சிலர் அப்படியே அவரிடம் கேட்டும்விட்டனர். அப்படி அவர்கள் கேட்டதைப் பெருமையாகவே நினைத்தார் சி.பி.ஆர்.

'எட்டு மணி நேரப் பணி' என்ற கோரிக்கை தீப்பொறியாய் அவரிடம் இருந்துதான் கிளம்பியது. அது மட்டுமல்ல, சின்னச் சின்ன தப்புகளுக்குக்கூட அல்ல, சிறு தவறுகளைக்கூட பெரும் குற்றமாகக் கருதி சிறைக்காவலர்கள் மீது ஒழுங்கு நடவடிக்கை மேற்கொண்டு

தண்டனை வழங்கிவிடுவார்கள், அன்றைய அதிகாரிகள். குற்றத்தாக்கீது வழங்கப்பட்டவுடன் காவலர்கள் நிலைகுலைந்து போவார்கள். மன்னிப்புக் கேட்டு காலில் விழுந்தே பெரும்பாலான காவலர்கள் தப்பிப்பதுண்டு. இதுதான் காலம் காலமாக இருந்து வந்த நடைமுறை.

குற்றத்தாக்கீதுகளுக்கு விரிவான பதிலளித்து காவலர்களை முதலில் நிமிர்ந்து நிற்கச் செய்தவர், ஆயுள்தண்டனைக் கைதியாக இருந்த தோழர் ஏ.ஜி.கஸ்தூரிரங்கன். இது குறித்து 'சுவருக்குள் சித்திரங்கள்' என்ற நூலில் தோழர் தியாகு விரிவாக எழுதியிருப்பார். அதன் பிறகு காவலர்களுக்கு வழங்கப்படும் குற்றத்தாக்கீதுகளுக்கு சி.பி.ராஜேந்திரன் அளித்த பதில்கள்தான் அதிகாரிகளையே நிலைகுலையச் செய்தன. அவை பொத்தம்பொதுவான பதில்களாக இல்லாமல் அரசு ஊழியர் அடிப்படை விதிகளின் எண்களும், சிறை நடைமுறை நூல் விதிகளும், எண்களும், அதன் விளக்கங்களுமாக அவர் எழுதும் பதில்களைப் படித்து அதிகாரிகள் பதறிப்போவார்கள். அவர் ஏற்படுத்திய விழிப்புணர்வை வைத்துத்தான் இன்றைக்கும் கருணாமூர்த்தி, பாளையங்கோட்டை சேகர் போன்ற நண்பர்களும், நானும் காவலர்களுக்கு வழங்கப்படும் குற்றத்தாக்கீதுகளுக்கு விளக்கம் அளித்து வருகிறோம்.

சிறைத்துறையில் 1991ஆம் ஆண்டில்தான் '8 மணி நேர வேலை' என்ற கோரிக்கை தலைநகர் சென்னையில் கிளம்பியது. சென்னை மத்தியச் சிறைக்காவலர்கள் சிலர் ஒன்றுபட்டு ஒற்றுமையுடன் செயல்படத் துவங்கினர். அவர்களில் முதன்மையானவராக சி.பி.ராஜேந்திரன் இருந்தார். அவருக்குத் துணையாக சந்திரபாபு, பிச்சாண்டி, பத்மநாபன் போன்றவர்கள் செயல்பட்டனர். அன்று செயல்பட்டுக்கொண்டிருந்த அரசு ஊழியர்களின் மாநிலத் தீர்ப்பாயத்தில் 8 மணி நேரப் பணியை நடைமுறைப்படுத்த வேண்டும் என வழக்குத் தாக்கல் செய்யப்பட்டது. அதில் முதல் கையெழுத்திட்டவர் பத்மநாபன். அதில் சி.பி.ராஜேந்திரன் உள்ளிட்ட இதரக் காவலர்களும் கையொப்பம் இட்டனர். அந்த வழக்கைத் திறம்பட நடத்துவதற்குப் பெரும் பங்காற்றியவர் சி.பி.ராஜேந்திரந்தான்.

'இவர்கள் மத்தியச் சிறையில் பணி செய்தால் இதரக் காவலர்களையும் நிர்வாகத்துக்கு எதிராகத் தூண்டிவிடுவார்கள்' எனக் கருதிய உயர் அதிகாரிகள், சிறைத்துறை ஐ.ஜி. அலுவலகப் பாதுகாப்புப் பணிக்கு அவர்களை அனுப்பி வைத்தனர். அதை அந்தக் காவலர்கள் தங்களுக்குச் சாதகமாக ஆக்கிக்கொண்டனர். தமிழ்நாட்டில் பல ஊர்களிலிருந்து தலைமையகத்திற்கு தபால்

கொண்டு வருவது போன்ற பல்வேறு வேலைகளுக்கு வரும் காவலர்களிடம் அவர்கள் 8 மணி நேர கோரிக்கை குறித்து ரகசியமாகப் பேசி அனுப்பிவைத்து விடுவார்கள். அப்படி அவர்களுக்கு உறுதியாகச் செயல்பட்டவர்களாக கிடைத்தவர்கள்தான் பாளையங்கோட்டை காவலர்கள். அவர்களில் முக்கியமானவர்களாக இருந்தவர்கள் பாளையங்கோட்டை மந்திரமூர்த்தி, சேகர், பொன்னுச்சாமி போன்றவர்கள். அவர்களிடமும் 'எட்டு மணி நேர வேலை' கோரிக்கை நெருப்பாகக் கனன்றுகொண்டிருந்தது.

காவலர் பயிற்சிப் பள்ளியில் பயிற்சியின்போது என்னை அறிந்திருந்த பாளையங்கோட்டை காவலர் ராஜமாணிக்கம் என்னைப் பற்றி அவர்களிடம் சொல்லி இருக்கிறார். இதற்கிடையில் தலைமையகத்திற்கு தபால்கொண்டு செல்லும் பணி எனக்கு வாய்த்தது. அதிகாலையிலேயே ஐ.ஜி. அலுவலகம் வந்துவிட்டேன். ஐ.ஜி. அலுவலகம் அப்போது ஆர்ம்ஸ் ரோட்டில், ஒரு பெரிய பழைய கட்டடத்தில் இயங்கி வந்தது. பல் துலக்கிவிட்டு, குளிப்பதற்குத் தயாராகிக் கொண்டிருந்தேன். கொல்லைப் புறத்திலிருந்த தண்ணீர்த் தொட்டி அருகே சில காவலர்கள் ரகசியமாக ஏதோ பேசிக் கொண்டிருந்தனர். நான் கவனிப்பதைப் பார்த்த அவர்கள் சற்று நகர்ந்து சென்று தீவிரமாக ஆலோசித்துக் கொண்டிருந்தனர். அவர்கள் பேச்சு ஏதோ நல்ல விஷயத்திற்கனது என்பதை உணர முடிந்தது. அதனால் ஆர்வமுடன் அந்த உரையாடல்களைக் கவனிக்கத் துவங்கியதைப் பார்த்த அவர்கள் அப்படியே காவலர் ஓய்வறைக்குள் சென்றுவிட்டனர். சிறிதுநேரம் கழித்து அவர்களில் வாட்டசாட்டமாக இருந்த ஒருவர் வந்து என்னிடம்,

"நீங்க எந்த ஊர்ல இருந்து வர்றீங்க. என்ன விஷயமா வந்திருக்கீங்க?" என்றார். நான் பதில் சொன்னேன். அடுத்து அவர் "நல்லதம்பிங்கிற காவலரைத் தெரியுமா" என்று என்னிடம் கேட்டார்.

"நான்தான் சார் நல்லதம்பி" என்றேன்.

"உங்க பேர்ல நம்ம காவலர்கள் வேறு யாரும் இருக்காங்களா?"

"இல்ல சார், மதுரையில நான் மட்டும்தான்..." என்றதும் முகம் மலர்ந்த புன்னகையுடன் என்னிடம் வந்து இருக்கமாக கைகளைப்பற்றிக் குலுக்கினார். அவர் தன்னை சி.பி.இராஜேந்திரன் என்று அறிமுகம் செய்துகொண்டார்.

"உங்களைப் பற்றி பாளையங்கோட்டை நண்பர்கள் சொல்லி இருக்கிறார்கள். நீங்கள் அவர்களிடம் தொடர்ந்து பேசுங்கள். நாம

ஒற்றுமையா சில வேலைகளைச் செய்தால் நிச்சயம் 'எட்டு மணி நேர வேலை' வாங்கிடலாம் சார்" என்றார். அவருடைய வார்த்தையில் இருந்த தெளிவும், காட்டிய உறுதியும் எனக்குப் பெரும் நம்பிக்கையை அளித்ததாகவே இருந்தது.

'எட்டு மணி நேர வேலை' என்ற கோரிக்கை அரசின் கவனத்திற்குக் கொண்டுசெல்லப்பட்டவுடன், சிறைத்துறை உயர் அதிகாரிகள் விழித்துக்கொண்டனர். அடங்கிப் போகாமல், அதிகாரத்திற்கு எதிராக அணிதிரளும் காவலர்களை அடையாளம் கண்டு அடக்குமுறைகளை ஏவத் துவங்கினர். ஐ.ஜி. அலுவலகத்தில் பாதுகாப்பு பணியில் இருந்த காவலர்கள் சி.பி.ராஜேந்திரன், சந்திரபாபு, பிச்சாண்டி மூவரையும் செங்கல்பட்டு சிறப்பு கிளைச் சிறைக்குப் பணி மாறுதல் செய்தனர். ராஜீவ் காந்தி கொலை வழக்கில் கைது செய்யப்பட்டவர்கள் அப்போதுதான் அங்கு கொண்டுவந்து அடைக்கப்பட்டிருந்தனர்.

சில நாட்களிலேயே ராஜீவ் காந்தி கொலை வழக்குக் கைதிகள், தங்களிடமிருந்து காவல்துறையினர் பறிமுதல் செய்த பணம், தங்க நகைகள் போன்றவற்றைத் தங்களிடமோ, தங்கள் குடும்பத்தினரிடமோ ஒப்படைக்க வேண்டும் என்ற கோரிக்கையை முன்வைத்து உண்ணாவிரதப் போராட்டம் நடத்தினர். அவர்களைத் தூண்டிவிட்டதாக குற்றம் சுமத்தி சி.பி.ராஜேந்திரன் சந்திரபாபு, பிச்சாண்டி மூவரையும் அங்கிருந்து வேறு வேறு சிறைகளுக்குப் பணியிட மாறுதல் செய்ததுடன், அதே குற்றச்சாட்டிற்காக எட்டு மாதங்களுக்குப் பிறகு 1992ஆம் ஆண்டு மூவரையும் தற்காலிகப் பணிநீக்கமும் செய்தனர்.

ஒருசில மாதங்களில் சந்திரபாபுவுக்கும் பிச்சாண்டிக்கும் மட்டும் தற்காலிக பணிநீக்கம் ரத்துசெய்யப்பட்டு பணியில் அமர்த்தப்பட்டனர். சி.பி.ராஜேந்திரன் நீதிமன்றம் சென்றார். உயர் அதிகாரிகள் மிரட்டலுக்கு அடிபணியவில்லை. 'நெஞ்சினில் நஞ்சை வைத்து நாவினில் பொய்யை வைத்து' நாடகமாடிப் பார்த்தனர் அதிகாரிகள். நம்பவில்லை சி.பி.ஆர்.

தற்காலிகப் பணிநீக்கம், ஒரு மாதம், இரண்டு மாதம் அல்ல முழுதாக நான்கு ஆண்டுகள் நீடித்தது. மீண்டும் வேலைக்குத் திரும்ப இயலுமா என்ற அச்சம், உறவினர்கள், நண்பர்களிடம் உருவான போதும், அவர் கலங்கமல் இருந்தார். வறுமை அவரை வாட்டிய போதும் அதிகாரத்திற்கும் அநீதிக்கும் தலைவணங்காமல் உறுதி காட்டினார். இந்தக் காலத்தில் அவருக்குத் தெரிந்த தையல் தொழில் கை கொடுத்தது.

1996இல் கலைஞர் ஆட்சிக்கு வந்த பிறகு, அவரது கவனத்திற்குச் சென்ற பிறகே மீண்டும் சி.பி.ஆர். பணிக்குத் திரும்ப முடிந்தது.

மதுரை நம்பி | 175

ஒருமுறை இவர் சென்னை மத்தியச் சிறையில் பணியில் இருந்தபோது தாமஸ் என்கிற கண்காணிப்பாளர் எல்லாரையும் மரியாதை இல்லாமல் அழைப்பதுபோல் சி.பிஆரையும்,

"டேய்! இங்க வாடா!" என்று அழைத்துள்ளார்.

"இருடா வாரேன்" என்று இவரிடம் இருந்து பதில் வந்தது.

அந்த இடமே ஸ்தம்பித்து நின்றது. உடனடியாக சி.பி.ஆர். காஞ்சிபுரம் கிளைச் சிறைக்கு மாற்றம் செய்யப்பட்டார். அங்கு அவர் தனக்கு நியமிக்கப்பட்ட பணியை அமைதியாக செய்துவந்தார். பழி தீர்க்க சந்தர்ப்பத்தை எதிர்பார்த்திருந்தனர் உயரதிகாரிகள்.

கிளைச் சிறையிலிருந்து ஒரு விசாரணை சிறைவாசி தப்பித்து விட்டான். அந்த வாய்ப்பை உயரதிகாரிகள் பயன்படுத்திக்கொண்டனர். கிளைச் சிறைக்கு வெளியே சென்ட்ரி பணியில் இருந்துள்ளார் சி.பி.ஆர். கைதி சிறைக்குள் சுவர் ஏறிக் குதித்துத் தப்பித்துள்ளான். 'வாயில் பகுதி வழியாகத்தான் கைதி தப்பி ஓடினான்' என்று எல்லாரும் எழுதிக்கொடுக்க வேண்டும் என்று மேலிருந்து நிர்பந்தம் வந்தது. அப்படி எழுதிக் கொடுத்தால் சி.பி.ஆரைத் தவிர மற்றவர்கள் ஒழுங்கு நடவடிக்கையிலிருந்து தப்பித்துக்கொள்ளலாம். இல்லையென்றால் எல்லார் மீதும் கடுமையான நடவடிக்கை இருக்கும்' என்று மிரட்டினர்.

அதிகாரிகளின் சதி வேலைக்கு இதர பணியாளர்கள் உடன்பட்டனர். அதன்படி சி.பி.ஆர். மட்டும் தற்காலிகப் பணிநீக்கம் செய்யப்பட்டார்.

ஒரு நேர்மையான அதிகாரி, விசாரணை அதிகாரியாக நியமனம் செய்யப்பட்டார். விசாரணை அதிகாரியிடம் சி.பி.ஆர். அளித்த வாக்குமூலத்தில் எல்லாரும் எழுதிக் கொடுத்ததை மறுக்காமல், வாயில் வழியாகவேதான் கைதி தப்பிப்போனான் என்பதையே அவரும் ஒத்துக் கொண்டார். விசாரணை அதிகாரி அதிர்ச்சியுடனும், குழப்பத்துடனும் பார்த்தார். அதன் பிறகுதான் வில்லங்கம் விளங்கியது.

சிறையில், ஒரு சிறைவாசிக்கு ஜாமின் பத்திரம் வந்தவுடன் வாரன்டில் உள்ள பெயர், தகப்பனார் பெயர், வயது, அங்க அடையாளங்கள், வழக்குப் பிரிவுகள், எல்லாம் சரிபார்த்தப் பிறகு விடுதலை செய்வது வழக்கம். எல்லாம் சரியாக இருந்த பிறகு முன்கையில் ஒரு முத்திரையையும் அடையாளத்துக்கு வைத்த பிறகு, வாயிலில் ஆயுதப்பாராவில் நிற்கும் காவலரை அழைத்து, "பெயில் விடுதலை வருது. வெளியே விடலாம்!" என்று சொன்ன பிறகு வெளியே வந்த கைதியை தரையில் குத்துக்காலிட்டு உட்கார

வைத்துவிட்டு, பூட்டிய சிறைவாயிலுக்கு வெளியே நின்று சிறிய திறப்பை பார்த்தவாறு துப்பாக்கியைத் தூக்கி தோளில் சாய்த்து, அதில் சல்யூட் அடித்து, "பெயில் விடுதலை சார்" என்று உரத்த குரலில் அறிக்கை கொடுத்த பிறகு, உட்கார்ந்த கைதியை விடுதலை செய்து போகவிடுவார்கள். உள்ளே இருந்து வந்த கைதியைப் பற்றியோ, ஜாமின் பத்திரம் பற்றியோ, சென்ட்ரி காவலர் தெரிந்துகொள்ள வேண்டிய அவசியம் இல்லை. உள்ளே இருந்து வரும் உத்தரவுக்கு இணங்க ஜாமின் விடுதலை செய்வதுதான் எல்லா சிறைகளிலும் எல்லா காலங்களிலும் இருந்து வரும் நடைமுறை.

அப்படித்தான் உள்ளே அதிகாரியிடம் இருந்து வந்த உத்தரவின்படி தான் அந்தக் கைதியை ஜாமினில் விடுதலை செய்தேன் என்று சி.பி. ஆர் வாக்குமூலம் கொடுக்க, விசாரணை அதிகாரி விக்கித்து நின்றார். வாக்குமூலத்தின் படி மற்றவர்கள் எல்லோர் மீதும் கடும் நடவடிக்கை எடுக்க வேண்டி வரும் என விசாரணை அதிகாரி உடனடியாக மத்திய சிறை உரிய உயரதிகாரியிடம் இந்த விபரீதத்தை எடுத்துச் சொன்ன பிறகு தற்காலிக பணி நீக்கம் ரத்து செய்யப்பட்டு பணி நியமனம் செய்யப்பட்டது.

அதன் பிறகு உயர் அதிகாரிகள் அவரிடம் எச்சரிக்கையாகவே நடந்து வந்தனர். ஆனால் சிறைவாசிகளை தூண்டியதாக புனையப்பட்ட குற்றச்சாட்டில் இருந்து மீள்வதற்கு வாய்ப்பு வழங்காமல் அதிகாரிகள் அனைத்து விதமான அடக்குமுறைகளையும் கையாண்டனர்.

'எட்டு மணி நேர வேலை' கோரிக்கை எழுந்த சில மாதங்களிலேயே இப்படி ஒரு அடக்குமுறையை சி.பி.ஆர் தனித்து எதிர்கொள்ள வேண்டியிருந்தது. அவருக்கு உதவும் வகையில் காவலர்களிடம் ஒற்றுமை உருப்பெறாமல் இருந்தது. சென்னை மத்திய சிறையில் அந்த கோரிக்கை அத்துடன் நீர்த்துப்போக துவங்கிவிட்டது. ஆனால் சி.பி.ஆர் பற்றவைத்த அந்த தீ பாளையங்கோட்டை காவலர்களிடம் பற்றிக்கொண்டது. இடைவிடாது அந்த கோரிக்கை அரசின் கவனத்திற்கு பல்வேறு வழிகளில் எடுத்துச் செல்லப்பட்டது. அதில் ஒரு நடவடிக்கையாக பாளையங்கோட்டை காவலர்களும் மதுரையில் இருந்து நானும் சில நாட்கள் சென்னையில் தங்கியிருந்து சட்டமன்ற உறுப்பினர்கள் ஒவ்வொருவரையும் பார்த்து கோரிக்கை மனுக்களை கொடுத்துக் கொண்டிருந்தோம்.

ஒரு நாள் நானும் பாளையங்கோட்டை நண்பர் மந்திர மூர்த்தியும், 'எட்டு மணி நேர பணி'க்கு முதலில் குரல் கொடுத்து, அப்போது

அமைதியாக ஒதுங்கிக்கொண்டிருந்த சி.பி.ஆரைப் பார்த்துப் பேசி அவருக்கு நம் அன்பையும், அவர் தொடங்கிய பணியை நாம் செய்துவருவதையும் சொல்லி வருவோம் என்று அவரைச் சந்திக்கச் சென்றோம். மிகவும் மகிழ்ந்த அவர் அடுத்த இரண்டு நாட்கள் எங்களுடனேயே இருந்தார்.

அப்போதுதான், அவர் எங்களை எல்லாம்விட மிக நுண்ணறிவு உடையவர் என்பதை அறிந்துகொண்டோம். ஒவ்வொரு சட்டமன்ற உறுப்பினரையும் அவர்களது சட்டமன்ற விடுதியில் சந்தித்து மனுக்களைக் கொடுத்துப் பேசி வந்த பிறகு, அவர்களது தொலைபேசி எண் வாங்காமல் வந்து விட்டோமே என்று நாங்கள் தவித்துக்கொண்டிருந்தபோது, அவர், தான் சந்தித்த சட்டசபை உறுப்பினர்களின் பெயர்களையும், அவர்களது தொலைபேசி எண்களையும் வரிசையாகச் சொல்லி அசத்தினார் சி.பி.ஆர்.

அதே ஆண்டில் 'எட்டு மணி நேரப் பணி' அரசாணை பிறப்பிக்கப்பட்டது. நாங்கள் எடுத்துக்கொண்ட முயற்சிகள் வீணாகவில்லை. அரசாணை வெளியிட்ட முதல்வர் செல்வி ஜெ.ஜெயலலிதா அவர்களுக்கு நன்றி தெரிவித்து சுவரொட்டிகள் ஒட்டுவதற்குக்கூட மதுரையில் சிறைக்காவலர்கள் யாரும் முன்வரவில்லை. அந்தச் சுவரொட்டிகளை பகல் நேரத்தில் மத்தியச் சிறை அருகே ஒட்டுவதற்கு எனது நெருங்கிய நண்பர் கலையரசன் துணையிருந்தார். இரவுநேரத்தில் மதுரை நகர் முழுவதும் அந்தச் சுவரொட்டிகளை என்னுடன் சேர்ந்து ஒட்டியவர் இன்று திரைத்துறையில் இருக்கும் அன்றைய இளம் பேச்சாளர் பிரபாகர் ஆவார். அரசாணை பிறப்பிக்கப்பட்டும் நடைமுறைப் படுத்தாமல் சிலஆண்டுகள் உருண்டோடின. அதன்பிறகு, நான் மதுரையில் தற்காலிகப் பணிநீக்கம் செய்யப்பட்டபோது சென்னை உயர்நீதிமன்றத்தில் அதற்குத் தடையாணை பெறுவதற்கு எனக்கு பேருதவி செய்தார். மதுரை மத்தியச் சிறையில் நிர்வாகத்திற்கு எதிராக பெற்ற முதல் தடையாணை அதுவே ஆகும்.

1992ஆம் ஆண்டு முதல் 96ஆம் ஆண்டு வரை, தற்காலிகப் பணிநீக்கக் காலம் முறைப்படுத்தாமல் சி.பி.ஆருக்கு ஊதிய உயர்வு எதுவும் வழங்கப்படாமல் இருந்தது. 2013ஆம் ஆண்டு பணி ஓய்வில் சென்றுவிட்டார். தொடர்ந்து விடுபட்ட காலத்திற்கு நீதி வேண்டிய அவர் நடத்திய சட்டப் போராட்டம் 30 ஆண்டுகளுக்குப் பிறகு, ஓய்வு பெற்று 9ஆண்டுகளுக்குப் பிறகு தற்போதுதான் அவருக்கு நீதி

கிடைத்துள்ளது. தன்னந்தனியாக, தனிநபராகப் போராடி வெற்றி பெற்றுள்ளார் சி.பி. ராஜேந்திரன் என்ற போராளி.

சங்கம் இல்லாமல், சங்கம் அமைக்காமல் தனிநபராகப் போராடினால் எவ்வளவு இன்னல்களைச் சந்திக்க வேண்டி இருக்கும் என்பதற்கு சி.பி.ஆரின் வாழ்க்கை ஒரு உதாரணமாகும்.

சமரசமற்ற அந்தப் போராளியை இன்றைய சிறைக்காவலர்கள் நன்றியுடன் நினைக்கவேண்டும்.

'எட்டு மணி நேரப் பணி' கோரிக்கை சட்டமன்றத்தில் எதிரொலிக்கத் துவங்கியது. அதற்குக் காரணம் பாளையங்கோட்டை காவலர்களுடன் இணைந்து நானும் சட்டமன்ற உறுப்பினர் விடுதியில் எடுத்த முயற்சிகளே ஆகும். சில நாட்கள் கழித்து அதற்கான அரசாணை வெளியிடப்போவதாக செய்தி எங்களுக்குக் கிடைத்ததும் அதனை அப்போதே தொலைபேசியின் மூலமாக பாளையங்கோட்டை மத்தியச் சிறைக்காவலர்களுக்குத் தெரிவித்தோம்.

அடுத்த நாள், பாளையங்கோட்டை மத்தியச் சிறை கவாத்துத் திடலில் கவாத்து பயிற்சிக்காக காவலர்கள் அணிவகுத்து இருந்தனர். அவர்கள் மத்தியில் கண்காணிப்பாளர் திரு. சந்திரசேகர்...

"எட்டு மணி நேர வேலைக்கு ஜி.ஓ. வரப்போறதாக எவன் எவனோ பொய்யான தகவல்களைச் சொல்லிக்கிட்டு இருக்கானுக. அவனுக தலைகீழா நின்னாலும், சூரியன் மேற்கே உதிச்சாலும் சிறைத்துறையில் எட்டு மணி நேர வேலை வரவே வராது. இது என்ன கம்பெனியா? காட்டன் மில்லா? எட்டு மணி நேர வேலைக்கு. இது ஜெயிலு. அதை மனசுல வச்சு வேலை பார்க்கணும்" என மிரட்டலாகப் பேசினார்.

ஆனால், அடுத்த ஓரிரு நாளில் அதற்கான அரசாணை அனைத்து மத்தியச் சிறைகளுக்கும் கிடைக்கப்பெற்றது. 'கப்ஸிப்' ஆகிப்போனார் அந்தக் கண்காணிப்பாளர். அதோடு இருந்திருந்தால் பரவாயில்லை, சில நாட்கள் கழித்து ஒரு மூத்த காவலர் ஒருவரின் ஓய்வு பெறும் நாளன்று நடந்த விழாவில் அந்த கண்காணிப்பாளர் பணியாளர்கள் மத்தியில்,

"எட்டு மணி நேர பணி ஜீ.ஓ. வந்திருக்கு. அது சில காவலர்கள் அவங்க போராடினதாலதான், அவங்க முயற்சியிலதான் கிடைச்சதுன்னு சொல்லிக்கிட்டு இருக்காங்க. நம்ம அதிகாரிகள், ஒன்பது மத்தியச் சிறைக் கண்காணிப்பாளர்களும் நம்ம டி.ஐ.ஜி.களும் எடுத்த முயற்சியாலதான் இது சாத்தியமாச்சு. 'காவலர்கள்தான் காரணம்' என்று எவன் சொன்னாலும் அதை நம்பாதீங்க!" என்று முழக்கமிட்டார்.

சிறைத்துறையில் பதவி உயர்வு பெற்றுத்தான் சிறைத்துறை டி.ஐ.ஜி. யாக வருவார்கள். அவர்கள் ஐ.பி.எஸ். அதிகாரிகள் அல்ல. ஐ.பி.எஸ். அதிகாரி மட்டுமே சிறைத்துறையில் ஐ.ஜி.யாக வர முடியும். அப்படி அன்று ஐ.ஜி.யாக இருந்தவர் திரு.பஞ்சாபகேசன் ஐ.பி.எஸ்.

பாளையங்கோட்டை மத்தியச் சிறைக்கு திரு.பஞ்சாபகேசன் ஐ.பி. எஸ். அவர்கள் ஆய்விற்காக வருகை தந்தபோது அவருக்கு காவலர்கள் சார்பாக அளித்த வரவேற்பு, அரசியல் கட்சித் தலைவர்களுக்கு அளித்த வரவேற்புபோல் பிரம்மாண்டமான விழாவாக நடத்தப்பட்டது. வழிநெடுக வாழை மரங்களும், தோரணங்களும் 'கட் அவுட்'களும் வைக்கப்பட்டிருந்தன. கோலாகலமாக கவாத்துத் திடலில் நடந்த அந்தக் கொண்டாட்ட விழாவில் பேசிய திரு. பஞ்சாபகேசன் அவர்கள்,

"சிறைத்துறையில் 'எட்டு மணி நேர வேலை' வரவே கூடாது என உங்கள் அதிகாரிகள் செய்த சதிகளும், கொடுத்த நெருக்கடிகளும் கொஞ்சநஞ்சம் அல்ல. ஆனால், அதையெல்லாம் மீறி இந்த அரசாணை வருவதற்குக் காரணம், இடைவிடாத உங்கள் போராட்டமும், இடைவிடாமல் நீங்கள் எடுத்த முயற்சிகளும், அரசை முறையாக அணுகியதுதான்!" என்றார்.

கைத்தட்டலால் கவாத்துத் திடல் அதிர்ந்தது. கண்காணிப்பாளரின் முகம் மேலும் கருத்து இருண்டு போய் இருந்தது. சிறைத்துறை உயரதிகாரிகளின் அனைத்து முட்டுக்கட்டைகளையும் தகர்த்தெறிந்து அரசாணை வருவதற்கு அச்சாணியாக இருந்தவர் திரு.பஞ்சாபகேசன் ஐ.பிஎஸ். என்பதை அறிந்தேதான் அவருக்கு அந்த வரவேற்பு அளிக்கப்பட்டது.

அரசாணை வெளியிடப்பட்டு மாதங்கள் உருண்டோடி வருடங்களும் நகரத்துவங்கின. 'எட்டு மணி நேரப் பணி'யை நடைமுறைப்படுத்த வேண்டுமென்றால் ஒவ்வொரு மத்தியச் சிறைக்கும் இப்போது இருப்பதைக் காட்டிலும் இரண்டு மடங்கு, மூன்று மடங்கு காவலர்கள் நியமிக்கப்பட வேண்டும் என கொஞ்சம்கூட கூசாமல் அரசுக்கு அறிக்கை அனுப்பி அந்தத் திட்டத்தை சீரழிக்க நினைத்தனர் சிறைத்துறை அதிகாரிகள். காவலர்கள் தரப்பில் இப்போது இருக்கும் காவலர்களில் 50% கூடுதலாக இருந்தாலே போதுமென அரசுக்கு ஆக்கபூர்வமான ஆலோசனை வழங்கினர். அதன்படி மதுரை மத்தியச் சிறையில் 106 வரை இருந்த காவலர்கள் எண்ணிக்கை 167 ஆனது. அதேபோல் மற்ற சிறைகளிலும் காவலர்கள் நியமனம் செய்யப்பட்டனர்.

அரசாணை வெளியிட்ட பிறகும், 'எட்டு மணி நேரப் பணி' என்ற தலைப்பின் கீழ் கூடுதலாக நியமிக்கப்பட்ட காவலர்களுக்கு ஊதியம் பெற்று வழங்கிய பிறகும், திட்டம் நடைமுறைப்படுத்தப்படுகிறது என்று அரசுக்கு அறிக்கை அனுப்பிய பிறகும் 1998ஆம் ஆண்டு வரை நடைமுறைப்படுத்தாமல் எல்லா சிறைகளிலும் சிறை அதிகாரிகள் காலம் கடத்தி வந்தனர்.

பழைய முறையான மூன்று மணி நேர பாரா, மூன்று மணி நேரம் ஓய்வு என்ற முறைக்குப் பதிலாக 2 மணி நேரம் பாரா, நாலு மணிநேரம் ஓய்வு என்ற முறையை சிறை அதிகாரிகள் அமலாக்கினார். காவலர்களுக்கு முன்பைவிட இது சற்று ஆறுதலாகத் தெரியவே இதுவே போதும் என அமைதியாக இருந்தனர். கொஞ்சம் கொஞ்சமாக மீண்டும் மூன்று மணி நேர பாராவை அவ்வப்போது அமலாக்கவும் செய்தனர். சில காவலர்கள் புலம்பிக்கொண்டே பார்த்தனர். எனக்கு மூன்று மணி நேரம் பாரா வருவதைத் தவிர்த்தே வந்தனர். காவலர்கள் மத்தியில் அது சலசலப்பை ஏற்படுத்தவே எனக்கும் மூன்று மணி நேரம் பாரா நியமனம் செய்யப்பட்டது.

நான் எதிர்ப்பு தெரிவித்தேன். என்னை ஜெயிலர் அலுவலகம் அழைத்துப் போய் நிறுத்தினர். 'நான் மூன்று மணி நேர பாரா பார்க்க இயலாது' என்று மறுத்துவிட்டேன். சிறை அலுவலர் என்னை எதிர்கொள்ளவோ எனக்கு உத்தரவிடவோ தயங்கியவராய், "இது பெரிய மேட்டராயில்ல இருக்கு. கண்காணிப்பாளர்கிட்டதான் இவரை மார்ச் பண்ணனும்" என்று சொல்லி எழுந்து என்னை கண்காணிப்பாளர் அலுவலகம் அழைத்துச் சென்று நிறுத்தினார். நான் முறையாக சல்யூட் அடித்து நின்றேன்.

அந்தக் கண்காணிப்பாளர் என் மீது தனிப்பட்ட முறையில் நல்ல அபிப்ராயமும் அன்பும் கொண்டவர். நானும் அவர்மீது மிகுந்த மரியாதை வைத்திருந்தேன். அந்தக் கண்காணிப்பாளர் திரு.பாலன் அழகிரிசாமி. நான் அலுவலகம் போகும் முன்பு செய்தி அவரிடம் போய்ச் சேர்ந்து இருந்தது. அவர் மிக நிதானமாக கோப்புகளில் கையெழுத்திட்டவாறே என்னிடம் பேசினார்,

"என்ன நல்லதம்பி... என்ன பிரச்சனை?"

"எட்டு மணிநேர பணிக்கான அரசாணை வந்ததற்குப் பிறகு அதற்குப் போதுமான காவலர்கள் நியமிக்கப்பட்ட பிறகும் அரசுக்கு அறிக்கை அனுப்பிய பிறகும் மூன்று மணி நேரம் போடுறாங்க சார்!"

"காவலர்கள் பற்றாக்குறையா இருக்கப்பா. நீங்க எல்லாம் ஒத்துழைப்பு தந்தாதான் நிர்வாகம் நடத்த முடியும்!"

"அதிகாரிங்க வீடுகள்ல முன்னவிட காவலர்கள் கூடுதலா ஆர்டர்லிகள் இருக்காங்க சார். அவங்க உள்ள வந்து பாதுகாப்பு வேலை பார்த்தா சரியாகும் சார். அப்படியும் பத்தலன்னா நாங்க கூடுதலா பாரா பார்க்கத் தயாராக இருக்கோம், சார்!"

"இப்படி எல்லாம் நீ பேசுவன்னு நான் எதிர்பார்க்கவேயில்ல. இப்ப போட்ட டூட்டியைப் பார்க்க முடியுமா... முடியாதா?"

"உங்களுக்காக வேணும்னா ரெண்டு மணி நேர பாரா பார்க்கத் தயார் சார். ஆனா மூணு மணி நேர பாரா பார்க்க முடியாது சார்!"

"அப்புறம் என் மேல நீ வருத்தப்படக்கூடாதுப்பா!"

"இல்ல சார், நான் மூணு மணி நேர பாரா பார்க்க முடியாது. நீங்க என்மேல எந்த நடவடிக்கை எடுத்தாலும் பராவாயில்லை சார்!"

"சரி, நீ போகலாம்ப்பா!"

நான் சல்யூட் அடித்துத் திரும்பினேன்.

சில நாட்கள் கழித்து எனக்குத் தற்காலிகப் பணிநீக்க ஆணை வழங்கப்பட்டது.

எட்டு மணி நேர பணிக்காக இப்படி நேரடியாக தற்காலிகப் பணிநீக்கம் செய்யப்பட்டது நான் மட்டுமே. இது நடந்தது 1998ஆம் ஆண்டு மார்ச் மாதம். அதே ஆண்டு, அதே மாதத்தில் தமிழ்நாடு முழுவதும் சிறைத்துறையில் புது வெள்ளமாக நூற்றுக்கணக்கான காவலர்கள் நியமனம் செய்யப்பட்டனர்.

ஒவ்வொரு மத்தியச் சிறையிலும் இரண்டு மடங்குக்கு மேல் காவலர்கள் நியமனம் செய்யப்பட்டனர். அப்படியும் 'எட்டு மணி நேரப் பணி' நடைமுறைப்படுத்தாமல் போக்குக் காட்டி, அரசையும் காவலர்களையும் ஏமாற்றி வந்தனர் சிறைத்துறை அதிகாரிகள்.

1998ஆம் ஆண்டு புதிதாக பணியில் சேர்ந்த காவலர்களில் சிலர் பழைய போராட்டக்காரர்களுடன் கைகோர்க்க, மீண்டும் பல சிறைகளில் புயல் கிளம்பியது.

சென்னையில் கருணாமூர்த்தி, வளையாபதி, ஜோன்ஸ் போன்றவர்களும், வேலூரில் மூத்த காவலர் மோகன், இளைய காவலர்கள் காசி பாண்டியன், செந்தூர் பாண்டியன், நித்தியானந்தம், சோமசுந்தரம், போன்றவர்களும், கடலூரில் சாமிக்கண்ணு, ராஜகோபால்,

கோயம்புத்தூரில் மூத்த காவலர் சுப்பிரமணியம், இளைய காவலர்கள் பலரும், திருச்சியில் லெனின் போன்றவர்களும் இணைந்து போராடினர். இறுதியில் 1999ஆம் ஆண்டு, ஜனவரி முதல் சிறைத்துறையில் 'எட்டு மணி நேரப் பணி' நடைமுறைப்படுத்தப்பட்டது.

இதற்குப் பிறகுதான், சிறைத்துறையில் பல மாற்றங்களும் சிறைத்துறை காவலர்களின் வாழ்வில் மறுமலர்ச்சியும் ஏற்பட்டன.

சங்கம் இல்லாததால் பங்கம்

'குடைராட்டினத்தின் குதிரைகளில்
எந்தக் குதிரை முந்தி வரும்?
சொல்லமுடியுமா?
நான் அதிகம் இருந்தது
சிறையிலா... வெளியிலா?
சொல்லமுடியுமா?
'எட்டு மணி நேர வேலை' இது
சென்ற நூற்றாண்டின் கோரிக்கை
18 மணி நேரப் பணி
இந்த நூற்றாண்டிலும்
எங்களுக்கு வாடிக்கை!'

இது 1997ஆம் ஆண்டு, திண்டுக்கல் மாவட்ட அரசு ஊழியர்கள் சங்கம் நடத்திய கவிதைப் போட்டியில் 2வது பரிசு பெற்ற எனது கவிதையில் உள்ள வரிகள்.

அன்றைக்கு சீருடைப் பணியாளர்களில் எங்களுக்கு மட்டுமே இருந்த அந்த வலிகள்தான் வரிகளாக மாறி இருந்தன. சிறைத்துறை காவலர்களின் அன்றைய பணிநிலை குறித்து எனது முந்தைய நூலில் விரிவாக எழுதியிருக்கிறேன். அதை எளிதில் சொல்லவும் இயலாது, புரிந்து கொள்ளவும் இயலாது. ஒரே வார்த்தையில் சொல்ல வேண்டுமென்றால் அது ஒரு கொத்தடிமை முறை. அதற்கு முடிவு கட்டிய முயற்சிகளின் தொகுப்பே இந்த அத்தியாயம்.

நான் சென்னையில் சி.பி.ராஜேந்திரனைப் பார்த்துப் பேசிவிட்டு, மதுரை திரும்பிய சில நாட்கள் கழித்து பாளையங்கோட்டை மத்தியச் சிறையில் இருந்து இரண்டு காவலர்கள் என்னை வந்து சந்தித்து ஒரு பெரிய பார்சலைக் கொடுத்து,

"இதுல நம்முடைய 'எட்டு மணி நேர வேலை'க்கான கோரிக்கை மனு காப்பிகள் இருக்கு. அதுல ஒவ்வொரு காவலர்கிட்டயும் தனித்தனியா கையெழுத்து வாங்கி அரசுக்கும், ஐ.ஜி. ஆபீஸ்க்கும் அனுப்பிடுங்க. நகல மத்தியச் சிறைக்கு அனுப்புங்க. கையெழுத்து வாங்கின ஒரு காப்பிய சென்னையில் நம்ம நண்பர் சி.பி.ஆருக்கு அனுப்பி விடுங்க!" என்றனர். கோரிக்கை மனுக்கள் தலைமையிடம் போகும் வரை ரகசியமாகச் செயல்பட வேண்டும் எனவும் சொன்னார்கள்.

'எட்டு மணி நேர வேலை' என்ற கோரிக்கை எல்லா காவலர்களுக்கும் இனித்தது. ஆனால், மனுவில் கையெழுத்துப் போடத்தான் வலித்தது. சிலர் துணிந்து கையொப்பமிட்டனர். சிலர் மழுப்பி நழுவிச் சென்றனர். சிலர் எல்லாரும் கையெழுத்துப் போட்டால் தானும் போடுவதாகச் சொன்னார்கள்.

மதுரை மத்தியச் சிறையில் அன்று பணியில் இருந்த காவலர்களின் எண்ணிக்கை 106 தான். அவர்களில் 67 பேர்களிடம் கையெழுத்துப் பெற்றாகிவிட்டது. அது ரகசியமாகக் காக்கப்பட்டு வந்தது.

அதிகாரிகளின் வீடுகளில் ஆர்டலிகளாக இருந்த காவலர்களிடமும், அதிகாரிகளின் தயவில் முக்கிய இடங்களில் பணி செய்யும் காவலர்களிடமும் கோரிக்கை மனுக்களில் கையெழுத்துப் பெறுவது தவிர்க்கப்பட்டது. ஆனால், வாயில் பகுதி ஆயுதக்காவல் கமாண்டராக இருந்தவரிடம் எப்படியாவது கையெழுத்துப் பெறவேண்டும் என்று, செயல்பாட்டாளர்களில் ஒருவர் அதிக ஆர்வம் காட்டினார். அதற்குக் காரணம் காவலர்கள் மத்தியில் அந்தக் கமாண்டராக இருந்த காவலர் தன்னை ஒரு முற்போக்காளராகவும், அதிகார வர்க்கத்தை எதிர்ப்பவராகவும் காட்டிக்கொள்வார். ஆனால், நிஜத்தில் அதிகாரிகளின் அதீத விசுவாசியாக இருந்து வந்தார். அவர்தான் 'எல்லாரும் கையொப்பமிட்டால் நானும் கையொப்பம் இடுகிறேன்' என சொல்லியே நாட்களைக் கடத்தி வந்தார். 67 காவலர்கள் கையொப்பமிட்ட மனுக்களைக் காண்பித்த பிறகுதான் ஒரு வழியாக அந்தக் கமாண்டரும் கையொப்பமிட்டார்.

கடைசியாகக் கையொப்பமிட்ட அந்த மனுதான் அதிகாரிகளின் கைகளில் முதலில் கிடைத்தது. அதிகாரிகள் அந்தக் கமாண்டரை அழைத்து,

"நீ நல்லவனா இருப்பேன்னு நினைச்சுதான், உன்ன கார்டு கமாண்டரா போட்டிருக்கோம். ஆனா, நீ பெரிய நக்சலைட்டா

இருக்கியே. ஓம்பெட்டி படுக்கையை ரெடி பண்ணிக்கோ. எந்த ஊர்னு அப்புறம் ஆர்டரு வரும்!" என்று மிரட்டினர்.

ஆடிப் போனார் அந்தக் கமாண்டர்.

"அய்யா எல்லா காவலர்களும் மாதிரிதான் நானும் கையெழுத்துப் போட்டேன். ஆனால், என்னோட மனுவ மட்டும் தனியா அனுப்பி கழுத்த அறுத்துட்டாங்கய்யா!" என்று கெஞ்ச ஆரம்பித்தது மட்டுமல்லாமல், தன்னிடம் கையெழுத்துப் பெற்ற காவலர்களையும், மற்ற செயல்பாட்டாளர்களையும் காட்டிக் கொடுத்து கமாண்டர் பொறுப்பைத் தக்கவைத்துக் கொண்டார்.

அடுத்து இரண்டு நாட்கள் கழித்துத்தான் மற்ற 67 மனுக்களும் அதிகாரிகளிடம் வந்து சேர்ந்தன. சிறை அதிகாரிகள் ஒவ்வொரு மனுவையும், அதிலிருந்த கையொப்பங்களையும் பார்த்து அதிர்ந்துதான் போனார்கள். கையெழுத்திட்டவர்களில் சிலர் அவர்களுக்கு விசுவாசமான ஊழியர்களாகவும், அடிமைபோல் சேவகம் செய்பவர்களாகவும் இருந்தனர்.

அவர்களில் சிலரை அழைத்து விசாரித்துப் பார்த்தனர். ஓய்வறையில் அந்த மனுக்கள் அடுக்கி வைக்கப்பட்டு இருந்ததாகவும், காவலரிடம் கையெழுத்து வேண்டி அங்கு அட்டையில் எழுதி வைக்கப்பட்டிருந்ததாகவும், 'எட்டு மணி நேரப் பணி' முறை நல்ல கோரிக்கை என்பதால் தானும் கையெழுத்திட்டதாகவும் தெரிவித்து, யாரையும் காட்டிக் கொடுக்காமல் ஒற்றுமை உணர்வை ஒருசிலர் வெளிப்படுத்தியது ஆச்சர்யமாகத்தான் இருந்தது.

ஒரே நேரத்தில் சென்னை, வேலூர், கடலூர், மதுரை, பாளையங் கோட்டை போன்ற மத்தியச் சிறைகளில் இருந்து கோரிக்கை மனுக்கள் அரசுக்கும் ஐஜி அலுவலகத்திற்கும் அனுப்பி வைக்கப்பட்டன.

அரசின் அடக்குமுறை எந்திரம் இயங்கத் துவங்கியது. அதன் தொடர்ச்சியான நடவடிக்கைதான் சென்னையில் சி.பி.ஆர், பிச்சாண்டி, சந்திரபாபு போன்றவர்கள் தற்காலிகப் பணிநீக்கம் செய்யப்பட்டது. சிலர், பல ஊர்களுக்குப் பணியிட மாற்றம் செய்யப்பட்டனர். பாளையங்கோட்டை காவலர்கள் உருக்கு போன்று ஒற்றுமையாக செயல்பட்டதால் அவர்கள் மீது உடனடியாக நடவடிக்கை எடுக்க இயலாமல் இருந்தது.

மதுரையில் செயல்பட்டவர்களைத் துல்லியமாகக் கண்டுபிடிக்க முடியாமல் இருந்தனர். அல்லது, அதற்குரிய நேரம் வரட்டும் என்று

காத்திருந்தனர் அதிகாரிகள். பாளையங்கோட்டை காவலர்கள் மந்திரமூர்த்தி, சேகர் போன்றவர்கள் தலைமையில் சிறப்பாகச் செயல்பட்டதுடன் மதுரையில் என்னையும் அவர்களுடன் இணைத்துச் செயல்பட வைத்தனர்.

பாளையங்கோட்டை காவலர் குடியிருப்புகளிருந்து செயல்பட்டால் சிக்கல் என்பதால், சற்றுத் தொலைவில் வாடகைக்கு ஒரு கட்டடத்தை எடுத்து, அங்கிருந்து காவலர்கள் செயல்பட்டு வந்தனர். காவலர்கள் ஓய்வு எடுப்பதும், திட்டமிடுவதும், பல ஊர்களிலிருந்து வரும் காவலர்களுடன் சந்தித்து உரையாடுவதும் அங்குதான். அந்த வாடகைக் கட்டடம் ஒரு பாசறைபோல் செயல்பட்டு வந்தது. அதேபோல் மதுரையில் செயல்பட வேண்டுமென எனக்கு ஆலோசனை வழங்கினர். அதற்கு முன்பாக இரண்டு மத்தியச் சிறையில் உள்ள செயல்பாட்டார்களை வைத்து ஒரு கூட்டத்திற்கு ஏற்பாடு செய்யச் சொன்னார்கள். அதன்படி ஏற்பாடும் செய்யப்பட்டது. ஆனால், கூட்டம்தான் நடக்கவில்லை.

மதுரை கூட்டத்திற்கு நான் குடியிருக்கும் பகுதியில் ஒரு செங்கொடி இயக்கத் தோழரின் 'ஸ்டாலின் ஹோட்டல்' தேர்வு செய்யப்பட்டது. மதுரை மத்திய சிறையின் கட்டுப்பாட்டில் உள்ள கிளைச் சிறைகளில் 'எட்டு மணி நேர வேலை' கோரிக்கைக்கு முனைப்பு காட்டிய பல காவலர்களை அடையாளம் கண்டு, அவர்கள் பணி செய்யும் கிளைச் சிறைகளுக்குக் கடிதம் எழுதப்பட்டது. அதுமட்டுமே அப்போது தகவல் தொடர்புக்கு வாய்ப்பாக இருந்தது. ஒரு காவலருக்கு எழுதப்பட்ட கடிதம் ஒன்று கொடைக்கானல் கிளைச் சிறைக் கண்காணிப்பாளரின் கைக்குக் கிடைத்தது. அந்தக் காவலர் அந்தக் கண்காணிப்பாளிடம் உரிமை கேட்டு போராடியவர். கிளைச் சிறைக் கண்காணிப்பாளர் கடிதத்தைப் பிரிக்காமல், அகலமாக்கி, உருட்டிப் பார்த்து உள்ளே இருக்கும் செய்தியைப் படித்து, உடனடியாக அந்தக் கடிதத்தை எடுத்துக்கொண்டு அவசரமாகப் புறப்பட்டு மதுரை வந்து, மத்தியச் சிறைக் கண்காணிப்பாளரிடம் கடமை தவறாமல் ஒப்படைத்தார்.

கண்காணிப்பாளர் ஒரு சதித்திட்டம் தீட்டினார். மதுரை மாநகர காவல் ஆணையருக்கு ஒரு புகார் செய்தார். மத்தியச் சிறைக்கு வெடிகுண்டு வைக்கப்போவதாகத் தொலைபேசியில் மிரட்டல் வந்ததாக புகார் அளித்தார். இரண்டு நாட்களாக காவல்துறை காவலர்களின் ரோந்து தீவிரப்படுத்தப்பட்டது. தொலைபேசி மிரட்டல் உண்மையே என்று எல்லாரும் நினைத்திருந்தோம். மூன்றாவது நாள்

அந்தக் கடிதத்தை, காவல் கண்காணிப்பாளரிடம் அளித்து, ‘இந்தக் கடிதத்திற்கும், அந்த மிரட்டலுக்கும் தொடர்பு இருக்கலாம் என நினைக்கிறேன்’ என்பதையும் சொல்லி வைத்தார்.

கூட்டம் நடத்துவதற்கு முன் சி.பி.எம். மதுரை நகர் மாவட்டச் செயலாளர் தோழர் பி.மோகனிடம் ஆலோசிக்கப்பட்டது. அவர் அந்த முயற்சியைக் கைவிட வேண்டும் என அறிவுரை வழங்கினார். "சீருடைப் பணியாளர்களுக்கு சங்கம் அமைப்பது மிகமிக அவசியமான ஒன்றுதான். நீங்கள் முன்பே இது குறித்துப் பேசி இருக்கலாம். இன்னொன்று இது கம்யூனிஸ்ட் கட்சிக்காரர் ஹோட்டல் என்பது எல்லாருக்கும் தெரியும். அதுவும் உங்களுக்குப் பாதகமாக ஆகிவிடும். அதனால், இன்னொரு நாள் வேறு இடத்தில் நன்கு திட்டமிட்டு நடத்த வேண்டும்" என்றார். ஆனால், நான் அதைப் பொருட்படுத்தாமல் கூட்டம் நடத்த ஏற்பாடு செய்தேன்.

மாலை ஆறு முப்பது மணிக்கு பழனி கிளைச் சிறையிலிருந்து காவலர் பொன்.ரவிச்சந்திரன் வந்திருந்தார். அவரை நான் பஸ் நிறுத்தத்திலேயே பார்த்துவிட்டேன். காக்கி பேன்ட்டும் கலர் சட்டையும் அணிந்து இருந்தார். காக்கிச் சட்டையை பையில் மடித்து தொப்பி வெளியில் தெரியும்படி வைத்திருந்தார். இது பஸ்ஸில் இலவசமாகப் பயணம் செய்ய காவலர்கள் கையாளும் உத்தி. அவரை அழைத்துக்கொண்டு தெருவுக்குள் இருக்கும் அந்த ஓட்டலுக்கு நடந்து சென்றேன். வழியில் பேசிக்கொண்டிருந்த இருவர் எங்களைக் கூர்ந்து பார்த்ததைக் கண்டுகொள்ளாமல் நடந்து சென்றோம்.

‘ஸ்டாலின் ஹோட்டலை’ ஒட்டி அமைந்திருந்த பெட்டிக் கடையிலிருந்த தோழர் ஒருவர், சற்றுத் தொலைவில் காவி வேஷ்டி அணிந்து, ஐயப்பன் கோவிலுக்கு மாலை போட்டு வளர்த்தியாக இருந்த ஒருவரைக் காட்டி, "அவரு உங்க டிபார்ட்மென்ட் ஆளா பாருங்க. ஸ்கூட்டர்ல வந்து பெட்டிக்கடையில் சிகரெட் வாங்கினாரு. ஹோட்டல் போர்டை உற்று உற்றுப் பார்த்தாரு . மூனு முறை இங்கயும் அங்கயுமா போய் வாறாரு!" என்றார். அதையும் பொருட்படுத்தாமல்,

"அவர் எங்க ஆளு இல்ல" என்று அலட்சியமாக இருந்து விட்டேன்.

உடன் வந்த அந்த பழனி காவலர் ஹோட்டலுக்குள் சென்று சாப்பிட உட்கார்ந்துவிட்டார். வழியில் பார்த்த அந்த இருவரும் பேசிக்கொண்டே வந்தவர்கள், என்னைப் பார்த்தவாறு கடந்து போகும்போது ஒரு வணக்கம் வைத்தனர். அதில் ஒருவர் திரும்பி

என்னைப் பார்த்து ஒரு நிமிடம் என்று கையை காட்டி அழைத்தார். நான் அவர்களிடம் சென்றேன். அவர்களில் ஒருவர்,

"உங்க அக்காதானே இலங்கை செல்வதற்கு பாஸ்போர்ட் கேட்டு மனு அனுப்பி இருக்காங்க. நீங்க ஜெயில்லதானே வேலை பாக்குறீங்க" என்று கேட்டார். நான் அசந்துபோய் நின்றேன். அடுத்து அவர்கள் "இன்னைக்கு ஏதோ மீட்டிங் நடத்த போறீங்கதானே? நடத்துங்க.நீங்க வேற எங்கேயும் போகக்கூடாது. நாங்க அந்த டீக்கடையிலதான் உட்கார்ந்து இருப்போம்" நான் திகைத்துப் போனதை வெளிக்காட்டாமல், மறுத்தேன்.

"மீட்டிங்கிற்குதானே காவலர் ஒருத்தரு வந்திருக்கிறாரு. அவர் எங்கே?" என்றனர். அவர் ஓட்டலில் சாப்பிடுவதாகவும், அவர் காவலர் இல்லை, பஸ் கண்டக்டர் என்று சொன்னதை அவர்கள் நம்புவதாக இல்லை.

"எங்களை ஏமாற்ற நினைக்கக் கூடாது. எல்லாம் எங்களுக்குத் தெரியும். மீட்டிங் நடத்துங்க. வேற எங்கேயும் போகக்கூடாது" என்று மிரட்டலாக எச்சரித்து நகர்ந்து சென்றனர்.

சிறிது நேரத்தில் மதுரை காவலர் சிவராஜன், கூட்டத்திற்கு கடமை உணர்வோடு வந்துகொண்டிருந்தார். என்னிடம் வந்து நின்றவரிடம் சற்றும் தாமதிக்காமல்,

"மீட்டிங் கேன்சல். இங்கே நிக்காதீங்க. உடனே புறப்படுங்க. மற்ற காவலர்களிடம் தகவல் சொல்லிடுங்க" என்று சொல்லி அனுப்பி வைத்தேன்.

ஐயப்பன் சாமி மாலை போட்ட அந்த வளர்ந்த நபர், என்னைக் கடந்து ஸ்கூட்டரில் வேகமாகச் சென்றார். போனவர் ஏற்கெனவே என்னிடம் பேசியவர்களிடம் போய் நின்று, ஏதோ சொல்லிவிட்டு வந்த வேகத்திலேயே திரும்பிப் போனார். அந்த இரட்டையர்கள் அங்கிருந்து வந்தார்கள்,

"உங்களை டி.எஸ்.பி. கூப்பிட்டுவரச் சொன்னார். வாங்க போகலாம்" என்று என்னை அழைத்துச் சென்றனர். ஒரு பலி ஆட்டை இழுத்துச் செல்வதுபோல் அழைத்துச் சென்றனர். எதிரே வந்து கொண்டிருந்தார் எனது நெருங்கிய நண்பர் கலையரசன். அவரைக் காட்டி "அங்க வாராரே, அவர் உங்க காவலர்தானே. மீட்டிங்க்கு தானே வாறாரு?" என கேட்டனர். என்ன துல்லியமாக செயல்படுகிறார்கள் என வியந்தேன்.

"நண்பர்தான் சார் மீட்டிங்கிற்கு வரல. என்னப் பார்க்க வராரு" என்றேன் நான். அதற்குள் என்னை நெருங்கிய நண்பரிடம் "இவங்க க்யூ பிரான்ச் போலீசார். என்ன விசாரிக்கணுமாம். அடுத்த வாரம் பார்க்கலாம்" என்று சொல்லி அவர் கையை உதறி அங்கிருந்து புறப்படுமாறு கையில் அழுத்தினேன். அவர் விடை பெற்றுச் சென்று விட்டார். அவர் செல்வதற்கு முன்பு, ஒரு போலீஸ்காரர் வேகமாக சென்று சிறிது நேரத்தில் வந்து "இன்னொருத்தன் வந்தானே அவன் எங்கே? அவனையும் டி.எஸ்.பி. கூப்பிட்டு வரச் சொன்னார்" என்று அவரைத் தேட ஆரம்பித்தார்.

மெயின் ரோட்டுக்கு வந்து குரு திரையரங்கிற்கு முன்பு நிறுத்தப்பட்டிருந்த கார் அருகில் என்னை அழைத்துச் சென்றார்கள். காரைத் திறந்து லைட் போடப்பட்டதும் உள்ளே இருந்து வெளியே வந்த ஒருவர் என்னை உள்ளே சென்று உட்கார சொன்னார். கார் கதவுகள் திறந்தே இருந்தன. இரண்டு புறமும் அதிகாரிகள் நின்று கொண்டு உள்ளே பேசுவதைக் கவனித்தனர். யாரும் சீருடை அணிந்திருக்கவில்லை. ஒருவர், ஒரு காவலரை அனுப்பி ஒரு குயர் நோட்டுக் ஒன்று வாங்கி வரும்படி உத்தரவிட்டார். ஒரு சில நிமிடங்களில் நோட் புக் வந்தது. என்னிடம் கேட்ட கேள்விகளும் என்னுடைய பதில்களும் அதில் எழுதப்பட்டன.

முதல் கேள்வி: நீ எப்ப கம்யூனிஸ்ட் கட்சியில சேர்ந்த?

பதில்: நான் கம்யூனிஸ்ட் கட்சியில சேரலை சார். கம்யூனிஸ்ட் கட்சியில் இருப்பவர்கள் சில பேர் எனக்கு நண்பர்கள். இந்தப் பகுதி முழுவதும் கம்யூனிஸ்ட் கட்சி ஆளுக அதிகமா இருக்காங்க.

கேள்வி: ட்ரெய்னிங் காலத்தில யாரெல்லாம் உன்னோட நெருங்கிய நண்பர்கள்? பேரச் சொல்ல முடியுமா?

பதில்: பயிற்சி முடிந்து பல ஆண்டுகள் ஆயிடுச்சு சார். குறிப்பிட்டுச் சொல்லும்படியா யாரும் இல்லையே.

கேள்வி: பாளையங்கோட்டை சிறைக் காவலர்கள்ல உனக்கு நெருக்கமானவங்க யாரெல்லாம்?

பதில்: நினைவில் இருந்த சில பெயர்களைச் சொன்னேன்.

கேள்வி: கொடைக்கானல் சப் ஜெயில்ல தெரிந்த நண்பர்கள் இருக்காங்களா?

பதில்: நெருங்கிய நண்பர்கள் யாரும் இல்லை சார். எம்.ஏ., படிச்சவன் ஒருத்தன் இருக்கானே அவனைத் தெரியுமா?

(இந்தக் கேள்வி கேட்டதும்தான் எனக்கு மர்மம் விலகியது. ஒரு காவலரின் பெயரை எழுதி எம்.ஏ., என்று குறிப்பிட்டது நினைவுக்கு வந்தது) இதுவெல்லாம் எனக்குத் தெரியாதது போல் பதில் அளித்தேன்.

பதில்: எம்.ஏ., படித்தவர்கள் யாரையும் தெரியாது சார்.

கேள்வி: பிச்சைமணி?

பதில்: அவர் வேடசந்தூர் சப் ஜெயில்ல இருக்காரு சார். அவரு எனக்கு நண்பர்தான். அவர்தான் சார் எம்.ஏ., படிச்சிருக்கிறாரு.

கேள்வி: அவன் கொடைக்கானலில் இருக்கானா? வேடசந்தூரில் இருக்கிறானா? நல்லா தெரியுமா?

பதல்: நல்லாவே தெரியும் சார்! ரெண்டு மாசத்துக்கு முன்னாலதான் அவரப் பார்த்தேன். வேடசந்தூர்லதான் இருக்காரு சார்.

கேள்வி: நல்லா தெரியுமா?

பதில்: தெரியும் சார்.

கேள்வி: அதிகாரிங்க உன் மேல ஏன் கோபத்தில் இருக்காங்க.

பதில்: எங்களுக்கு வேலை நேரம் அதிகமா இருக்கு சார். அதை முறைப்படுத்தச் சொல்லி கேட்டதாலையும், சீருடைகள் முறையாக கொடுங்கள் என்று கேட்டதால என் மேல கோபத்தில் இருக்காங்க சார்.

இது போன்ற இன்னும் சில கேள்விகள் கேட்டு விசாரணையை ஒரு வழியாக முடித்துக்கொண்டனர். முதலில் கெடுபிடியாகவும், கொஞ்சம் மிரட்டலாகவும் ஆரம்பித்த விசாரணை ஏதோ ஒரு புள்ளியில் என் மீது நம்பிக்கை ஏற்பட்டு மென்மையாக நடந்து முடிந்தது. தோளில் தட்டிக்கொடுத்து "உன்ன விசாரிச்ச விஷயத்தை யார்கிட்டயும் சொல்லக்கூடாது. நாளைக்கு ஆபீசுக்கு வந்து ஒரு பெட்டிசன் எழுதிக் கொடுத்துட்டுப் போ" என்று தைரியமும் சொல்லி அனுப்பி வைத்தனர்.

அடுத்த நாள் என் கையெழுத்தை ஒப்பிட்டுப் பார்க்கவே அழைத்தனர் என்பதைத் தெரிந்துகொண்டேன். கொடைக்கானலுக்கு எழுதிய கடிதத்தில் எனது கையெழுத்து இல்லையென்பதால் தெம்பாக இருந்தேன்.

சில நாட்கள் கடந்தன. மதுரை மத்தியச் சிறையில் காவலராக இருந்த முன்னாள் ராணுவ வீரர் ஒருவர், 'எட்டு மணி நேர வேலை' இன்னும் சில பிரச்னைகளை எதிர்த்துக் கேள்வி கேட்பவராக இருந்தார். சிறையில் ஒரு பிளாக்கில் பாராவில் இருந்த அவர், அடுத்த

பிளாக்குக்கு ஏதோ ஒரு காரணத்துக்காக வந்த நேரத்தில் சுற்றுவந்த தலைமைக் காவலர் கண்ணில் பட்டுவிட்டார். பாராவில் இருக்க வேண்டிய பிளாக்கில் இல்லாமல் வேறு பிளாக்குக்கு வந்தவரை புகார் எழுதிவிட்டார் அந்த ஏட்டு. இது அன்றாடம் சிறையில் சாதாரணமாக நடக்கக்கூடிய சிறு தவறுதான். அதைக் கண்டித்து எச்சரிக்கை செய்து அனுப்பினாலே போதுமானது.

தண்டனைக் கைதிகளின் பிளாக்குகளில் எப்போதாவதுதான் பாராவுக்குக் காவலர்கள் நியமிப்பது வழக்கம். சில சமயங்களில் எல்லா பிளாக்குகளுக்கும் சேர்த்து ஒரு காவலரும், சில நாட்களில் ஒவ்வொரு பிளாக்குக்கு ஒரு காவலர் என்றும், சில நாட்கள் எந்த பிளாக்குக்கும் காவலர்கள் இல்லாமல்கூட இருப்பதுண்டு. இந்த நிலையில் ஒரு பிளாக் பாராவில் சிறிதுநேரம் காவலர் இல்லாமல் இருந்ததைக் காரணம்காட்டி, அந்தக் காவலரைத் தற்காலிக பணிநீக்கம் செய்துவிட்டனர்.

தற்காலிகப் பணிநீக்கம் செய்தது, செய்த தவறுக்கானதாகத் தெரியவில்லை. நிர்வாகத்தை எதிர்த்துக் கேள்வி கேட்டதற்கான மிரட்டலாகவே இந்த நடவடிக்கையென காவலர்கள் பரவலாக பேசிக்கொண்டனர். புகார் எழுதிய கள்ளந்திரி பிச்சை என்ற தலைமைக் காவலர் உள்ளிட்ட அதிகாரப் பீடத்திற்கு நெருக்கமாக இருந்த இடைநிலை அதிகாரிகள் எல்லாரும் தற்காலிகப் பணிநீக்க நடவடிக்கையால் குதூகளித்தனர். காவலர்கள் மத்தியில் ஒருவித அச்ச உணர்வு மேலோங்கி விரக்தி மனநிலையில் இருந்தனர்.

காவலர்களிடம் ரகசியமாக வசூல் செய்து வைத்திருந்த சிறுதொகை என்னிடம் இருந்தது. தற்காலிகப் பணிநீக்கத்திற்கு தடையானை பெரும் பொருட்டு அந்தக் காவலரிடம், ‘‘பணமும், வழக்கறிஞர் முகவரியும் தருகிறேன். சென்னைக்குப் போய் மாநில தீர்ப்பாயம் செல்லுங்கள்’’ என்று சொன்னேன். அப்போது அரசு ஊழியர்கள் தங்கள் வழக்குகளுக்கு நிர்வாகத் தீர்ப்பாயத்தையே நாட வேண்டி இருந்தது. அதன் பிறகுதான் அந்த அமைப்பு கலைக்கப்பட்டு உயர் நீதிமன்றத்துடன் இணைக்கப்பட்டது.

நான் வலியுறுத்தியபோதும் அந்தக் காவலர் மறுத்துவிட்டார். அவர் நீதிமன்றம் செல்வதற்குப் பதிலாக குறுக்குவழியில் அதற்குத் தீர்வு காண முடிவு செய்து, குடும்பத்துடன் வந்து கண்காணிப்பாளரிடம் சரண் அடைந்தார்.

காவலர்கள் விரக்தியின் விளிம்பிற்கே சென்றுவிட்டனர். இனி அதிகாரிகளின் அடக்கு முறைக்கு அடிபணிந்துதான் ஆக வேண்டுமோ? இதற்கு ஒரு முடிவே இல்லையா? என்று கலங்கிப்போய் இருந்தனர். அதிகாரிகளும், அவர்களது அடிவருடிகளும் "இனி எவனாவது வாய் திறப்பானா பார்க்கலாம்" என்று இறுமாப்புடன் சொல்லி வந்தனர்.

அடுத்த நாள் அதிகாலை, சிறையின் கார்டு கமாண்டராக இருந்த தலைமைக் காவலரும், இன்னொரு காவலரும் ஒரு வாளியில் தண்ணீரைத் தூக்கி வந்து சிறையின் வெளி சுற்றுச்சுவரிலும், அருகேயிருந்த பெட்டிக்கடை தகரத்திலும் ஒட்டப்பட்டிருந்த சுவரொட்டிமீது தண்ணீரை ஊற்றி, ஊற வைத்துக் கிழித்துக் கொண்டிருந்தனர்.

சுவரொட்டியில் எழுதப்பட்டிருந்த வாசகங்கள்...

'சிறைவாசிகளின் வயிற்றில் அடித்துச் சொத்து சேர்க்கும் சிறை அதிகாரிகளே! காவலர்களை பழிவாங்காதீர்!'

'ஊழல் அதிகாரிகளுக்குத் துணைபோகும் கே.வி.பிச்சையே எச்சரிக்கை! எச்சரிக்கை!!'

'ஊழல் அதிகாரிகளே, உங்கள் அடக்குமுறைக்கு அஞ்ச மாட்டோம்!'

விடிந்தும் விடியாதிருந்த அந்தப் பொழுதில் சுவரொட்டிகளை கிழித்துக்கொண்டிருந்தவர்களைப் பார்த்து, காலை ரோல்காலுக்கு வந்த காவலர்களில் சிலர் சொன்ன தகவல்கள் கார்டு கமாண்டரை அதிர்ச்சிக்குள்ளாக்கியது.

''இத மட்டும் கிழிச்சி என்ன ஆகப்போகுது ஏட்டையா? டி.ஐ.ஜி பங்களா காம்பவுண்டிலும், சூப்பரின்டண்டு பங்களா காம்பவுண்டிலும் போஸ்டர் ஒட்டி இருக்காங்க!"

தேனியில் இருந்தும் விருதுநகரில் இருந்தும் திண்டுக்கல்லிலிருந்தும் வந்த காவலர்கள், அந்தந்த ஊர் பஸ்களிலும் ஒட்டப்பட்டிருக்கின்றன என பொய்யும் மெய்யமாக சொல்லி பீதியை கிளப்பிக் கொண்டிருந்தனர்.

இருளடைந்திருந்த காவலர்களின் முகங்கள் பிரகாசிக்கத் துவங்கின. ஒருவருக்குள் ஒருவர் ரகசியமாக சந்தோஷத்தை பகிர்ந்துகொண்டிருந்தனர். 'சிறைத்துறையில் இது போன்று இதுவரை நடந்ததில்லை' என்று மூத்த காவலர்களும் மகிழ்ச்சியுடன் பேசிக்கொண்டனர்.

அதிகாரிகள் ஆடிப் போயிருந்தனர். இத்தனைத் துணிச்சலான காரியத்தை யார் செய்திருக்கக் கூடும் என தீவிரமாக ஆலோசித்து,

சம்பந்தம் இல்லாத மூன்று பேர்களை பணியிடம் மாற்றம் செய்தனர். அவர்களிடம் முன்னதாக, "நீங்கள் இதைச் செய்திருக்க முடியாது, ஆனால், உங்களுக்குத் தெரியாமல் நடந்திருக்காது. இதை செய்தது யார் என்று சொன்னால் ட்ரான்ஸ்பர் ரத்து செய்யப்படும்" என்று சொல்லிப் பார்த்தனர்.

அவர்களில் ஒருவருக்கு மட்டுமே யார் செய்தது என்று நன்றாகத் தெரியும். மற்ற இருவருக்கும் தெரியாது. தெரிந்தவர் துணிச்சலாகச் சொன்னார், "போஸ்டர் ஒட்டினது யாருன்னு எனக்குத் தெரியும். ஆனா, நான் போட்டுக்கொடுக்கத் தயாரில்லை. ஆர்டர குடுங்க. நான் கிளம்புறேன்!" என்று.

இன்னொரு காவலர் அவருக்கு உண்மையில் போஸ்டர் ஒட்டியது யார் எனத் தெரியாதபோதும், "எனக்குத் தெரியும். நான் சொல்ல மாட்டேன்!" என்றார்.

அவரைத் தனியாக வரச்சொன்ன கண்காணிப்பாளர்,

"நீ நம்ம சாதிக்காரனா இருந்தும் எனக்குத் துரோகம் பண்ணிட்டியே. ஒட்டுனவன் கையை வெட்டவா சொல்றேன். ஆள் யாருன்னுதானே கேட்கிறேன்" என்று கேட்டுப் பார்த்தார். அவரும் காட்டிக் கொடுக்க மறுத்துவிட்டு கொடுத்த ஆர்டரை வாங்கிச் சென்றார்.

இன்னொரு காவலர், "எனக்கு எதுவுமே தெரியாது" என்று கெஞ்சிப் பார்த்தும், கண்ணீர் விட்டும் பயனில்லாமல் ஆர்டர் வாங்கிச் சென்றார்.

ஆறு மாதங்களுக்குப் பிறகுதான் அதைச் செய்தது நானாக இருக்கலாம் என யூகித்தனர். அதற்குக் காரணம் நான் தூரிகைப்பிடித்து எழுதத் தெரிந்தவன் என்பதை எப்படியோ தெரிந்துகொண்டனர்!

உளவுக்கும் தொழிலுக்கும்...

சிறைத்துறை தற்போது 'சிறைகள் மற்றும் சீர்திருத்தப் பணிகள்துறை' எனப் பெயர் மாற்றப்பட்டுள்ளது. புதுவெள்ளமென சிறைத்துறையில் உயர் அதிகாரிகள் முதல், இரண்டாம் நிலைக் காவலர்கள் வரை எல்லா சிறைகளிலும் இளம் பணியாளர்கள் நிறைந்திருக்கிறார்கள். சிறைத்துறையின் சீருடைப் பணியாளர்களாக இளம் அதிகாரிகள் முதல், உயர் அதிகாரிகள் வரை பெண்களும் முதல்முறையாகப் பணி நியமனம் செய்யப்பட்டு சிறைத்துறையின் தோற்றமே முற்றிலும் மாற்றம் அடைந்துள்ளது என்றே சொல்லலாம்.

சிறை உற்பத்திக் கூடங்களில், உண்ணும் ஊறுகாய் முதல், மக்களுக்கு தேவையான அனைத்துப் பொருட்களும் தயாரிக்கப்படுகின்றன. சிறைத் தயாரிப்புகள், சிறை அங்காடிகள், நர்சரி கார்டன்கள், பெட்ரோல் பங்குகள் என சில ஆண்டுகளில் சிறைத்துறையில் ஒரு தொழில் புரட்சியே நடந்துள்ளது என்று சொன்னால் அது மிகையல்ல.

முன்பெல்லாம் சிறைகள் என்றாலே கேழ்வரகுக் கூழும், சோளக் கழியும், கீரைக் குழம்பும்தான் நினைவுக்கு வரும். அதன் பிறகு அச்சடித்த சோறும், அவுன்ஸ் குழம்பும் என இருந்தது. அதுவும் மாறி உதிரிச் சோறும், வாரம் ஒரு முறை கோழி இறைச்சி வழங்கப்பட்டது. தற்போது அதைவிடச் சிறப்பாக இட்லி, தோசை, சப்பாத்தி, குருமா, அவித்த முட்டை, கோழி இறைச்சி என வழங்கப்பட்டு வருகிறது.

எனது நூலான ‘சிறையில் ஒளிரும் நட்சத்திரங்கள்’ முதல் பாகம் வெளிவந்த சில நாட்களில் எழுத்தாளர் இமயம் அவர்கள் 'இந்து தமிழ் திசை' நாளிதழில் சிறை நூலகங்களின் நிலை குறித்து ஒரு கட்டுரை எழுதினார். அந்தக் கட்டுரையில் அவர் என்னிடம் சிறை குறித்து கேட்டபோது நான் சொன்ன சில கருத்துக்களும் இடம் பெற்றிருந்தன. அதில் நான் "சிறையில் நூலகங்களுக்குப் புதிதாக நூல்கள் வாங்க அரசு

நிதி ஒதுக்கப்படுவதே இல்லை. மிகப் பழைய புத்தகங்களே உள்ளன" என்றும் , "மதுரை மாவட்ட ஆட்சியராக திரு.சகாயம் அவர்கள் இருந்தபோது, அவரது முயற்சியால் நூற்றுக்கணக்கான புத்தகங்கள் சிறை நூலகங்களுக்கு வழங்கப்பட்டன" என்றும், "புத்தகங்களைப் பாதுகாத்துப் பராமரிப்பதற்குப் போதிய அலமாரிகளோ, அடுக்குகளோ இல்லை. அதனால், சிறை நூலகங்களை மேம்படுத்தப்படுவது அவசியம்" எனக் குறிப்பிட்டிருந்தேன். அந்தப் பேட்டி நான் ஓய்வு பெற்ற பின் அளித்ததாகும்.

சில உயர் அதிகாரிகள் என்னிடம் தொலைபேசியில் அழைத்து 'இதையெல்லாம் ஏன் சொன்னீர்கள்?' என்று செல்லமாகக் கோபித்துக் கொள்ளவும் செய்தனர். ஆனால், அதன்பிறகு மதுரையில் ஓர் இளம் வழக்கறிஞர் திரு.சகா என்பவர் சிறை நூலகங்கள் மேம்படுத்தப்பட வேண்டுமென உயர் நீதிமன்ற மதுரைக் கிளையில் ஒரு பொது நல வழக்கு தாக்கல் செய்தார். எழுத்தாளர் இமயம் எழுதிய கட்டுரையையும் அவர் தனது மனுவில் மேற்கோள் காட்டி இருந்தார். உயர் நீதிமன்ற மதுரைக்கிளை அந்த மனுவை ஏற்று, ''சிறை நூலகங்களை மேம்படுத்த அரசு நடவடிக்கை மேற்கொள்ள வேண்டும்'' என ஆணையையும் பிறப்பித்தது. அதன் பிறகு, தமிழகத்தில் அனைத்து மாவட்டங்களில் நடத்தப்பட்ட புத்தகத் திருவிழாக்களில் சிறைத்துறைக்கான ஒரு அரங்கு நிறுவப்பட்டு புத்தகங்கள் நன்கொடையாகப் பெற முயற்சிகள் மேற்கொள்ளப்பட்டன.

அதன் விளைவாக பெரும் எழுத்தாளர்களும், கவிஞர்களும், பல பதிப்பகத்தார்களும், அரசியல் தலைவர்களும்,தொழிலதிபர்களும், பொதுமக்களும் சிறை நூலகங்களுக்கு ஆயிரக்கணக்கான புத்தகங்களை அள்ளி வழங்கி குவித்துவிட்டனர். எல்லா சிறைகளிலும் நூலகங்களுக்கு இடம் ஒதுக்கப்பட்டு, அலமாரிகளும், புத்தக அடுக்குகளும் புதிதாக அமைக்கப்பட்டு முறையாக நூலகங்கள் பராமரிக்கப்பட்டு வருகின்றன. இன்றைக்கு உள்ளேயிருக்கும் சிறைவாசிகளுக்கும், இனி வரவிருக்கும் சிறைவாசிகளுக்கும் சிறை நூலகம் நிச்சயம் பயனுள்ளதாக அமையும் என்பதில் ஐயமில்லை. 'சிறைவாசிகள் அந்தப் புத்தகங்களைப் புரட்டினால் அது அவர்களைப் புரட்டும்' என்று நம்புவோமாக.

இது ஒரு புறம் இருக்க...

சிறைகளில் கைதிகளின் எண்ணிக்கை நாளுக்கு நாள் கூடிக்கொண்டே போகிறது. அது சமூக அவலங்களின் பிரதிபலிப்பேயாகும். பல்வேறு குற்ற வழக்குகளில் பல்வேறுபட்ட மனிதர்கள் கைதாகி வந்துகொண்டே

இருக்கிறார்கள். மிகவும் ஆபத்தானதாகப் பார்க்க வேண்டிய பிரச்னை என்னவென்றால், கூலிப்படைகளின் வளர்ச்சியும், அதன் தலைவர்களின் வளர்ச்சியும், அவர்களின் அரசியல் தொடர்புகளும்தான்!

சிறு ,சிறு அடிதடி வழக்குகளிலும் திருட்டு வழிப்பறி வழக்குகளிலும் சிறைக்கு வரும் இளம் சிறைவாசிகள் சிலருக்கு சிறைக்கூடங்களே சமூக விரோத செயல்களுக்கான பள்ளிக்கூடங்களாகவும், கல்லூரிகளாகவும் அமைந்துவிடுகின்றன.

பல ஆண்டுகளுக்கு முன்பாகவே சிறையில் தடைசெய்யப்பட்ட பொருட்களான கஞ்சா, செல்போன், கத்தி போன்றவற்றைக் கண்டறிந்து கைப்பற்றவும், உள்ளே கடத்தப்பட்டு வருவதை தடுக்கவும், சிறைக்குற்றம் புரிபவர்களைக் கண்டறியவும் சிறைக்காவலர்களைக் கொண்ட ஒரு உளவுப்பிரிவு ஏற்படுத்தப்பட்டது. அந்தப் பிரிவுக்கு சில மத்தியச் சிறைகளில் 'ஆபரேசன் செல் டீம்' (ஓ.சி.டி) என்றும், சில மத்திய சிறைகளில் 'குயிக் ரெக்கவரி டீம்' (க்யூ.ஆர்.டி) என்றும் பெயரிடப்பட்டுள்ளது. இந்தச் சிறை உளவுப்பிரிவு காவலர்கள் தங்கள் உயிரைப் பணயம் வைத்துப் பணிசெய்து வருகிறார்கள்.

சிறையில் இருக்கும் பெரும் தாதாக்களையும், அவர்களது கூலிப்படைகளையும் கண்காணித்து அவர்களின் குற்றச் செயல்களைக் கண்டறிவதும், தடுப்பதும், அவர்கள் மிரட்டல்களை மீறி, அவர்களுக்குத் தண்டனை வழங்குவதும் எளிதான பணிகள் அல்ல. அந்த மிரட்டல்கள் என்பது வெறும் மிரட்டல்களாக மட்டுமே இருந்து விடுவதில்லை. அதனைச் செய்துமுடிக்க வெளியே இருக்கும் அவர்களின் எஞ்சிய கூலிப்படையினர் ஏவுகணைகளாய் எப்போதும் தயாராகவே இருப்பார்கள்.

அப்படித்தான், வேலூர் மத்தியச் சிறை குடியிருப்புகளுக்கு மிக அருகில் நடந்து சென்றுகொண்டிருந்த இளம் காவலர் பிரேம்குமார் வெட்டப்பட்டு மயிரிழையில் உயிர்தப்பினார்! கடலூர் மத்தியச் சிறையில் கைதியாக இருந்த சென்னையைச் சேர்ந்த ஒரு பெரும் தாதாவின் தூண்டுதலில் அவருடைய ஆட்கள், கடலூர் மத்திய சிறைக்காவலரின் வீட்டில் வெடிகுண்டு வீசி அவரைக் கொல்ல முயன்றனர்! திருச்சியில் இதேபோன்று ஒரு கொலை முயற்சியில் இருந்து ஒரு சிறைக்காவலர் தப்பினார்! பாளையங்கோட்டை மத்தியச் சிறையில் பணி செய்த ஒரு தலைமைக் காவலர், தொடர்ந்து கொலை மிரட்டலுக்கு ஆளாகிக்கொண்டே இருக்கிறார்!

மதுரை மத்தியச் சிறையில் ஓ.சி.டீமில் இருந்த ஒரு தலைமைக் காவலர், சிறைவாசிகளிடமிருந்து ரகசியமாகப் பயன்படுத்தப்பட்ட ஒரு செல்போனைக் கண்டுபிடித்து, அதை யார் கொடுத்தது என்று விசாரிப்பதற்காக வழக்கமான முறையை கையாண்டபோது, அந்தக் கைதி கடுமையாக எல்லாரையும் மிரட்டினான். சிறையில் இருப்பவன் என்ன செய்துவிட முடியும் என்று சிறைக்காவலர்கள் சற்று மூர்க்கம் காட்டினர். அடுத்த ஒரு சில நாட்களில் சிறைக்காவலர்கள் குடியிருப்பு பகுதியில், எதையும் செய்துவிடக்கூடிய ஆபத்தான முன்னாள் கைதிகள் இருவர் நடமாட்டம் இருந்துள்ளது. அதை இன்னொரு தலைமைக் காவலர் கண்டு உஷாராகிவிட்டார். அந்தத் தலைமைக் காவலரும் அதற்கு முன்பு மதுரை சிறை ஓ.சி.டீமில் சிறப்பாகப் பணி செய்து முத்திரை பதித்தவர்தான். அவர் அப்போது கோவை மத்திய சிறைக்குப் பதவி உயர்வில் சென்றிருந்தார். விடுமுறையில் வீட்டுக்கு வந்தபோதுதான் அந்த விஷக் கிருமிகள் அவர் கண்களில் பட்டனர்.

அவர்களும் இவரைப் பார்த்ததும் மறைந்து செல்ல முற்பட்டதை அடுத்து, இவர் அவர்களை விசாரித்தார். மதுரைச் சிறையில் உளவுப் பிரிவு காவலர்கள் மேற்கொண்ட நடவடிக்கை அவருக்குத் தெரியாது. அதனால் அவர்களை சாதாரணமாக விசாரித்து அனுப்பிவிட்டார். அடுத்த ஒரு சில நிமிடங்களில் அந்த இடத்திற்கு மதுரைச் சிறையில் கைதியின் மிரட்டலை மீறி மூர்க்கம் காட்டிய உளவுப்பிரிவு தலைமைக் காவலர் வந்தார். ஒருவேளை கோவையில் இருந்து வந்த தலைமைக் காவலர் அந்த இடத்திற்கு வராமல் இருந்திருந்தால் கோரமான ஒரு சம்பவம் நடந்திருக்கக்கூடும். மதுரை தலைமைக் காவலர் உயிருக்கு நிச்சயம் ஆபத்தாகவே அது முடிந்திருக்கும். அந்த அபாயகரமான இருவரும் தேடிவந்தது இவரைத்தான். அவ்வளவுத் துல்லியமாக அவர்களுக்குத் தகவல் கிடைத்திருக்கிறது. அந்த இடத்தில் இரண்டு தலைமைக் காவலர்களும் தற்செயலாகச் சந்தித்து உரையாடும்போது தான் இந்த உண்மை தெரியவந்தது. மதுரை ஓ.சி.டீம் தலைமைக் காவலர், பாளையங்கோட்டை மத்தியச் சிறையிலிருந்து பதவி உயர்வில் வந்தவர். சிறைக்காவலர் குடியிருப்பில் ஆபத்தான அந்த இரு ரவுடிகள் குறித்து காவல்துறையின் உளவுப்பிரிவு எச்சரிக்கைத் தகவல் அடுத்த நாள்தான் சிறைத்துறைக்குக் கிடைத்தது. சிறைத்துறை தலைமை இடத்திலிருந்து உடனடியாக அந்தத் தலைமைக் காவலரை பாளையங்கோட்டைக்கு மாறுதல் ஆணை வழங்கி பாதுகாப்புடன் அனுப்பிவிடவும் உத்தரவு வந்தது.

கோவையிலிருந்து விடுப்பில் வந்து விழிப்புடன் செயல்பட்ட அந்தத் தலைமைக் காவலரின் செயல்பாடுகள் எப்போதும் மகத்தானதாகவே இருந்தன. இனி இந்த அத்தியாயத்தில் அவர் உளவுப் பிரிவுப்பணியில் பதித்த முத்திரைகள் சிலவற்றைப் பார்ப்போம்.

அவர் காவலராகவும், தலைமைக் காவலராகவும், உதவி சிறை அலுவலராகவும், சிறை உளவுப்பிரிவில் தொடர்ந்து பணி செய்து வருகிறார். இடையில் சில நாட்கள் மட்டுமே பதவி உயர்வில் கோவை சிறைக்குச் சென்று பொதுவான காவலர் பணி செய்தார்.

மிக உயரமான கம்பீரமான தோற்றம் உடையவர். யாரிடமும் அதிர்ந்து பேசாதவர். சிறைக்குள் பச்சைத் தண்ணீர்கூட குடிக்காமல் நேர்மையைப் பத்தியமாகக் கடைபிடிப்பவர். தேவையில்லாமல் எந்தக் கைதியையும் திட்டவோ அவர்கள் மீது பலப் பிரயோகம் செய்யவோ மாட்டார்.

சிறைக்குற்றம் செய்பவர்களுக்கு அவர் சிம்மசொப்பனமாகவே இருந்தார். சிறை உளவுப்பிரிவில் ஆற்றிய சேவைக்காக உயரதிகாரிகளால் பலமுறை பாராட்டப்பட்டு இருக்கிறார். நிறைய விருதுகளும் பெற்றிருக்கிறார். சிறைக்குள் மட்டும் அவரது பணிகள் நின்றுவிடுவதில்லை, சிறையில் இருந்து கைதிகள் தப்பி ஓடினாலோ பரோலில் சென்று தலைமறைவு ஆனாலோ ஒருசில தகவல்களை வைத்தே மீள அக்கைதியைச் சிறைப்பிடித்து வந்துவிடுவார். அதிலும் அவரது பணி மிகச் சிறப்பாக அமைந்தது. அவ்வப்போது தப்பிய 7 கைதிகளை மிகத் திறமையாகச் செயலாற்றி மீளச் சிறை பிடிக்கப் பெரும் பங்காற்றியுள்ளார்.

நான் பணியில் இருந்த காலம் வரை சிறையில் பல்வேறு இடங்களில் ரகசியமாகப் பதுக்கி வைக்கப்பட்ட, உள்ளே கொண்டு வரமுற்பட்ட, செல்போன்களைக் கண்டறிந்து கணக்கில் காட்டப்பட்டவை 800க்கு மேல் இருக்கும். கண்டுபிடித்த செல்போன்களை கணக்கில் காட்டாமல் உடைத்து நொறுக்கி கைதிகளை மன்னித்துவிட்டதும் அதே எண்ணிக்கையை நெருங்கும். தனது திறமைக்குச் சான்றாக பட்டியலில் ஒன்று கூடுவதைவிட அப்பாவிகள் யாரும் பாதிக்கப்படக்கூடாது என்பதில் மிக கவனமாக இருப்பார். தெரிந்தே யாரும் தவறு செய்தால் மன்னிக்கவே மாட்டார்.

அவர் அப்படி கணக்கில் காட்டாமல் மன்னித்துவிட நியாயமான காரணங்களும் இருந்தன. திருட்டுத்தனமாகச் செல்போனை

பயன்படுத்தியதைக் கண்டுபிடித்தால் வைத்திருந்த சிறைவாசிக்கு மிகக் கடுமையான தண்டனை வழங்கப்படுவதுடன், அவர் மீது காவல் நிலையத்தில் புகாரும் செய்ய வேண்டிவரும்.

காவல்நிலையத்தில் புகார் அளிக்கச் சென்றால் காவல்துறையினர், சிறைத்துறைப் பணியாளர்களைப் பார்த்து, "உங்களுக்குத் தெரியாமல் எப்படி செல்போன் ஜெயிலுக்குள் போகும்? நீங்களே கொடுத்துட்டு, நீங்களே பிடிச்சுட்டு வந்தா நாங்க கேஸ் போடணுமா?" என்று கேட்டு அவமானப்படுத்துவார்கள். எப்போதாவதுதான் புகாரை ஏற்றுக் கொள்வார்கள்.

தண்டனைக் கைதிகள் இதுபோல் சிறைக்குற்றம் புரிந்து வழக்கு பதிவுசெய்யப்பட்டால், பரோலில் போவது பாதிக்கப்படும். அதனால், விடுதலை ஆகிச் செல்வது பாதிக்கப்படும் சூழல் ஏற்படும். அப்படிப்பட்ட நேரங்களில் அவர்களைக் கடுமையாக எச்சரித்து மன்னித்துவிடுவார். அப்படி மன்னித்துவிடுபவர்கள் சிலரை தங்களுக்கு உளவுசொல்லும் வேலைக்காகப் பயன்படுத்திக்கொள்ளவும் செய்வார்.

ஒரு தொகுதியில் செல்போன் கண்டெடுக்கப்பட்டால் அங்கு பொறுப்பில் இருக்கும் நேர்மையான காவலர்கள் மீதும் கூட நடவடிக்கை எடுக்க வேண்டி வரும். அதனால் அதை கணக்கில் காட்டாமல், செல்போனை உடைத்து நொறுக்கி அப்புறப்படுத்தி விடுவார். கஞ்சா பிடிபடும்போதும் இதேபோன்றுதான் நடந்து கொள்வார்.

சிறைக்குள் செல்போன், கஞ்சா எப்படி வருகிறது? எங்கெங்கு இருக்கிறது? என்று ஒரு சில நாட்களிலேயே துல்லியமாக கண்டுபிடித்து விடுவார். ஒரு கைதி வாய்தாவுக்காக நீதிமன்றம் சென்று வரும்போதெல்லாம் ஆசனவாயில் கஞ்சாவை மறைத்துக் கொண்டு வருவதாக தகவல் கிடைத்தது. அந்தக் கைதி நீதிமன்றம் சென்று திரும்பும்வரை உளவுப்பிரிவு காவலர்கள் காத்திருந்தனர். அனுமதி எடுக்கும் அதிகாரியிடம் குறிப்பிட்ட நீதிமன்றத்தில் இருந்து வரும் கைதிகளை எங்களுக்குத் தெரியப்படுத்திவிட்டு அனுமதி எடுக்குமாறு சொல்லிவிட்டு சிறைக்குள் காத்திருந்தனர்.

குறிப்பிட்ட அந்தக் கைதி சிறையில் பெரும் கலகக்காரனாகவும் இருந்தான். அவன் அழைத்து வரப்பட்டபோது அனுமதி அலுவலர் உள்ளே இருந்த உளவுப்பிரிவு காவலர்களுக்குத் தகவல் சொல்லவும், அவர்கள் வாயில் பகுதிக்கு வந்தனர். அந்தக் கைதி உளவுப்பிரிவு காவலர்களைப் பார்த்து பவ்யமாக வணக்கம் வைத்தான். ஆவணங்களை

சரிபார்த்து கைதியைச் சோதனை இட்ட பிறகு வழிக்காவலர்களாக வந்த காவல்துறை காவலர்களிடம் பாஸ்போர்ட்டில் கையெழுத்திட்டுக் கொடுத்து அனுப்பப்படுவர். அந்தக் குறிப்பிட்ட கைதியை தனியாக மறைவிடத்திற்கு அழைத்துச் சென்று சோதனை இடுவதற்கு முன்பாக தலைமைக் காவலர் அவனிடம், "கஞ்சாவ மரியாதையா நீயா எடுத்துக் கொடுத்தா யாருக்கும் தெரியாமல் நீ போகலாம். நாங்களா கண்டுபிடிச்சோம்னா என்ன நடக்கும்னு தெரியும்ல. உன்கிட்ட சரக்கு இருக்கு. எடுத்துக் கொடுத்துட்டுப் போகப் போறியா, இல்ல நாங்களா எடுக்கட்டுமா?" என்றதும் ஆவேசம் காட்டினான் அந்தக் கைதி.

"அண்ணே என்ன அசிங்கப்படுத்தாதீங்க. எவனாவது எதையாவது சொன்னா நம்பிடுவீங்களா. வேண்டாம்ணே. உங்க பேரைக் கெடுத்துடாதீங்க. நீங்க என்ன அசிங்கப்படுத்தினீங்கன்னா நான் ஏதாவது செஞ்சுடுவேன். நீங்க எல்லாம் பதில் சொல்ல வேண்டி இருக்கும். நான் கஞ்சா குடிச்சே ரொம்ப நாளாச்சு. அந்தச் சனியன நான் ஏன் கொண்டுவரப் போறேன்!" என்று சொல்லிப் பார்த்தான்.

தலைமைக் காவலர் மீண்டும் மிரட்டியும், அன்பாகப் பேசியும் பார்த்தார். அவன் இல்லவே இல்லை என்று சாதித்தான். "என்கிட்ட இருந்து ஏதாவது எடுத்துட்டா நீ என்ன வேண்டுமானாலும் செஞ்சிக்கோண்ணே. ஆனா, என் பேச்சை நம்பாம என்ன அசிங்கப்படுத்தினீங்ன்னா, நான் சும்மா இருக்க மாட்டேன். என்ன மிருகம் ஆக்கிடாதீங்க!" என்றான் கைதி.

தலைமைக் காவலர் அவரைச் சோதனையிட ஆயத்தமானார். தண்டனை பிளாக்கில் இருந்து அழைத்துவரப்பட்ட தோட்டி வேலை செய்யும் கைதியை அழைத்து வந்து அவனை மறைத்து வைத்துத்தான் இவ்வளவு நேரம் பேச்சுவார்த்தை நடந்தது. தலைமைக் காவலர் தோட்டி வேலை செய்யும் கைதியை அழைத்ததும், மெல்லிய பிளாஸ்டிக் பையை கையுறை போல் மாற்றிக்கொண்டான். இதைப் பார்த்த கைதி கொஞ்சமும் அசராமல் மிரட்டிக்கொண்டுதான் இருந்தான். தலைமைக் காவலர் அவனைச் சோதனைக்குத் தயாராகப் பேன்ட்டையும் உள்ளாடையையும் கழட்டச் சொன்னார். அவனும் பலவாறாகத் திட்டிக்கொண்டே ஜட்டியைக் கழட்டிவிட்டு சோதனைக்கு ஒத்துழைத்தான். அடுத்த சில நொடிகளில் கையுறையைக் கழட்டிக்கொண்டு தோட்டி வேலை செய்த கைதி, “ஒன்றும் இல்லைங்க ஐயா” என்றான்.

அவ்வளவுதான் அந்தக் கைதி சிறையே அலறும் விதமாகக் கத்தினான். “என்ன அசிங்கப்படுத்திட்டீங்க இல்ல, இதுக்கெல்லாம் நீங்க நாளைக்குப் பதில் சொல்லணும். நான் அறுத்துக்கிட்டுச் செத்துடுவேன்” என்று கத்திக்கொண்டு, சுவரில் ‘டம் டம்‘ என்று இரண்டு முறை முட்டிக்கொண்டான். உளவுப்பிரிவுக் காவலர்களின் முகங்கள் தோல்வியில் துவண்டு போயின. தலைமைக் காவலர் அவனிடம் வருத்தம் தெரிவித்துச் சமாதானப் படுத்துவதற்குள் போதும் போதும் என்றாகிவிட்டது. அதுவரை கலக்கத்துடன் இருந்த வழிக் காவலர்கள் நிம்மதிப் பெருமூச்சுவிட்டாலும், சிறைக்காவலர்களைக் கேவலமாகவும் கோபமாகவும் பார்த்துவிட்டு பாஸ்போர்ட்டைக் கோபத்துடன் பட்டென வாங்கிச் சென்றனர்.

அடுத்த நாள், இவர்களுக்குத் துப்பு கொடுத்தவன், “ஐயா அவன நீங்க சோதிக்கலையா கஞ்சா உள்ள வந்துவிட்டது ஐயா” என்ற போது, மறுபடியும் உளவுப்பிரிவுப் பணியாளர்கள் தோல்வியும் ஏமாற்றமும் அடைந்தனர்.

இது எப்படி நடந்தது?

அவனுடன் நீதிமன்றம் சென்ற கைதிகள் 10 பேர். போகும்போது அவன் அணிந்து சென்ற செருப்புடன் திரும்பியதால், செருப்பை மட்டும் சோதிக்கவில்லை. பத்துப் பேரில் செருப்பு இல்லாமல் போனவர்களில் ஒருவன் மட்டும் செருப்புக் காலுடன் திரும்பி இருந்தான், அதைக் கவனிக்காமல் விட்டுவிட்டனர்.

நீதிமன்றத்தில் அந்தக் கைதியின் ஆட்கள் அதேபோன்ற செருப்பைப் பிரித்து அதற்குள் கஞ்சாவை வைத்து தையல் தெரியாத மாதிரி தைத்து வைத்துக்கொண்டு காத்திருந்தனர். அழைத்து வரப்பட்ட கைதிகளுடன் அந்தக் குறிப்பிட்ட கைதி சிறுநீர் கழிக்க வேண்டும் என வழிக்காவலர்களிடம் அனுமதி கேட்டு, கழிப்பறைக்குச் சென்றான். வழிக்காவலர் வெளியே காவல் நின்றுவிடுவார், அவனுடைய ஆள் அங்கே வைத்துவிட்டு வந்த செருப்பை இவன் அங்கேயே மாற்றிவிட்டு வந்துவிடுவான். அப்படித்தான் அந்தக் கஞ்சா உள்ளே வந்துவிட்டது.

அடுத்த வாய்தாவுக்கு ஒரு வாரம் கழித்து அதே கைதி வேறொரு நீதிமன்றம் சென்று திரும்பி இருந்தான். வாயிலில் தயாராக இருந்த உளவுப் பிரிவுக் காவலர்கள் செருப்புகளை பிதுக்கிப் பிதுக்கி பரிசோதித்துப் பார்த்தனர். அந்தக் கைதி அதே கோபத்துடன் இப்போதும் இருந்தான். தலைமைக் காவலர் அதேபோன்று அன்பாகவும் அதட்டியும் கேட்டுப் பார்த்தார். அதே ஆவேசத்தை

இப்போதும் காட்டினான் அந்தக் கைதி. இந்த முறை கைக்கேமராவுடன் ஒரு காவலரும் மறைந்து இருந்தார். அதே தோட்டி வேலைக் கைதி பிளாஸ்டிக் கையுறையுடன் தயாராக இருந்தார். அதுவரை வீராப்பு காட்டியவன் அதன்பிறகு அடங்கி அமைதியாக மன்னிப்புக் கேட்டான். அந்தக் கைதி கடைசி நிமிடத்தில் தானாக முன்வந்து, "நானே எடுக்கிறேன், ஒரு நியூஸ் பேப்பர் வேணுமண்ணே" என்று வாங்கி, தரையில் விரித்துக்கொண்டு பேன்ட்டையும் உள்ளாடையையும் இறக்கிவிட்டு பேப்பர் மேல் குத்துக்காலிட்டு உட்கார்ந்தான். எல்லாம் கைக்கேமராவில் பதிவாகிக்கொண்டிருந்தன. அந்தப் பேப்பரில் இருந்தவற்றை விளக்கிக் காட்டினான்.

ஒரு சிறிய செல்போன், 50 கிராம் கஞ்சா சுருக்கப்பட்ட உருளைப் பொட்டலம், ஒரு சார்ஜர்..!

எல்லாருடைய கண்களும் ஆச்சரியத்தில் விரிந்தன. கேமராவின் கண்ணும் அகல விரிந்து அனைத்தையும் படமாக்கியது. அசராமல் நின்றான் அந்த அசகாய சூரன்.

ஆசன வாயில் தடை செய்யப்பட்ட பொருட்களை மறைத்து வைப்பது அவ்வளவு எளிதானதல்ல. அதற்கு வழக்கமாகச் சிறைக்கு வருபவர்களையும், நீண்ட நாட்கள் சிறையில் இருப்பவர்களையும் ஆதிக்கக் கைதிகள் அவர்களுக்குப் பயிற்சியளித்துத் தயார் செய்வார்கள். சிலர் தாங்களாகவே பயிற்சிபெற்றுத் தயாராகிக்கொள்வார்கள். அப்படி ஆசனவாயைப் பாதுகாப்புப் பெட்டகமாக பயன்படுத்திக் கொள்வார்கள், சிறையில் ஆதிக்கம் செலுத்தும் கைதிகள்.

பெரும் எண்ணிக்கையில் கைதிகள் பூட்டப்படும் பிளாக்குகளில் அப்படிப்பட்ட 'சேப்டி லாக்கர்' கைதி யாராவது ஒருவர் இருக்க வேண்டுமெனவும், அவர்களுக்கு விசேஷமான சலுகைகளை ஆதிக்கக் கைதிகள் செய்துகொடுத்து ரகசியமாக வைத்துக் கொள்வார்கள். ஒரு பிளாக்கில் செல்போனோ கஞ்சாவோ புழக்கத்தில் இருப்பதாக உறுதியான ரகசிய தகவல்கள் வந்தால் உளவுப்பிரிவுக் காவலர்கள் இன்னும் சில காவலர்களைத் துணைக்கு அழைத்துக்கொண்டு சோதனையில் ஈடுபடுவார்கள். கைதிகளின் உடைமைகள் ஒவ்வொன்றையும் சல்லடைபோட்டுத் தேடுவார்கள். கைதிகள் எல்லாரையும் நான்கு நான்கு பேராக நேராக வரிசையில் ஓர் ஓரமாக உட்காரச் சொல்லுவார்கள். சோற்றுக்கட்டிகளை உடைத்துப் பார்ப்பார்கள். குழம்புக் குவளைகளையும் வாளிகளையும் சோதனையிடுவார்கள். கழிவுத் தண்ணீர் வாளிகளைத் துளாவிப்

பார்ப்பார்கள், குப்பைகளைக் கிளறிப் பார்ப்பார்கள். கழிப்பறையில் ஒவ்வோர் இடத்தையும் சோதனை இடுவார்கள். சோப்புக் கட்டிகளை ஆய்வு செய்வார்கள். சாமி படங்களுக்கு முன் உள்ள பூஜைப் பொருட்கள் ஒவ்வொன்றையும், விபூதி பொட்டலங்களையும், சோதிப்பார்கள். சாமி படத்திற்கு முன் தீபம் விடிய விடிய எரிந்து கொண்டிருக்கும். இரவுநேரங்களில் புகைப்பவர்களுக்கு அதுவே பெரிய அளவில் கை கொடுக்கும்.

கடைசியாக ஒவ்வொரு கைதியாகச் சோதனை செய்யப்படுவார்கள். எப்போதாவதுதான் தடை செய்யப்பட்ட பொருட்களைக் கைப்பற்ற முடியும். சிலசமயம் தவறான உளவுத் தகவலால்தான் சோதனை முயற்சி தோல்வியில் முடியும். சிலசமயம் தகவல் உறுதியாக இருந்து பொருட்கள் கிடைக்காமல் திரும்புவதும் உண்டு. அடுத்த நாள் காலையில்தான் அதன் ரகசியமே தெரியவரும். வரிசையாக உட்கார்ந்து இருக்கும்போதே தடை செய்யப்பட்ட பொருளை அந்த சேஃப்டி லாக்கருக்குள் ஏற்றி விட்டார்கள் என்று. சில சமயம் தகவல் கொடுத்தவருக்குக்கூட சேப்டி லாக்கர் கைதி யார் என்று தெரியாமல் இருந்திருக்கும். துல்லியமாக யார் என்று தெரிந்தால்தான் சேப்டி லாக்கரைச் சோதனையிட முடியும். அதிலும் இல்லாமல் போனால் கைதிகள் மத்தியில் பெரும் கொந்தளிப்பு ஏற்பட்டு அடுத்த விபரீத முடிவுகளுக்குச் சென்றுவிடுவார்கள்.

அதனால், சிறைத்துறையில் உளவுப் பிரிவுக் காவலர்களின் கடும் உழைப்பினால் தடை செய்யப்பட்ட பொருட்கள் இல்லாமலோ, அல்லது மிகச் சிறிய அளவில் பயன்படுத்தப்பட்டோ வரலாம். கைதிகளின் எண்ணிக்கைப் பெருமளவில் கூடிக்கொண்டிருக்கும் வேளையில் தடை செய்யப்பட்ட பொருட்களை முற்றிலுமாக ஒழிப்பது பெரும் சவாலான பணியாகவே இருக்கும். அதனை திறம்பட உளவுப்பிரிவு செய்து வருகிறது என்பதில் மாற்றுக் கருத்து இருக்க முடியாது.

அவர்களது துல்லியமான பணியின் காரணமாகச் சில காவலர்களும், இளம் அதிகாரிகளும்கூட, பண ஆசைக்காகத் தடை செய்யப்பட்ட பொருட்களைக் கடத்தி வந்து கொடுப்பதையும் குறி வைத்துச் சிக்க வைத்துவிடுவார்கள். இந்த உளவுப்பிரிவுப் பணியாளர்கள் அந்தவகையில் மதுரையில் புதிதாகப் பணிக்குச் சேர்ந்த சிறைப் பள்ளி ஆசிரியர் ஒருவரும், உதவிச் சிறை அலுவலர் ஒருவரும் பணிநீக்கம் செய்யப்பட வேண்டி வந்தது. இவையெல்லாம் பல

எச்சரிக்கைகளையும் வாய்ப்புகளையும் கொடுத்த பின் நடந்த நிகழ்வுகளே.

தடை செய்யப்பட்ட பொருட்களைக் கண்டறிவதை விட, மிக முக்கியமான வேறு சில பணிகளையும் இந்தப் பிரிவுப் பணியாளர்கள் செய்து வருகிறார்கள். சிறையில் சில அப்பாவிக் கைதிகளின் உழைப்பைச் சுரண்டி வருவதை கண்டறிந்து அவர்களை மீட்டெடுப்பது, அந்த அப்பாவிக் கைதிகளை சில தாதாக்களின் எடுபிடிகள் 40, 50 குடங்கள் தண்ணீரைச் சுமந்து வரச் செய்வது, அவர்கள் உணவுத் தட்டுகளைக் கழுவச் செய்வது, தாதாக்கள் பொதுத் தண்ணீர்த் தொட்டியில் குளிப்பது கௌரவக் குறைச்சல் என்பதால், அந்த பிளாக்கில் உள்ள கழிப்பறையை அவர்கள் மட்டுமே குளியல் அறையாகவும் பயன்படுத்திக்கொள்வார்கள். அதற்கு வேண்டிய தண்ணீரை அந்த அப்பாவிக் கைதிகள்தான் நீண்ட தூரம் சுமந்து வந்து படிகளில் ஏறி வந்து நிரப்ப வேண்டியிருக்கும். அவர்கள் இதுகுறித்து யாரிடமும் வாய் திறந்து சொல்லிவிட முடியாது. எந்தக் காவலரிடமும் தனியாகப் பேச அந்த அப்பாவிக் காவலர்களை நெருங்கவிடாமல் பார்த்துக்கொள்வார்கள். அவர்களையும் கண்டறிந்து மீட்டெடுத்து வேறு பிளாக்கிற்கு மாற்றுவது போன்ற பணிகளையும் செய்து வருவார்கள்.

சில சமயம் மிகப் பெரும் செல்வந்தர்களும் ஏதாவது வழக்கில் கைதாகி வந்துவிட்டால், அந்தக் கைதியிடம் பேசி, மிரட்டி, அவர்கள் உறவினர்களிடம் சொல்லி சில வங்கி எண்களுக்குப் பணம் அனுப்பச் சொல்லி, ரகசியமாகச் சாதித்துக்கொள்வதும் உண்டு. அது பல ஆயிரங்களில் இருந்து பல லட்சங்கள் வரை திறமையாகப் பண மாற்றங்கள் செய்து விடுவார்கள். இதுபோன்ற சதிகளையும் கண்டறிந்து முறியடித்து விடுவார்கள் இந்த உளவுப் பிரிவுப் பணியாளர்கள்.

சிறைவாசிகளுக்குள் மோதல் ஏற்படும். அதற்கான சூழல் உருவாகும் போதே அதைத் திறமையாகக் கையாண்டு நடவடிக்கைகள் மேற்கொண்டு அசம்பாவிதம் ஏற்படாமல் தடுத்துவிடுவார்கள். அதையும் மீறிச் சில சம்பவங்கள் நடக்கிறது என்றால் இந்த உளவுப் பிரிவு பணியாளர்கள் ஆலோசனைகளை உயரதிகாரிகள் அலட்சியம் செய்வதாலேயே நடக்கலாம்.

மதுரை மத்தியச் சிறையில் பல பிளாக்குகளில் ஒரு குறிப்பிட்ட சமூகத்தின் தலைவரின் படங்கள் பிரம்மாண்டமாக வரையப்பட்டிருந்தன. அந்தப் படங்கள் நீண்ட நாட்களாக இருந்து

வந்தன. அந்தத் தலைவர் சுதந்திரப் போராட்ட வீரராகவும் இருந்ததால் அதையே காரணம் காட்டி இன்னும் சில பிளாக்குகளிலும் வரையும் போக்குகள் இருந்தன. பெரிய தாதாக்கள் அல்லது அந்தந்த பிளாக்குகளில் இருக்கும் ஆதிக்க கைதிகள், தங்கள் பிளாக்குகளில் 'சாமி படங்கள் வரைய வேண்டும்' என அனுமதி கேட்பார்கள். அதற்கேற்றவாறு சில கைதிகள் சிறந்த ஓவியர்களாகவும் இருப்பதுண்டு. சொந்தப் பணத்தில் பெயிண்ட், பிரஷ்கள் வாங்கிக்கொள்ளவும் அனுமதி கேட்பார்கள். அதிகாரிகளும், 'சாமி படங்கள்தானே' என்று அனுமதித்து விடுவார்கள். அதோடு சேர்த்து அந்தச் சாதித் தலைவரின் படத்தையும் வரைந்து விடுவார்கள்.

அது சிறையில் பல பிரச்னைகள் உருவாகக் காரணமாக இருந்தது. அந்த சாதித் தலைவர் படங்களை அழித்துவிட பல அதிகாரிகள் உண்மையான அக்கறையுடன் செயல்பட்டார்கள். அது பெரும் சவாலான பணியாகவே இருந்தது. சில அதிகாரிகள் அதே சாதி உணர்வுடன் கண்டும் காணாதது போல இருந்தனர். ஆனால், மதுரையில் செயல்பட்ட உளவுப் பிரிவு பணியாளர்களிலும் அதே சமூகத்தைச் சேர்ந்தவர்களும் இருக்கவே செய்தனர். அந்த உளவுப்பிரிவு பணியாளர்கள் பல ஆண்டுகளுக்கு முன்பாகவே திறன்பட செயல்பட்டு எல்லா படங்களையும் அழித்துவிட்டனர். புதிய படங்கள் வரையப்பட்டாலும் உடனடியாக தலையிட்டு தைரியமாக அழித்து விடுவார்கள். அந்த உளவுப்பிரிவில் இருந்த பணியாளர்கள் பெரும்பாலும் பட்டியலின சமூகத்தைச் சாராதவர்களாக இருந்ததும், உயரதிகாரிகள் ஆதிக்க சமூகத்தைச் சேர்ந்தவர்களாக இருந்ததும் பெரும் பிரச்னைகள் ஏதும் ஏற்படாமல் இருந்ததற்குக் காரணம் எனலாம்.

பாளையங்கோட்டை சிறையிலும், மதுரை போன்ற சிறைகளிலும் சாதி ஆதிக்க மனோபாவ சிறைவாசிகளின் எண்ணிக்கை பெருமளவில் இருந்தது. நேரடியாக சாதிக்காரணங்களுக்காக பெரும் கொலைகளைச் செய்தவர்கள் பெரும் எண்ணிக்கையில் சிறையில் இருக்கும்போது அவர்களின் ஆதிக்கம் இயல்பாகவே உருவாகிவிடும். அப்படிப்பட்டவர்கள் சிறைக்குற்றம் செய்யும்போது எந்தப் பாகுபாடுமின்றி, தயவு தாட்சண்யமின்றி, அச்சமின்றி அவர்கள் மீது கடும் நடவடிக்கை எடுப்பதற்கு சிறை உளவுப்பிரிவு பணியாளர்களின் பங்களிப்பு மகத்தானதாகவே இருக்கிறது. இந்த அர்ப்பணிப்பு மிக்க உளவுப்பிரிவு காவலர்களுக்கு எல்லா மத்தியச் சிறைகளிலும், எல்லா காலங்களிலும் அச்சுறுத்தல் இருந்த வண்ணமாகவே இருக்கிறது.

அவர்களின் உழைப்பை அங்கீகரித்து அவர்களைப் பாதுகாப்பது மிக அவசியமானதாக இருக்கிறது.

சிறைகளில் அமைதிக்கு மட்டுமல்ல, சமூகத்தின் அமைதிக்கும் இவர்களது உழைப்பு மிக முக்கியமானதாக இருக்கிறது என்பது வெளியே தெரியாமலே இருக்கிறது!